இல்லுமினாட்டிகள்

கார்த்திக் ஸ்ரீநிவாஸ்

உங்கள் ரசனை மேம்பட
வானவில் புத்தகாலயம்

10/2 (8/2) போலீஸ் குவார்ட்டர்ஸ் சாலை
(தியாகராயநகர் பேருந்து நிலையத்திற்கும் காவல் நிலையத்திற்கும் இடைப்பட்ட சாலை)
தியாகராயநகர், சென்னை – 600 017
Phone: 2434 2771, 2986 0070 Cell: **72000 50073**
Vanavil Puthakalayam 6 th sense_karthi
e-mail : sixthsensepub@yahoo.com
Website: sixthsensepublications.com

Publisher
Karthikeyan Pugalendi
Editor
R. Muthukumar
Layout
M.Magesh

Title:
ILLUMINATI : THE ALL SEEING EYE
Author:
Karthik Sreenivas
Address:
Vanavil Puthakalayam
10/2(8/2) Police Quarters Road (First Floor),
(Between Thiyagaraya Nagar Bus Stop & Police Station)
Thiyagaraya Nagar, Chennai - 17
Phone: 2434 2771, 2986 0070
Cell: **72**000 **5**00**73**

Vanavil Puthakalayam
6 th sense_karthi
e-mail : sixthsensepub@yahoo.com
Website: www.sixthsensepublications.com

Edition:
First : **January , 2017**
Second : **May , 2017**
Third : **August, 2017**
Fourth : **September, 2018**
Fifth : **December, 2022**

Pages : 176
Price : Rs. 277

தலைப்பு : **இல்லுமினாட்டி:**
உலகையே நோட்டமிடும் கண்கள்
நூலாசிரியர் : **கார்த்திக் ஸ்ரீநிவாஸ்**

பக்கங்கள் : 176
விலை : ரூ. 277

முதற்பதிப்பு : **ஜனவரி, 2017**
இரண்டாம் பதிப்பு : **மே, 2017**
மூன்றாம் பதிப்பு : **ஆகஸ்ட், 2017**
நான்காம் பதிப்பு : **செப்டம்பர், 2018**
ஐந்தாம் பதிப்பு : **டிசம்பர், 2022**

வானவில் புத்தகாலயம்
10/2 (8/2) போலீஸ் குவார்ட்டர்ஸ் சாலை (முதல் தளம்)
(தியாகராயநகர் பேருந்து நிலையத்திற்கும் காவல் நிலையத்திற்கும் இடைப்பட்ட சாலை)
தியாகராயநகர், சென்னை – 600 017
தொலைபேசி : 24342771, 2986 0070
கைபேசி: **72**000 **5**00**73**
மின்னஞ்சல்: **vanavilputhakalayam@gmail.com**

No part of this book may be reproduced or transmitted in any form without permission in writing from the author or publisher

இந்தப் புத்தகத்திலுள்ள எந்த ஒரு பகுதியையும் பதிப்பாளர் மற்றும் எழுத்தாளர் அனுமதியை எழுத்து மூலம் பெறாமல் பதிப்பிக்கக் கூடாது

C340

நீங்கள் Smart Phone உபயோகிப்பவராக இருந்தால் QR Code Reader Application மூலம் இதை Scan செய்தால் நேரடியாக எமது இணையதளத்திற்கு சென்று மேலும் எங்கள் வெளியீடுகள் பற்றிய விவரங்களைப் பெறலாம்.

A3 ISBN : 978-93-82578-88-8

நாளை...

மூன்றாம் உலகப்போர் என்பது இரு நாடுகளுக்கு இடையில், பல சாம்ராஜ்யங்களுக்கு மத்தியில் நடப்பது அல்ல. துப்பாக்கி, பீரங்கி வைத்து நடத்தப்படுவதும் அல்ல. காசு, பணத்தை வைத்து என்று கூட சொல்லமுடியாது. ஆனால் உலக மக்களின் அந்தரங்கத்தை ஊடுருவி, எண்ணங்களை ஆட்கொண்டு, உணவு, உடை, கேளிக்கை போன்ற அடிப்படை விஷயங்கள் அனைத்தையும் தங்கள் கட்டுப்பாட்டில் கொண்டுவந்து, உலாவி முதல் ஊடகம்வரை எதில் ஒருவர் நேரத்தை செலவிட வேண்டும் என்று சகலத்தையும் தீர்மானிப்பதன் மூலம் ஒரு குறிப்பிட்ட சாரார் சாமானியன் முதல் சாம்ராட் வரை எல்லோரையும் அடிபணிய வைக்கும் வியூகம் செயல்பாட்டில் உள்ளது.

இந்த யுத்தத்தின் பெயர் தகவல் திருட்டு மற்றும் ஊடுருவல்.

இந்த உலகமே இன்று இணைய மயமாகிவிட்டது. அளவுக்கதிகமான தகவல்கள் ஒரு தொழிலில் புழங்குகிறது என்றால் அந்தத் தகவல்கள் அனைத்தையும் தொகுத்து, அதன் போக்கை ஆராய்ந்து, அதற்கேற்றாற்போல் தொழிலை முன்னெடுத்துச் செல்வதுதான் பிக் டேட்டா (Big Data) முறை. கேட்க நன்றாக இருந்தாலும், இதில் பல அபாயங்கள் உள்ளன.

உங்கள் நெருங்கிய நண்பனுக்கும், உங்கள் மனைவிக்கும் உங்களைப் பற்றித் தெரியாத அத்தனைத் தகவல்களும் இன்று கூகுளிடமும், ஃபேஸ்புக்கிடமும், ட்விட்டரிடமும் உண்டு. நீங்கள் ஸ்மார்ட் ஃபோன் உபயோகிப்பவரா? ஆம் எனில், உங்கள் ஜாதகம் அனைத்தும் இன்றைய தேதியில் குறைந்தது ஒரு பத்தாயிரம் பேருக்காவது தெரிந்திருக்கும். நிலைமையின் தீவிரத்தை உணர்த்த வேண்டுமானால், நீங்கள் குளிக்கும்போது கூடவே உங்கள் ஸ்மார்ட் ஃபோனையும் எடுத்துச் செல்பவரா? அப்படியெனில் நீங்கள் எந்த சோப், ஷாம்பு பயன்படுத்துகிறீர்கள் என்பது வரை அவர்களுக்குத் தெரியும், குறைந்தது ஓராயிரம் பேருக்காவது.

உங்களிடம் கிரெடிட்/டெபிட் கார்டு, அதனுடன் இணைக்கப்பட்ட ஆதார் எண் அல்லது பான் எண் இருந்துவிட்டால், கேட்கவே வேண்டாம். நம்முடைய அந்தரங்கம் அனைத்தும் பொதுவெளியில் பறக்க விட்ட கட்சிக்கொடி போலத்தான். வாடிக்கையாளரின் ரகசியம் காத்தல் இங்கே முற்றிலும் அடிபட்டுப் போகின்றன.

உதாரணம், நீங்கள் ஃபிலிப்கார்ட்டில் ஒரு டி.ஷர்ட் வாங்க தொடர்ந்து ஆராய்கிறீர்கள் என்று வைத்துக் கொள்வோம், கொஞ்ச நேரம் 'ஃபிலிப்கார்ட்' வலைப்பக்கத்தில் டி.ஷர்ட் தேடி விட்டு, அடுத்து ஃபேஸ்புக்கோ, ட்விட்டருக்கோ சென்று பார்த்தீர்களானால், உடனே ஒரு நான்கு, ஐந்து கமெர்ஷியல் வெப்சைட் விளம்பரங்கள் தங்களது டி.ஷர்ட்டை விளம்பரப்படுத்திக்கொண்டு உங்கள் பக்கத்தின் முதல் பார்வைக்கு வந்து நிற்கும். உங்களது ஜிமெயில் கணக்குக்குக் குறைந்தது 5 மின்னஞ்சல்கள் தங்களது ஆடைகளை விற்க ஆயத்தமாக இருக்கும். இந்தத் புள்ளிகளை ஒவ்வொன்றாக இணைத்துப் பாருங்கள், இறுதியில் கிடைக்கும் கோலம் உங்களது தனிப்பட்ட வாழ்வையே ஆட்கொள்ளும் அபாயத்தை உணர்வீர்கள்.

டார்க் வெப் (Deep/Dark Web) என்பது இன்னும் ஒரு படி மேல். இந்த டார்க் வெப்பில் சட்ட விரோதம் என்ற கருத்துக்கே இடமில்லை. இன்னும் சொல்லப்போனால் சட்ட விரோதம் மட்டுமே இங்கே அரங்கேறும் இருள் உலகம். இந்த உலகம் நம்முடனே, நம் அருகிலேயே, நமக்குள்ளேயே வாழும் மாய உலகம்.

விக்கிலீக்ஸ் எப்படி உலகின் அசாத்திய ரகசியங்களை எல்லாம் அனாயாசமாக (திருடி) வெளியிட்டு உலகை உலுக்கியது, ஹிலாரி கிளிண்டனின் வரலாற்றுத் தோல்விக்குக் காரணமான இமெயில் சர்வர் விவகாரம் எப்படி வெளியே வந்தது, கிரெடிட் கார்டுகளைப் பிரதியெடுத்து கொள்ளையடிக்கும் கும்பலிடம் விற்கப்படும் போலி மெஷின்கள் எங்கே, யாரிடம் பெறப்படுகின்றன, உலகம் முழுக்க தடை செய்யப்பட்ட போதைப்பொருட்கள் அனைத்தும் எப்படி, எந்த வழியில் நம் வீட்டுக்கே வந்துசேருகிறது, அதிரகசியமான, அரசாங்கங்களாலேயே கண்டுபிடிக்க முடியாத, பல படிநிலைகளில் மறைமுக குறியீடுகளைக் கொண்டு உடைக்கவே முடியாதபடி அமைக்கப்படும் பல தகவல் பரிமாற்றங்கள் எளிதாக, ஆழமாக, நூதனமாகத் திருடப்பட்டு துஷ்பிரயோகம் செய்யப்படுவது எப்படி, இந்த மாதிரி பல இணையம் சார் கேள்விகளுக்கும், மர்மங்களுக்கும் விடை ஒன்றே ஒன்றுதான் டார்க் வெப் எனப்படும் மாய ஹேக்கிங் உலகம்.

இல்லுமினாட்டிகளின் கரன்சி மற்றும் கச்சா எண்ணெய்ப் போர்களில் வெற்றி வாகை சூடிய நிலையில், இப்பொழுது இணைய யுத்தம் ஆரம்பமாகியுள்ளது. இந்த மூன்றாம் உலகப்போருக்கு வெறும் ஆரம்பம் மட்டுமே, முடிவு என்பதே இல்லை, மனிதம் அழியும் வரை. ஒரு சுவாரஸ்யமான ரகசிய கூட்டத்தில்தான் இந்த புது யுகப் புரட்சி தொடங்கியது.

யார் இந்த இல்லுமினாட்டிகள்? ....

நேற்று...

அந்தச் சம்பவம் ஒட்டுமொத்த ஜெர்மனியையும் உலுக்கியெடுத்திருந்தது. குறிப்பாக, மன்னரும் பவேரியா உயர்குடி மதகுருமார்களும் பேரதிர்ச்சியில் உறைந்து போயிருந்தனர். கனமழை பெய்துகொண்டிருந்த அந்த ஜூலை மாதத்து நள்ளிரவில் பிரயாணம் செய்துகொண்டிருந்த 'லான்ஸ்' (Lanz) என்ற குதிரை வீரன் ஒருவன் மின்னல் தாக்கி கொடூரமான முறையில் உடல் கருகி உயிரிழந்திருந்தான். குதிரைக்கும் அதே கதிதான்.

விடிந்தவுடன், கருகிக்கிடந்த உடலையும், அதிலிருந்த உடைமைகளையும் ஆராய்ந்த உள்ளூர் தலைவர் சற்றே திடுக்கிட்டுப்போனார். தான்

பார்ப்பது என்னவென்று அவருக்குப் புரிந்தாலும், உண்மையில் அதை அவரால் நம்பமுடியவில்லை. உடனடியாக மன்னருக்குச் செய்தி சென்றது. அதிர்ந்துபோன மன்னர், அடுத்த சில நொடிகளில் சம்பவ இடத்துக்கு நேரில் வந்துவிட்டார்.

மின்னல் தாக்கியதில் நிலக்கரிக்கு இணையாகக் கருகிப் போயிருந்தான் அந்தக் குதிரைவீரன். ஆனால் அவனுடைய குதிரையின் சேணப்பகுதிக்கு (குதிரை மீது சவாரி செய்பவர் அமர்ந்துகொள்வதற்கான இருக்கை) அடியில் கட்டியிருந்த பை மட்டும் சிதையாமல் அப்படியே இருந்தது. அதில் இருந்த சில மிக முக்கிய ஆவணங்கள்தான் மன்னரையே நேரில் வரவழைத்திருந்தன.

குதிரை வீரனின் உடலைப் பத்திரப்படுத்தியவர்கள் உடனடியாக ரகசியக் கூட்டத்தைக் கூட்டினார்கள். ஆவணத்தில் இருந்த விஷயத்தை மீண்டும் மீண்டும் படித்துப்பார்த்து உறுதி செய்து கொண்டனர்.

உலகின் கவனத்தை ஈர்த்த விநோதமான குழு ஒன்றின் முக்கியத் தலைவர்கள் பற்றிய விவரங்கள் அடங்கிய ஆவணங்கள் அவை.

அந்தக் குழுவைச் சேர்ந்தவர்கள் வகித்த பதவிகள், இந்தக் கிரகத்தையே அடக்கி ஆளப்போகும் அவர்களுடைய இமாலய லட்சியம், அவர்களுடைய அடுத்த கட்ட நடவடிக்கைகள், புரட்சிகள், சக குழுவினருடனும் அவர்களுடைய தலைமை நிர்வாகிகளுடனும் அவர்களுக்கிருந்த சதித்தொடர்புகள், ஒவ்வொரு நாட்டிலும் பரவியுள்ள அவர்களது ஆட்களின் அடுத்த கட்ட செயல்திட்டங்கள் என ஒட்டுமொத்த தகவல்களின் பெட்டகம் அது.

அந்தப் பெட்டகத்தைச் சாமர்த்தியமாகத் தன் குதிரையின் சேணத்துக்கு அடியில் வைத்துப் பிரயாணம் செய்திருந்தான் அந்த வீரன். என்ன கொடுமை என்றால், அந்தப் பெட்டகமே பின்னாளில் அந்தக் குழுவினருக்கு ஆகப்பெரிய ஆபத்தாக வந்து முடிந்தது.

அந்தக் குழுவின் பெயர், ‘இல்லுமினாட்டி’.

அவர்களின் இன்றைய நிலை, எப்படி இவர்கள் சர்வ வல்லமை பொருந்தியவரானார்கள்? அடுத்து வரும் 15 அத்யாயங்களில் பார்ப்போம்!

இன்று

1. ஆபரேஷன் ஆரம்பம்... 07
2. வஞ்சகம், சூழ்ச்சி, மோசடி 12
3. நரிய நரிய சுத்தி வா 16
4. வேதம் புதிது 24
5. புதிய முகம் 34
6. சின்னம் ஒரு குறியீடு 46
7. சிகப்புக் கேடய சகாப்தம்... பராக்! பராக்! 57
8. காசேதான் கடவுளடா ! 67
9. கற்பூர பொம்மைகள் 87
10. ஐந்தாவது வேதம் கச்சா எண்ணெய் 101
11. கனவுக்கன்னி மார்லின் மன்றோ 109
12. உலகம் கூறு எவ்வளவு ரூபாய்?- பாகம் 1 123
13. உலகம் கூறு எவ்வளவு ரூபாய்?- பாகம் 2 140
14. கடவுள் பாதி, மிருகம் மீதி 157
15. முடிவல்ல, ஆரம்பம் ! 171

01
ஆபரேஷன் ஆரம்பம்...

அமெரிக்க அதிபரையும் தாண்டிய, அதிபர்களின் அதிபர்களையும் ஒரு குறிப்பிட்ட பாதையில் பல தலைமுறைகளாக ஒரே நேர்கோட்டில் இயக்கி வந்திருக்கக்கூடிய மகாசக்தி படைத்த ஒருவர் இருக்கிறாரா?

"Don't Believe the Obvious' என்று ஆங்கிலத்தில் ஒரு பழமொழி உண்டு. 'வெளிப்படையாக என்ன தெரிகிறதோ அதுதான் உண்மை என நம்பிவிடாதீர்கள்' என்று அர்த்தம்.

200 ஆண்டுகளுக்கு முன் ஒவ்வொரு நாட்டின் சுவை மிகுந்த உணவையும் அந்த நாட்டு மன்னனாலோ, பெரிய வியாபாரியாலோ, அல்லது கடலோடியாலோ மட்டும்தான் தன்னுடைய நாட்டிலிருந்தபடியே சுவைக்க முடியும்...

பிறநாட்டு அறிவுச்செல்வங்களான கல்வியையோ, புத்தகங்களையோ நினைத்துக்கூடப் பார்க்க முடியாத நிலைதான் ஒரு நூற்றாண்டுக்கு முன் வழ்ந்தவர்களுக்கு இருந்தது. ளின் நிலை.

ஒரு மன்னரோ, ஆட்சியாளரோ அணியக்கூடிய உயர்ந்த ரக, கண்கவரும் ஆடைகளை ஒரு சாமானியன் அணிவதென்பது கனவிலும் நடவாத காரியம்...

இப்படி அடுக்கிக்கொண்டே போகக்கூடிய, ஆயிரமாயிரம் ஆண்டுகளாக நடக்காத பல பகல் கனவு வாழ்க்கையை இன்று ஒரு சராசரி நடுத்தர வர்க்கத்தின் ஆணுக்கோ, பெண்ணுக்கோ வெகு இயல்பாகக் கிடைக்கும்வகையில், ஒரே தலைமுறையில் ஒட்டுமொத்த உலகமே மாறிவிட்டது...

இந்த மாற்றம் எப்படிச் சாத்தியம்? ஒரே வார்த்தையில் சொல்வதென்றால், 'உலகமயமாக்கல்'. உண்மையில், உலகமயமாக்கல் என்பது அவ்வளவு எளிதாக, ஒரே தலைமுறையில் உலகம் முழுவதும் சாத்தியமாகக்கூடிய காரியமா?

ஒவ்வொரு நாட்டுக்கும் தனித்தனி அடையாளம், கலாச்சாரம், மாறுபட்ட எண்ணங்கள், நம்பிக்கைகள், வாழ்வியல் முறை, உணவு, உடை, பழக்கவழக்கம், தொழில், பண்டமாற்று முறை, நாணயம், நாணயத்தின் இருப்பு, அதன் மதிப்பு என ஒவ்வொரு 500, 1000 மைல்களுக்கும் ஓர் ஆட்சிமுறை இருந்த நூற்றுக்கணக்கான நாடுகளும் எப்படி ஒரே தலைமுறை இடைவெளியில் சேர்ந்தாற்போல் உலகமயமாக்கலை முழுமனதாக ஆதரித்தன?

ஒவ்வொரு நாட்டின் ஆட்சியாளர்களையும் தொழிலதிபர் களையும் அவ்வளவு எளிதாகத் திருப்திப்படுத்திவிட முடிந்ததா? முடியுமா?

எல்லா நாடுகளும் ஆதரித்து, அங்கீகரித்தன என்றால், இந்த உலகமயமாக்கலை முன்னெடுத்துச் சென்றது யார்? பின்னிருந்து இயக்கியது யார்? ஒப்புக்கொள்ள மறுத்த நாடுகளிடமும், இன்றும் மறுத்துக்கொண்டிருக்கும் நாடுகளிடமும் விடாப்பிடியாகச் சென்று, 'இரண்டு விரலில் ஒன்றைத் தொடு, இல்லையேல் நாட்டை விடு' என்ற கோட்பாட்டுக்குள் கொண்டு வந்தது யார்?

ஒருவேளை அமெரிக்கா என்பது உங்கள் பதில் என்றால், எப்படி சொல்லிவைத்தது போல அனைத்து அமெரிக்க ஆட்சியாளர்களும் ஒரே மாதிரியான வெளியுறவுக் கொள்கை உடையவர்களாக இருக்கிறார்கள்?

உண்மையிலேயே அப்படிப்பட்ட ஒருமுகச் சிந்தனை என்பது அமெரிக்காவின் அத்தனை அதிபர்களுக்கும் இயல்பாக ஏற்பட்ட ஒன்றா? இது சாத்தியமா?

சாத்தியம் இல்லை என்பது உங்கள் உள்ளுணர்வின் பதில் என்றால், அடுத்த கேள்வி இதுதான்... அமெரிக்க அதிபரையும் தாண்டிய, அதிபர்களின் அதிபர்களையும் ஒரு குறிப்பிட்ட பாதையில் பல தலைமுறைகளாக ஒரே நேர்கோட்டில் இயக்கி வந்திருக்கக்கூடிய மகாசக்தி படைத்த ஒருவர் இருக்கிறாரா?

ஒருவரா? அல்லது ஒரு குழுவா? அல்லது பல குழுக்களா? இல்லை வேறு ஏதாவதா?

ஒருவேளை, உலகம் என்பது நம்முடைய பார்வைக்கும் கவனத்துக்கும் வருகின்ற விஷயங்களை மட்டுமே உள்ளடக்கியது என்ற மாயையில் நாம் சிக்கி இருக்கிறோமா? நாடக மேடையாக மாறிவிட்ட இந்த உலகத்தின் இயக்குநர்கள் யார் யார்? இயக்கம் முடிந்துவிட்டதா? இல்லை முடிவற்ற தொடர்கதையா?

இன்னும் ஆயிரமாயிரம் கேள்விகள் உங்களை குடைந்து கொண்டே இருக்கின்றன என்றால், இனியும் குடையுமென்றால், அதற்கான விடை தேடும் ஒரு ஆராய்ச்சிதான் இந்த நூல்.

பிரபலமான கதை ஒன்று உண்டு.

சுமார் இருபத்தைந்து வயது நிரம்பிய வாலிபனும், அவனுடைய தந்தையும் ரயிலில் பயணம் செய்தனர். அவர்களுக்கு எதிரில் ஒரு தம்பதியும் அமர்ந்திருந்தனர்.

ரயில் ஜன்னல் வழியே வேடிக்கை பார்த்துக்கொண்டே வந்த வாலிபன், ஜன்னலுக்கு வெளியே தெரியும் மரங்கள் ஒவ்வொன்றும் வேகமாகப் பின்னோக்கிச் செல்வதை ஆர்வத்துடன் பார்த்து அதிசயித்தான்.

திடீரென அவன் தந்தையை நோக்கித் திரும்பி, 'அப்பா, மரங்கள் எல்லாம் நமக்குப் பின்னால் போய்க்கொண்டே இருக்கின்றன' என்று சொல்லிச் சிரித்தான். பதிலுக்கு அவன் தந்தையும் புன்முறுவலிட்டார்....

எதிரில் இருந்த தம்பதியினர் வாலிபனையும், அவன் தந்தையையும் வியப்போடு பார்த்தனர்... சிறிது நேரம் கழித்து மீண்டும் உற்சாக உணர்வுடன் அந்த வாலிபன் தந்தையை நோக்கி,

'அப்பா, மேகங்கள் அனைத்தும் நம்கூடவே வருகின்றன' என்று சொல்லிச் சிரித்தான். பதிலுக்கு தந்தையும் அதே புன்முறுவலுடன் மகனை ஆமோதித்து ரசித்தார்.

இப்படி நாட்டில் இயல்பாக நடக்கும் ஒவ்வொரு நிகழ்வுக்கும் அந்த வாலிபன் வியப்பு தெரிவிப்பதும், அதை அவனுடைய தந்தை ரசிப்பதும் தொடர்ந்தன. ஒரு கட்டத்துக்கு மேல் எதிரில் அமர்ந்திருந்த தம்பதி பொறுமையிழந்து, அந்தத் தந்தையிடம் கேட்டே விட்டனர்.

'நீங்கள் ஏன் உங்கள் மகனை ஒரு நல்ல மனநல மருத்துவமனைக்குக் கொண்டுசெல்லக் கூடாது?'

இப்படியான ஒரு சம்பவம் நமக்கும் நடக்கலாம். அந்தத் தம்பதியைப் போன்றுதான் நாமும் சிந்திப்போம், சிந்திக்கிறோம். கண்ணெதிரில் நாம் காணும் காட்சியில் நமக்கு நேரிடையாக ஓர் அர்த்தம் புரியும். நம் கண்களும் அதையே காணும்... அதுவே உண்மையென்று மூளைக்குச் செய்தி அனுப்பும். ஆழ்மனமும் அதுவே சத்தியம் என்று நம்ப ஆரம்பிக்கும். இப்போது உலகில் நடக்கும் எல்லா விஷயங்களையும் நாம் எப்படி நம்புகிறோமோ அப்படி.

ஆனால் உண்மை எப்போதும் நம் கண்ணுக்கு முன் வெளிப்படையாகத் தெரிவதில்லை. நம்மைச் சுற்றி நடக்கும் சதுரங்கத்தில் நாம் வெறும் காய்களே. ஆட்டத்தை ஆடுபவர்கள் வெகு சிலரே. அவர்களால் நகர்த்தப்படும் காய்கள்தான் நாம்.

நாம் பயன்படுத்தும் ரூபாய் நோட்டுகள் உண்மையில் நம் நாட்டுக்குச் சொந்தமானவையா? நம் சம்பளத்தின் மதிப்பு என்ன என்பதைத் தீர்மானிப்பது யார்? நாம் செய்யும் தொழிலின் லாபத்தை உண்மையில் நாம்தான் அறுவடை செய்கிறோமா? நாம் உண்ணும் உணவை நம் அரசாங்கங்களும் விவசாயிகளும்தான் பயிரிடுகிறார்களா? ஒட்டுமொத்த நாட்டின் பொருளாதாரத்தையும் கொள்கையையும், வங்கிகளையும், வளர்ச்சியையும் திட்டங்களையும் எதிர்காலத்தையும் தீர்மானிப்பது யார்?

யார் என்று அறிவது அவ்வளவு எளிதல்ல. அதற்கு நாம் நிறைய ஆய்வுசெய்ய வேண்டும். காலங்களினூடே நீண்ட நெடிய பின்னோக்கியப் பயணம் போக வேண்டும். இத்தகைய மாற்றத்துக்கு விதையிட்ட ஒவ்வொரு மனிதரின் வாழ்வுக்குள்ளும் புகுந்து பயணிக்க வேண்டும். ஒரு தலைமுறை, இரு தலைமுறை வரலாறு அல்ல, பல நூற்றாண்டு வரலாறு அது. பல குழுக்களின், பல குடும்பங்களின், பல நூற்றாண்டுகளின் ஆதாரக் கனவுகள் ஆயிரமாயிரம் இருக்கின்றன. அந்தக் கனவுகளுக்குள்ளே நாமும்

ஒரு பாத்திரமாக உட்புகுந்தால் மட்டுமே அறிந்து கொள்ள சாத்தியப்படும் மாபெரும் ரகசியங்களின் ரகசியம்.

ரகசியம் அறியும் பயணத்தில் நாம் விசேஷ கண்கள் கொண்டுதான் அனைத்தையும் பார்க்க வேண்டும். நாணயம் போல் அனைத்துக்கும் இரண்டு பக்கம் உண்டு.

இந்த உலகம் ஒரு பக்கத்தை மட்டுமே பார்த்திருக்கிறது...

ரயில் பயணத்தில் வாலிபனைக் கண்டு அவன் தந்தையிடம் அவனை மருத்துவமனைக்கு அழைத்துசெல்லச் சொல்லி ஆலோசனை சொன்ன தம்பதியைப் போல. இன்னொரு பக்கத்தைப் பார்ப்பதில்லை, வாலிபனின் தந்தை கூறிய பதிலைப் போல.

'நீங்கள் ஏன் உங்கள் மகனை ஒரு நல்ல மனநல மருத்துவமனைக்கு அழைத்துச் செல்லக் கூடாது?' என்று கேட்ட தம்பதிக்கு அந்த வாலிபனின் தந்தை புன்னகை மாறாமல் கொடுத்த பதில் இதுதான்:

'மருத்துவமனையில் இருந்துதான் வருகிறோம். என் மகனுக்கு பிறவியிலிருந்து பார்வை இல்லை. இப்போதுதான் ஆபரேஷன் முடிந்து பார்வை வந்தது. '

இப்போது நாம் நம்முடைய தகவலறியும் ஆராய்ச்சியைத் தொடங்குவோம்.

ஆபரேஷன் ஆரம்பம்...!

02
வஞ்சகம், சூழ்ச்சி, மோசடி

இல்லுமினாட்டி என்ற சர்ச்சைக்குரிய குழுவின் எழுதப்படாத அர்த்தம் 'உலகத்தின் மூளை'. 'இதைத்தான் செய்யப் போகிறோம், முடிந்தால் தடுத்துக்கொள்' என்ற அதீத தன்னம்பிக்கை அல்லது ஆணவம் இவர்களுக்கு இயல்பாகவே உண்டு

நம்மை நேரடியாகவோ, மறைமுகமாகவோ ஆள்வது யார், அவர்களை ஆட்டிவைப்பது யார் என்பது முக்கியமான கேள்வி. நம்மை என்றால், நானும் நீங்களும் மட்டுமல்ல, உலகில் உள்ள அனைவரையும்தான். சாமானியர்களை மட்டுமல்ல, அதிகார வர்க்கம், ஆட்சியாளர்கள், தொழிலதிபர்கள், பெரும்பணக்காரர்கள், அவர்களுக்குப் பொருளாதார ரீதியில் ஆதரவு தருபவர்கள், சந்தைப்படுத்தப்பட்ட சர்வதேச வங்கிகள் என அனைத்துமே. சுருங்கச்சொன்னால், உலகத்தையே ஒற்றைக் குடையின் கீழ் ஆளும் ஒரு குறிப்பிட்ட வர்க்கத்தினர் யார், எதற்காக, எப்படிச் சாத்தியமாகியது என்பது அதிமுக்கியமான கேள்வி.

உண்மையில், இவர்கள் எல்லோரும் ஒரே இரவில் உருவானவர்கள் அல்லர். பற்பல நூற்றாண்டுகளாகத் திட்டமிட்டு, உலகின் ஒவ்வொரு மூலைக்கும் பயணித்து, போகும் இடங்களிலெல்லாம் நின்று நிதானமாகத் தமது சாம்ராஜ்ஜியத்தை வேரூன்றச் செய்தவர்கள். இவர்கள் யாரும், எந்த காரணத்தாலும் பாதியில் பிரிந்துவிடாமல், இன்றுவரை தங்களுடைய தொடர்பையும் ஒற்றுமையையும் நிலைநாட்டி வருகின்றனர்.

இவர்கள் தங்களை 'இல்லுமினாட்டி' என்று அழைத்துக்கொள்கின்றனர். இவர்களுடைய சுண்டுவிரல் அசைவில்தான் இந்த உலகம் இயங்கிக் கொண்டிருக்கிறது.

இல்லுமினாட்டிகளைப் பற்றிய இந்தப் புத்தகத்தை வாசித்து முடித்தவுடன், அவர்களைப் பற்றிய முழு உண்மையும், அவர்களின் அத்தனை ரகசியங்களும், பிரதான லட்சியங்களும், உண்மையான குறிக்கோள்களும், எதிர்காலத் திட்டங்களும் உங்களுக்குத் தெரிந்துவிடும் என்று நாங்கள் சொல்லவில்லை. ஆனால் புத்தகத்தை வாசித்து முடிக்கும்போது, இந்த மாதிரியும் இருக்குமா, இதெல்லாம் உண்மைதானா, யார் இவர்கள், இது நல்லதா, கெட்டதா என்ற தேடலில் நீங்களும் இறங்குவீர்கள். காலங்காலமாகக் காப்பாற்றுப்பபட்டு வந்த, உலகின் வெளிவராத மகா, மெகா ரகசியத்தைப் பற்றிய ஒரு புள்ளி உங்கள் மனக்கண்களில் நிழலாடும் என்பது நிச்சயம். முக்கியமாக, இல்லுமினாட்டிகளைப் பற்றிய மர்மம் என்னவென்று தெரியவரும்....

◆

இல்லுமினேட்டர் என்ற லத்தீன் மொழி வார்த்தையில் இருந்து உருவான சொல் இல்லுமினாட்டி.

ஒளிபொருந்தியவர்கள் என்பது இதன் பொதுவான அர்த்தம்... ஞானி, மூடநம்பிக்கைகளில் இருந்து விடுபட்டவன், பிரகாசமானவன், அறிவாளி என்று பல்வேறு அர்த்தங்களும் இருக்கின்றன.

நவீன யுகத்தில், இல்லுமினாட்டிகள் என்பதன் எழுதப்படாத அர்த்தம் 'சர்ச்சைக்குரிய குழுக்கள்' அல்லது 'உலகத்தின் மூளைகள்' என்பதுதான். இந்தக் குழுக்கள் தான் பல நாட்டு அரசுகளையும், பன்னாட்டு நிறுவனங்களையும் தங்கள் கட்டுப்பாட்டில் வைத்திருக்கின்றன.

இந்தப் புத்தகம் இல்லுமினாட்டி ரகசியக் குழுக்களின் இருப்பு பற்றியும், அவற்றின் வரலாற்று ஆதாரங்களைப் பற்றியும், நடவடிக்கைகள் பற்றியும் சுட்டிக்காட்டும்.

இங்கு விவரிக்கப்படும் விஷயங்கள் அனைத்தும் அதன் மூல ஆதாரத்தின் நம்பகத்தன்மையை நன்கு உறுதி செய்தபிறகே தொகுக்கப்பட்டுள்ளது.

அதுமட்டுமல்லாமல், இல்லுமினாட்டிகளின் மோசடிகள், வஞ்சகம், சூழ்ச்சி, குற்றம், போலித்தன்மை போன்ற அனைத்தையும் தோலுரித்துக் காட்டும் விதமான பல்வேறு விதமான செய்திகளையும் ஆய்வு செய்தோம். குறிப்பாக, ஊடகங்களில் வெளிவந்துள்ள போலியான தகவல்கள், இல்லுமினாட்டிகள் பற்றிய திரைப்படங்கள், தொலைக்காட்சி நிகழ்ச்சிகள், புத்தகங்களையும் நுட்பமாக ஆராய்ந்தோம்.

இல்லுமினாட்டிகளைப் பற்றிய மிதமிஞ்சிய கற்பனைகள் ஹாலிவுட் படங்களிலும், புத்தகங்களிலும், செவிவழிச் செய்தியாகவும் போலியாகவும் பரப்பப்பட்டுள்ளன. அதன்மூலம், இல்லுமினாட்டிகள் குறித்த மெய்யான செய்திகள்கூட வலுவிழக்கும் வாய்ப்புவவிடப்படுவதால், அவர்களைப் பற்றிய உண்மைத் தகவல்களும் அவற்றுக்கான ஆதாரங்களும் அவற்றின் உறுதித்தன்மையை இழக்கின்றன.

சில சமயங்களில், இல்லுமினாட்டிகளே இம்மாதியான பொய்யான தகவல்களைப் பரப்பி, மக்களின் கவனம் முழுமையாகத் தங்கள் பக்கம் திரும்பாத வண்ணம் எச்சரிக்கையுடன் நடந்துகொள்கின்றனர்.

அதேசமயம், ஒரு சுவாரஸ்யத்துக்காகத் தங்களின் அடுத்தடுத்த திட்டங்களையும்,செயல்களையும் இந்த மாதிரியான திரைப்படங்கள்

மூலமும், நாவல்கள் மூலமும் முன்கூட்டியே வெளிப்படுத்தி, பிறகு சாவகாசமாக அவற்றை நிறைவேற்றுகின்றனர். தங்களைத் தடுக்கயாரும் இல்லை, 'இதைத்தான் செய்யப் போகிறோம், முடிந்தால் தடுத்துக்கொள்' என்ற அதீத தன்னம்பிக்கை அல்லது ஆணவம் என்றுகூட இதைச் சொல்லலாம்.

தற்போது உலகில் நடக்கும், பார்க்கும் விஷயங்கள் பலவும் ஏற்கெனவே ஏதோ ஒரு திரைப்படத்திலோ, புத்தகத்திலோ வந்திருக்கும் ஞாபகம் நம்மில் பலருக்கும் உண்டு. இதுவொரு தற்செயல் நிகழ்வு என்று முதலி, ஆச்சரியப்பட்டுவிட்டு, பிறகு அதை மறந்துவிடுவோம். அதுதான் இல்லுமினாட்டிகளின் பலம். அதுதான் அவர்களுக்கான சாதக அம்சம்.

இந்தச் சிக்கலான எலி வளைக்குள் புகுந்து ஆராயும் முயற்சியில் தீவிரமாக இறங்கியவர்களுக்குக் கிடைக்கும் தகவல்கள் அனைத்தும் இயல்புக்கு மீறிய, நம்பத்தகாத, எல்லைமீறிய மிகைப்படுத்தலுக்கு உள்ளான, புதுமை வாய்ந்த விவரங்களாகவே இருக்கும். ஆனால் இப்படி இயற்கைக்கு மீறிய தகவல்களாகத் தெரியும் அனைத்தும் உண்மையாகவும், நம்பகமான ஆய்வாளர்களால் நிரூபிக்கப்பட்டும், அதிகாரபூர்வமாக ஆவணப்படுத்தப்பட்டதாகவும் இருக்கிறது என்பதுதான் உண்மை.

இந்தப் புத்தகத்தை எழுத ஆரம்பித்தபோது ஒன்றில் மட்டும் உறுதியாக இருந்தோம். தலைப்பின் நோக்கம், புத்தகத்தின் லட்சியம், திரட்டப்பட்ட தகவல்கள் அனைத்தையும் ஒரு சந்தேகப் பேர்வழியின் பார்வையிலேயே கொண்டுசெல்ல வேண்டும். அதன்மூலம் தேவையற்ற கட்டுக்கதைகளையும், கவனச்சிதறல்களையும் புறந்தள்ளி, உண்மைக்கு நெருக்கமாகப் பயணிக்கவேண்டும் என்று முடிவுசெய்தோம்.

03
நரிய நரிய சுத்தி வா

உறைக்கும் உண்மைகளை மறக்க பொழுதுபோக்கு எனும் சமுத்திரத்தில் நாம் 3 முறை முங்கி எழ வேண்டும். முரண்டு பிடித்தால் சாமானியனாக இருந்தாலும் சரி, சக்கரவர்த்தியாக இருந்தாலும் சரி, அவர் மூழ்கடிக்கப்படுவார்

உறைக்கும் உண்மைகளை மறக்க பொழுதுபோக்கு எனும் சமுத்திரத்தில் நாம் 3 முறை முங்கி எழ வேண்டும். முறண்டு பிடித்தால் சாமானியனாக இருந்தாலும் சரி, சக்கரவர்த்தியாக இருந்தாலும் சரி, அவர் மூழ்கடிக்கப்படுவார்.

மக்களுக்குப் பெரிய அளவில் அறிமுகமாகாத இந்த இல்லுமினாட்டிகள், மறைமுக ஆட்சிகளுக்கும், சதித்திட்டம் தீட்டுவதற்கும் பிரபலமானவர்கள். பொம்மலாட்டத்தில் பொம்மைகளின் ஆட்டத்தை நிர்ணயிக்கும் கண்ணுக்குத் தெரியாத கயிற்றின் இன்னொரு முனையைப் பிடித்திருக்கும் சூத்திரதாரிகள் என்று இவர்கள் என்றும் சொல்லலாம்..

இவர்களுடைய கண்ணசைவில்தான் உலகின் பல தேர்தல்கள், புரட்சிகள், தொழில் துறை வளர்ச்சிகள், பங்குச்சந்தை வீழ்ச்சிகள் அனைத்தும் தீர்மானிக்கப்படுகின்றன. எப்படி?

உலகில் எந்தவொரு முக்கியமான நிகழ்வு நடந்தாலும் அதை ஒரு சாதாரண நிகழ்வாக ஆராய்ச்சியாளர்கள் பார்க்கமாட்டார்கள். நம் கண்ணுக்கும் கருத்துக்கும் எட்டாத தூரத்தில் இருக்கும் யாரோ ஒருவரது சுயலாபத்துக்காக, அவர்கள் நடத்திய திருவிளையாடல்தான் இது என்ற கோணத்தில் மட்டுமே பார்ப்பார்கள்.

இதை அளவுக்கு மிஞ்சிய கற்பனை என்றும் கூறலாம். ஆனால், ஆராய்ச்சியாளர்கள் மத்தியில் 'Conspiracy Theory' என்றொரு கோட்பாடு உண்டு. அதாவது, 'சதித்திட்டக் கோட்பாடு'. இந்தக் கோட்பாட்டின் பாதையில் பலவிதமான கற்பனைக் குதிரைகளைக் கோத்து ஓடவிட்டதால்தான் பல வரலாற்று உண்மைகள் வெளிவந்திருக்கின்றன. இது கிட்டத்தட்ட ரகசிய போலீஸ் வேலை போன்றதுதான்.

பல சமயங்களில் இந்த ரகசிய போலீஸ் உத்திகள் வேலை செய்யாது. நிலுவையில் உள்ள நம்மூர் வழக்குகள் போலவே விடை தெரியாமல் பாதியில் நின்றுகொண்டிருக்கும். சரியான

ஆதாரம் கிடைத்திருக்காது. அல்லது கிடைக்க விடாமல் செய்துவிட்டிருப்பர். ஆனால் ஆராய்ச்சியாளர்கள் விடாமல் விடைதேடிக்கொண்டே இருப்பார்கள். விடுகதை என்ற ஒன்று இருந்தால் விடையும் இருந்துதானே ஆகவேண்டும். உலகம் தடுமாறும் நிகழ்வுகள்தான் இந்த ஆராய்ச்சியாளர்களுக்கான துருப்புச்சீட்டு.

அவ்வளவு திறமையான உளவுத்துறையும் கடுமையான பாதுகாப்புக் கெடுபிடிகளும் இருந்தும் உலக வர்த்தக மையத் (9/11) தாக்குதல் போன்ற அசாதாரண அழிவுகள் எப்படி யாருக்கும் தெரியாமல், யாராலும் தடுக்க முடியாதபடி அரங்கேறியிருக்கும்?

அறிவியலும் உலகமயமாதலும் சகட்டுமேனிக்கு வளர்ந்துள்ள இந்த நவீன உலகில், பொருளாதார மாமேதைகளின் அதிபுத்திசாலித்தனத்தையும் மீறி 2008 ஆம் ஆண்டு அமெரிக்காவின் ஒட்டுமொத்த வங்கிகளும், பங்குச் சந்தைகளும் வீழ்ச்சியடைந்து, எல்லோரும் தெருவுக்குவந்தது எப்படி?

ஒரே குடும்பத்தில் இரண்டு வருமானம் இருந்தும், காலம் முழுக்கக் கடன்காரனாகவும், சில சமயங்களில் கடனில் மூழ்கி திவால் நோட்டீஸ் கொடுத்துவிட்டு, பலகுடும்பங்கள் நிஜமாகவே நடுத்தெருவுக்கு வந்தது எப்படி?

கொலை, கொள்ளை, ஊழல், பாலியல் வன்முறை என்று பல கொடூரமான வழக்குகளில் ஆதாரபூர்வமாகச் சிக்கியவர்கள் பலரும் அடுத்த சில ஆண்டுகளிலேயே, ஏன், சில வாரங்களிலேயே கையசைத்துச் சிரித்தபடி விடுவிக்கப்படுகிறார்கள். ஆனால், சாதாரண திருட்டு, பிக்பாக்கெட் போன்ற சிறு வழக்குகளில் சிக்கியவர்கள் காலாகாலத்துக்கும் சிறையில் வாடும் முரண் எந்தவகை?

இந்த மாதிரி சமூக அரசியல் முரண் பற்றிய எண்ணங்கள் ஷங்கர் படத்தின் ஹீரோவுக்கு மட்டுமல்ல, சாமானிய மக்களுக்கும் அவ்வப்போது தோன்றும். அந்த எண்ணம் நமக்குள் ஆழமாக வேரூன்றினால்தான் புரட்சி பிறக்கும், மாற்றம் நிகழும். இந்த உண்மையை நன்கு புரிந்த சில பெருமுதலைகள், புரட்சி, புடலங்காய் போன்ற எண்ணங்கள் சாமானியனுக்குள் எட்டிப்பார்க்கும்போதெல்லாம் அவர்களை ஆசுவாசப்படுத்த சில டிரேட்மார்க் உபகரணங்களை வைத்துள்ளனர்.

இதுபோன்ற சமூக அவலங்களால் கொதித்தெழும் மக்கள் சற்றே தொலைக்காட்சியைப் பார்க்கத் தொடங்கினால் போதும், நம் மனத்தையும் அறிவையும் இதப்படுத்தவும் சுகப்படுத்தவும் பல பிரத்யேக நிகழ்ச்சிகள் நாள் முழுதும் ஓடிக்கொண்டே

இருக்கின்றன. ஏதோவொரு அழகிப்போட்டியில் கண்கவர் அழகிகள் அணிவகுத்து நிற்பர், சிறந்த பாடகியார் என்று வருடம் முழுவதும் பாடிக்கொண்டும், தேடிக்கொண்டும் இருப்பர், சிறந்த நகைச்சுவையாளர் யார், உங்களில் யார் அடுத்த மைக்கேல் ஜாக்சன் என்று பல கவனச் சிதறல் நிகழ்ச்சிகள் ஓடிக்கொண்டே இருக்கும்.

ஒருவேளை உங்களுக்கு இதிலெல்லாம் விருப்பம் இல்லையா?? நல்லது. ஏற்கெனவே கொதித்துப் போயிருக்கும் உங்கள் ரத்த நாளங்களை இன்னும் சூடேற்ற ஒரு கால்பந்து போட்டியோ, ஐ.பி.எல் போட்டியோ, ஓர் அதிரடித் திரைப்படத்தை விடப் பலமடங்கு சுவாரஸ்யத்துடன் நடைபெறும். நம் மனம் கவர்ந்த முக்கிய வீரர்கள் தம் கடைசி நொடிகளில் வாழ்வா, சாவா என்கிற ரீதியில் போராடிக் கொண்டிருப்பர்.

இதைப்பார்க்கும் மக்களுக்கு தாம் முன்னர் சிந்தித்த சமூக அரசியலோ, ஏதோ ஒரு நாட்டில், ஏதோ ஒரு மூலையில் நடந்த, அல்லது நம் நாட்டிலேயே நடந்து கொண்டிருக்கும் சமூகச் சீர்கேடோ உடனடியாக இரண்டாம் பட்சமாகும். தொலைக்காட்சியில் பார்த்த கவர்ச்சிகரமான நிகழ்ச்சியும், விளையாட்டும் முதன்மையான பேசுபொருளாகும். ஏனென்றால் இதுதான் அடுத்த நாள் உங்கள் அலுவலகத்தின் சூடான விவாதப்பொருளாக இருக்கும்.

ஊரோடு ஒன்றி வாழவேண்டும் என்றால் இதுபோன்ற பொழுதுபோக்கு அம்சங்களில் நாம் மூழ்கியே தீரவேண்டும். இதனால் பயன் இருக்கிறதா, இல்லையா என்ற கேள்விக்கெல்லாம் இங்கே இடமில்லை. புரட்சி என்ற எண்ணம் நம்மை அறியாமலே நீர்த்துப் போகும்.

இயற்கையான முறையில், நாமாக விரும்பி ஏற்கின்ற ஒன்றைப் போல் காட்சியளிக்கும் இந்த மூளைச்சலவை முறை உண்மை யிலேயே இயற்கையானது அல்ல. நம் வீட்டு நடுக்கூடத்துக்கே வந்து நம் கவனத்தைத் திசை திருப்பும் முயற்சி இது.

பொழுதுபோக்கு அம்சங்களை எல்லாம் கொஞ்சம் விலக்கிவிட்டு, எல்லாவற்றிலிருந்தும் சற்று வெளியே வந்து, உலக நடப்புகளைப் பூதக்கண்ணாடி மூலம் பார்த்தோமாயேனால், நீங்கள் பார்க்கும் மிக முக்கியமான, உலகையே மாற்றி, புரட்டிப்போடும் சம்பவங்களின் தொடக்கம் என்ன, உங்களது தனிப்பட்ட வாழ்வின் தடைக்கற்களாக விளங்கும் விஷயங்கள் என்ன என்று ஒரு சிறு ஆராய்ச்சி செய்தீர்கள் என்றால் போதும், உங்கள் கண்முன் ஒரு புதிய புகைப்படம் தோன்றும். இதுவரை நீங்கள் பார்த்திராத புதிய கோணம் உங்கள் அறிவுக்கண்களுக்கு முன்னால் உதயமாகும்.

மாலைச் செய்திகளில் எது முக்கியச் செய்தியாக முதல் பக்கத்தில் வரவேண்டுமோ அது பெட்டிச் செய்தியாகவும், மக்களின் சந்தேகத்தைக் கிளப்ப வேண்டிய நடுப்பக்கக் கட்டுரைகள் வெறும் போலியான, மாயையைத் தரக்கூடிய, தரமற்ற கவர்ச்சிக் கட்டுரைகளாகவும் இருக்கின்றன. பிரபலங்கள் பற்றிய கிசுகிசுவாகக் கடைசிப் பக்கத்தில் வரவேண்டிய செய்திகள் எல்லாம் செய்திச் சேனல்களில் மின்னல் செய்திகளாக 24 மணிநேரமும் உங்கள் கவனத்தைக் கவர்ந்துகொண்டிருக்கின்றன.

இவையெல்லாம் ஏன் நடக்கின்றன?

எல்லா நாடுகளிலும் இயங்கிக் கொண்டிருக்கும் ரகசியக் குழுக்களின் உண்மைகள் கடுகளவு கசிந்தாலும், அதன்பின் நடக்கும் ஒவ்வொரு செயல்களைப் பார்க்கும் மக்கள் பார்வை வேறுவிதமாக இருக்கும்.

இந்த ரகசியக் குழுக்களின், அதன் உறுப்பினர்களின் நம்பகத்தன்மை, அவர்களது செயல்பாடுகளின் நோக்கம் முதலானவை பொது விவாதத்துக்கு வரும்... தன்னுடைய பொது அறிவுக் கொள்கையிலும், விஷய ஞானத்திலும், தன் நாட்டு ஊடகங்கள் எவ்வளவு தூரத்துக்குத் தவறான தகவல்களை விதைத்துள்ளன என்ற கேள்வி எழும்... ஒட்டுமொத்த ஊடக வர்க்கத்தின் மீதான நம்பகத்தனை கேள்விக்கு உள்ளாகும்.

இதனால்தான், 'நடப்பதெல்லாம் ஒருவித கூட்டுச்சதி, ஒரு சில ரகசிய குழுக்களின் திட்டமிட்ட இயக்கம், பெரும் பணக்காரர்களின், பலம் வாய்ந்தவர்களின் ஆடுபுலி ஆட்டம்'

என்பன போன்ற உண்மைகள் சற்று மேலோட்டமாகக் கசிய ஆரம்பித்தாலே போதும், உடனடியாக அதனை மறக்கடிக்கும் ஒரு வலுவான, உலகளாவிய பொழுதுபோக்கு அம்சம் நம்மைத் தாக்குவதற்குத் தயாராக இருக்கும். நாமும் அவற்றைப் பார்த்து ரசிக்கும் ஜோரில், முன்னர் யோசித்ததை மறந்துவிடுவோம்.

'சார், இது எப்படி சாத்தியம்...? இந்த மாதிரி ரகசியக் குழுக்களில் இருக்கும் பெரும்பணக்காரர்கள் எல்லாம் இப்படித்தான் சிந்திப்பார்களா? இதில் என்ன லாபம் அவர்களுக்கு...?'

உங்கள் மனத்தில் எழும் இந்த கேள்வி நியாயமானது. பதில் சாத்தியம்தான். பலம் பொருந்திய பெரிய மனிதர்கள் தங்களின் பலத்தைத் தக்கவைக்கத் தங்களுக்குள் ஒரு ரகசிய உடன்படிக்கை செய்துகொள்வது என்பது இயல்பான ஒன்றுதானே.

அதிகார வர்க்கம் தம்மை நிலைநிறுத்திக்கொள்ள, தம்முடைய ஆளுமை நீடித்திருக்க வேண்டும் என்பதற்காகத் தங்களுக்குள் இப்படி ஒரு குழு அமைப்பதோ, செயல்படுவதோ, எவ்வளவு தடை வந்தாலும் தமது குறிக்கோளை நோக்கி நகர்வதோ அவ்வளவு கஷ்டமான காரியமா என்ன? தமது செல்வாக்கின் மூலமும், அதிகாரம், பணபலத்தின் மூலமும், ஒரு நாட்டில் இயங்கும் ஊடகத்துறையைத் தமக்குச் சாதகமாகப் பயன்படுத்த வைப்பது அவ்வளவு கஷ்டமா என்ன?

பணக்காரர்கள், பலம் பொருந்தியவர்கள் என்றால் ஒரு தலைமுறை, இரு தலைமுறைகளாக அல்ல. பல நூற்றாண்டுகளாகத் தங்களின் குடும்பத் தொழில்களில் ஊறியவர்கள்... பெரிய பெரிய அரசாங்கங்களுக்கே பொன்னும், பொருளும் கொடுத்து உதவுபவர்கள். பல படையெடுப்புகளுக்குப் பண உதவி செய்தவர்கள். பல அரசாங்கங்களை வழிநடத்துபவர்கள். நம் கற்பனைக்கும் எட்டாத அளவுக்குச் சொத்து மதிப்பு உள்ளவர்கள். அத்தனையும் கொஞ்சம்கூட வெளியுலகுக்குத் தெரியாமல், குடும்ப உறுப்பினர்களால் சிந்தாமல் சிதறாமல் மிகமிகச் சாதுர்யமாக நடத்தப்படும் சாம்ராஜ்யங்கள்.

சுய ஆதாயத்துக்காக, முன்பின் தெரியாதவர்களுக்குள்கூட இந்த மாதிரி கூட்டணிகள் உருவாவது சர்வ சாதாரணம் என்பதற்கு ஒரு மிகச்சிறந்த உதாரணம் உண்டு.

உலகின் முதல் ரியாலிட்டி ஷோ என்ற பிரமாண்டமான விளம்பரத்துடன், மிகப்பெரிய வியாபாரத்தில் உருவான சுவாரஸ்யம் நிறைந்த நிகழ்ச்சி அது. துணிச்சல், விறுவிறுப்பு, அபாயம், சாகசம் என புதுமையான கலவையுடன் 2000 ஆம் ஆண்டின் மத்தியில் அமெரிக்காவின் CBS என்ற தொலைக்காட்சியில் ஒளிபரப்பானது

அந்த நிகழ்ச்சி. அதன் பெயர் "Survivor'. ஒருவேளை நீங்களும்கூட அதன் தீவிர ரசிகராக இருந்திருக்கலாம்... மீண்டும் நினைவுபடுத்திக் கொள்ளவும்.

நாடு முழுவதும் தேடி அலைந்து, உடல், மன ரீதியில் பல தகுதிகளைச் சோதித்து, பல நேர்காணல்கள் கடந்து, இறுதியாக 16 பேரைத் தேர்வு செய்து கொள்வர். கிட்டத்தட்ட நம்மூர் சூப்பர் சிங்கருக்கு ஆள் எடுப்பது போலத்தான். அனைத்து நட்சத்திரங்களும் பொருந்தி வரும் ஒரு நல்ல பௌர்ணமியாகப் பார்த்து மொத்த பேரையும் கூட்டிக்கொண்டுபோய் ஆள் அரவமற்ற தனித்தீவில், இரண்டு மூன்று சிறு குழுக்களாகப் பிரித்து நட்டாற்றில் விட்டுவிடுவர்.

உணவு, குடிநீர், தங்குமிடம் முதற்கொண்டு அவர்களுக்குத் தேவையான சகலத்தையும் அவர்களே பார்த்துக்கொள்ள வேண்டும்... எவ்வளவு நாட்கள் தாக்குபிடிக்கிறார்கள் என்பதுதான் சுவாரஸ்யமே. கிட்டத்தட்ட மீண்டும் ஓர் ஆதிவாசி வாழ்க்கை போலத்தான். எப்பொழுதும் ஒரு கேமரா அவர்களின் தீவு வாழ்க்கையைப் படம்பிடித்துக் கொண்டே இருக்கும்.

16 பேரில் போட்டியை முழுவதும் முடிக்க முடியாதவர்கள் ஒவ்வொருவராக வெளியேற்றப்பட்டுக்கொண்டே றி (எலிமினேட்) வருவார்கள். சிலசமயம் அந்த 16 பேரும் சேர்ந்து யாராவது ஒருவரை நல்லொழுக்க அடிப்படையில் (?!?!) எலிமினேட் செய்யலாம்.

இறுதியாக ஜெயிக்கும் ஒருவருக்குப் பரிசுத்தொகை எவ்வளவு தெரியுமா? ஒரு மில்லியன் அமெரிக்க டாலர். அதாவது, 16 ஆண்டுகளுக்கு முன்பே அது நான்கு கோடியே எண்பத்தி நான்கு லட்ச ரூபாய். கிட்டத்தட்ட ஐந்து கோடி.

போதுமே... அடுத்தவனைக் கவிழ்க்க இதைவிட வேறு என்ன வேண்டும்?

பல லட்சம் கோடிகளை லாபமாக அள்ளிய இந்த நிகழ்ச்சி இதனாலேயே பல சர்ச்சைகளையும் சந்தித்தது. ஒரு மில்லியன் டாலரைப் பெற என்ன வேண்டுமானாலும் செய்ய ஆரம்பித்தனர்...

சிறு குழுக்களாகப் பிரிந்து சென்றவர்களுள் சிலர் மட்டும் தங்களிடையே ஒரு ரகசிய உடன்படிக்கை செய்துகொண்டார்கள்.

➤"survivor" நிகழ்ச்சியில் பங்கெடுத்த முதல் குழு

அது, எக்காரணத்தைக் கொண்டும் மற்றவர்களுக்கு வெற்றி கிட்டிவிடக்கூடாது. பில்லா அஜித் போலதான். "நாம வாழணும்னா யாரை வேணா, என்ன வேணா செய்யலாம்". அதை அவர்களும் செய்தார்கள்!!!

சிறு சிறு சதித்திட்டங்களின் மூலம் உடன்படிக்கையில் இல்லாதவரையெல்லாம் ஒவ்வொருவராக வெளியேற்றினர். உதாரணம், யாராவது ஒருவனைக் குறிவைத்து அவனுக்குச் சரியான உணவோ, இருப்பிடமோ கிடைக்கப்பெறாமல் செய்வது, வேண்டுமென்றே வம்பிழுத்து உணர்ச்சிவயப்பட வைத்து, விதிகளை மீற வைப்பது போன்ற செயல்களில் ஈடுபடுவது.

வெளியில் இருந்து பார்ப்பவருக்கு இதெல்லாம் இயற்கையாக நிகழ்ந்தவை போலத்தான் தெரியும். ஏன் சக போட்டியாளருக்கோ, வெளியேற்றப்பட்டவருக்கோ கூட அப்படித்தான் தோன்றும்.

வெளியேற்றப்பட்டவர் தன் தலைவிதியை நொந்துகொண்டு தோல்வியை ஏற்றுக்கொள்வார்.

ஒரு சாதாரண விளையாட்டுக்கே இந்த நிலை என்றால், நாம் பார்த்துக் கொண்டிருப்பது ஆட்சி, அதிகாரம், பல தலைமுறைகளுக்கு தன் விரலசைவில் உலகை ஆட்டிப் படைக்கும் வல்லமை. யார் விடுவார்கள்... ஒரே மாதிரி சிந்திக்கும் பேராசைக்கார, பேரதிகார எண்ண அலைகள் கொண்டவர்கள் ஒன்று கூடி சில ரகசிய குழுக்களை உருவாக்கினார்கள்.

அந்தக் குழுக்கள் அனைத்தும் அரசியல், மதம், தொழில் என்று எங்கெல்லாம் தன் சிலந்தி வலையை விரிக்க முடியுமோ அங்கெல்லாம் விரித்தது. அதன் அஸ்திவாரம் மிகப் பலமாக போடப்பட்டது. அவர்களில் ஒருவரே நினைத்தாலும் மற்றவர் சம்மதம் இல்லாமல், இந்த குழுக்களையோ, அதன் திட்டங்களையோ குன்றிமணி அளவுக்குக்கூட சிதைக்க முடியாதபடி கட்டுப்பாடுகளும் ஒப்பந்தங்களும் போடப்பட்டன.

இந்த மாதிரியெல்லாம் நடக்கிறது என்று குழு உறுப்பினர்களைத் தாண்டி வேறு யாருக்கும் கடுகளவு விஷயம்கூடக் கசியாமல் பார்த்துக் கொண்டனர்.. ஒருவேளை கசிந்தால், யாருக்குத் தெரியவருகிறதோ அவருடைய கதை தயவு தாட்சண்யம் பார்க்காமல் முடிக்கப்பட்டது. ஒருவர், இருவர் என்று இல்லை... காலங்காலமாக யாருக்கெல்லாம் தெரிகிறதோ, அவர்கள் எல்லாரும் தடயமே இல்லாமல் பரிசுத்தமாக அழிக்கப்பட்டனர்.

சாமானியனாக இருந்தாலும் சரி, சக்கரவர்த்தியாக இருந்தாலும் சரி, பாரபட்சமே கிடையாது. கொலை என்றால் கொலைதான். ரகசியம்தான் முக்கியம். இதில் சுவாரஸ்யம் என்னவென்றால், சில சமயங்களில் ரகசியக் குழு உறுப்பினர்களே இந்த மாதிரி பலியாகியுள்ளனர். குடும்ப உறவுகளுக்கு எல்லாம் அங்கு இடமில்லை...ரகசியம் என்றால் அது ரகசியமாக மட்டும்தான் இருக்க வேண்டும். பல நூற்றாண்டுகளாக இவர்களின் இரகசியம் காக்கப்பட்டு வரும் ரகசியமும் இதுதான்.

இல்லுமினாட்டி குழுக்களால் கொல்லப்படுபவர்கள் பலரும் ஏன் கொல்லப்பட்டார்கள் என்ற காரணம் சமகாலத்தில் கண்டுபிடிக்க முடியாமலே போய்விட்டது. தொழிலை அவ்வளவு ஸ்ருதி சுத்தமாகச் செய்தார்கள் என்பதும் ஒரு காரணம்.

ஆனால், எவ்வளவு திறமையான குற்றங்களும் தன்னுள் ஒரு தடயத்தைக் கொண்டிருக்கும். அது காலம் கடந்து அறியப்படும். சில சமயம் ஒரு கொலையின் தடயம் இன்னொரு கொலைக்குத் துப்பு கொடுக்கும்.

இப்படித்தான் இல்லுமினாட்டிகள் பற்றிய சுவடுகளைப் பல காலமாக ஆராய்ந்து வருகின்றனர் வரலாற்று ஆய்வாளர்கள். ஆனாலும் அவர்களால் ஏதோ ஒன்று படு மர்மமாக, பல ஆண்டுகளாகக் காப்பாற்றப்பட்டு வருகிறது.

அந்த மர்மம், ரகசியம் என்ன?

04
வேதம் புதிது

ஆட்டுத்தலை, உச்சந்தலைக்கு மேலே எரியும் தீப்பந்தம், நெற்றிப்பொட்டில் நட்சத்திரம், தோள்களின் பரப்பில் ஆக்ரோஷமாக விரிந்து பறக்கும் கழுகின் இறக்கைகள், இளம் பெண்ணின் மார்பகங்கள் இதுதான் லூசிஃபர்

இப்படி ஒரு உலகத்தைக் கற்பனை செய்து கொள்ளுங்கள்....

உலகம் முழுக்க ஒரே மதம். ஒரே கடவுள். சடங்குகள், சாத்திரங்கள் எல்லாம் ஒரே மாதிரி. ஒட்டுமொத்த உலகத்துக்கும் ஒரே ஆட்சி. ஒரே அதிபர், அவருக்குக் கீழ் பல துறைகள், ஆனால் நிர்வாகம் ஒன்றே. சட்டதிட்டங்கள் அனைத்தும் ஒன்றே, அது அனைவருக்கும் சமம். உலகம் முழுக்க ஒரே மொழி. ஒரே இனம். உலகம் என்பதே ஒரே நாடு. எல்லைகளே இருக்காது. ஆனால் கட்டுப்பாடுகள் இருக்கும்.

'கேட்க நன்றாகத்தான் இருக்கிறது. ஆனால், நடக்கிற காரியம் இல்லையே' எனத் தோன்றுகிறதா?

கேட்க மட்டும்தான் நன்றாக இருக்கும், வித்தியாசமாகவும் சுவாரஸ்யமாகவும் இருக்கும். ஆனால், நிஜத்தில் அப்படி இருக்காது. ஒருவேளை இருந்தால், அந்த உலகம் படுமோசமானதொரு உதாரணமாக இருக்கும்.

இப்படிப்பட்ட ஒரு கற்பனை உலகம்தான் இல்லுமினாட்டிகளின் இலக்கு. ரகசியக் குழுக்களைச் சேர்ந்த அனைவரும் பெருந்தலைகள் அல்ல. அங்கே பல படிநிலைகள் உள்ளன. மொத்த அதிகாரமும் ஓரிருவருக்குள்தான். மற்றவர்களுக்கு எல்லாம் ஓரளவுக்குதான் அதிகார நீட்சி. இவர்களுக்கு இறுதி முடிவெடுக்கும் பலம் சற்றே குறைவுதான். கீழே வரவர அடிமட்ட உறுப்பினர்களுக்கு தாம் என்ன செய்கிறோம், எதற்காகச் செய்கிறோம், யாருக்காகச் செய்கிறோம் என்ற கேள்விக்கெல்லாம் பதில் தெரியாது. அதைப்பற்றி அவர்கள் கவலைப்படுவதும் இல்லை.

அவர்கள் செய்யும் வேலைக்கேற்ற கூலி கிடைக்கும். பணமாக, பொருளாக, பதவியாக இத்யாதி இத்யாதிகளாகக் கிடைக்கும். சொல்லப்போனால், கீழ்நிலை உறுப்பினர்களும், அவர்களுக்காக வேலை செய்பவர்களும் கிட்டத்தட்ட ஸ்லீப்பர்செல்ஸ் மாதிரிதான்.

மொத்த அதிகாரமும் உள்ள அந்த இரண்டு, மூன்றுபேரின் கையில்தான் உலகம் இருக்கும் (இப்பொழுதே கிட்டத்தட்ட

அப்படிதான்)... அவர்களுடைய ஆணைக்கேற்பவே சகலமும் சுழலும்... மேல்தட்டு மக்களின் வாழ்வில் பிரச்னை வராது, ராமன் ஆண்டாலும், ராவணன் ஆண்டாலும் அவர்களது சுவர்கள் ஆட்டம் காணாது. அதிகபட்சம் ஆணியடிக்கப்படும். அவ்வளவுதான்.

ஆனால், எண்ணிப் பார்க்க முடியாத உயரத்தில் இருந்து ஆளுகின்ற அவர்களுடைய கண்களுக்கு ஒவ்வொரு நாட்டின் மூலையிலும் வாழும் குப்பனோ, சுப்பனோ, நீங்களோ, நானோ, வயிற்றுப் பிழைப்புக்கு என்ன செய்கிறோம் என்ற யூகம் குண்டூசி முனையளவுகூட இருக்க வாய்ப்பில்லை... அதைப்பற்றி அவர்களுக்குக் கவலையும் இல்லை.

இல்லுமினாட்டிகளின் இந்த அபார லட்சியத்துக்கான விதை ஆயிரம் வருடங்களுக்கு முன்பே விதைக்கப்பட்டுவிட்டது. கடந்த சில நூற்றாண்டுகளாக அசுர வளர்ச்சியில் விருட்சமாகிக் கொண்டிருக்கிறது. இப்பேர்பட்ட லட்சியத்துடன் களமிறங்கிய அவர்கள் வெறுமனே மல்லாக்கப்படுத்துக் கனவுகண்டு காலாட்டிக் கொண்டிருக்கவில்லை.

அவர்களின் ஒவ்வொரு தலைமுறையினரும் இதற்காகவே வளர்க்கப்படுகிறார்கள். அன்றாட வாழ்வினூடே இதற்கான பிரத்யேகப் பயிற்சியும் யாருக்கும் தெரியாமல் தரப்பட்டு வருகிறது.

அவர்களது செயல்கள் அனைத்தும் பெரும் லட்சியத்தை நோக்கிய பயணத்தின் அடுத்தடுத்த நகர்வுகளே.

இவர்கள் அனைவரையும் இவ்வளவு வலிமையாக ஒருங்கிணைப்பது எது என்பதை அறிந்தால் ஆச்சரியப்படுவீர்கள். அது, லூசிஃபர்.

லூசிஃபரியன் என்ற மதத்தின் கடவுளுடைய பெயர்தான் லூசிஃபர். இந்த மதத்தை பின் பற்றுபவர்கள்தான் இல்லுமினாட்டிகள் என்று அழைக்கப்படுகிறார்கள். லூசிஃபர் என்றால் லத்தீன் மொழியில் 'விடிவெள்ளி' என்று பொருள். அதாவது ஞானமும், ஒளியும் பொருந்தியவன். இல்லுமினாட்டி என்பதும் இதே பொருள்தான் என்பதை முன்னரே பார்த்தோம்.

ஒரு சாரார் லூசிஃபர் என்றால் சாத்தான் என்றும் கூறுவர், குறிப்பாக, கிறிஸ்தவர்கள். லூசிஃபரியன் மதத்தினரின் வழிபாட்டு முறைகளும், நம்பிக்கைகளும், கோட்பாடுகளும் கிட்டத்தட்ட சாத்தானின் வழிபாட்டு முறைகளை ஒட்டியே இருக்கும். ஆனால் சாத்தானும், லூசிஃபரும் ஒன்றல்ல. பைபிளில்கூட சாத்தானின் குறிப்புகள் என்று நிறைய இடத்தில் இருக்கும், ஆனால் லூசிஃபரின் குறிப்பு ஒரே ஒரு இடத்தில் மட்டும்தான் இருக்கும்.

சாத்தானை வழிபடுபவர்கள் பல்வேறு விதமான மாய மந்திரங்களில் நம்பிக்கை உடையவர்கள், கடவுள் மறுப்பாளர்கள் மட்டுமல்ல, கடவுளையே எதிர்ப்பவர்கள். இருளை ஆராதிப்பவர்கள்... ஆனால் லூசிஃபரை வழிபடுபவர்கள் ஒளியை ஆராதிப்பவர்கள். தெளிவான அறிவும் ஞானமும் மட்டுமே உலகை வழிநடத்தும் சக்தி என நம்புபவர்கள். இவர்களும் மாய மந்திர தந்திரங்களில் அபார நம்பிக்கை உடையவர்கள். அதனை இன்றும் பயிற்சி செய்பவர்கள்.

இருளில் இருந்துதான் ஒளி பிறக்கும், உலகைச் சூழ்ந்துள்ள இருளைப் போக்கும் கடமை தமக்கு இருப்பதாகவும், அந்தக் கடமையை ஒரு லட்சியமாக முன்னெடுத்துச் செல்லும் ஒரே இறைவன் லூசிஃபர் என்றும் நம்புபவர்கள். லூசிஃபர் தவிர மற்ற கடவுள் மற்றும் மதம் அனைத்தும் மனிதனால் தன் சுயநலத்துக்காக உருவாக்கப்பட்ட மோசடிகள் என்ற எண்ணம் வேரூன்றியவர்கள் இவர்கள். ஒளியை மட்டுமே வழிபடுவதால் ஒரு விதத்தில் உருவ வழிபாட்டு முறையை எதிர்ப்பவர்கள் என்றும் இவர்களைச் சொல்லலாம். தமக்கான ஞானம் வெளியிலிருந்து கிடைக்காது. நமக்குள்ளேயே இருந்து வெளிப்படுவதே ஞானம் என்றும், ஒருவனது செயல்பாடுகளின் மூலமும், பகுத்தறிவின் மூலமும் அதை வெளிக்கொணர்வதே கடவுளை அறியும் வழி என்றும் நம்புபவர்கள். சமநிலைக் கோட்பாடுடையவர்கள்.

அதாவது, இருளும் ஒளியும் ஒன்றோடொன்று தொடர்புடையது, ஒன்றில்லாமல் இன்னொன்றில்லை என்று இவர்கள் நம்புகிறார்கள்.

லூசிஃபர் என்பவரே ஆன்மீகத்தின் பேரின்பம் மற்றும் சிற்றின்பத்தின் உலோகாயதம். சில மனிதர்களைப் போலவே அறியாமையும் பேரறிவும் கலந்ததே லூசிஃபர். முரண்பாடான இரண்டு முனைகளை இணைக்கும் பாலம். இரண்டிலிருந்தும் மனிதன் அறிந்துகொள்ள வேண்டியது அவசியம் என்று சொல்லும் ஞானமே லூசிஃபர்.

லூசிஃபரியனிஸம் என்பது ஒன்றிணைக்கப்பட்ட ஒரு மதம் அல்ல. அந்த மதத்துக்கென்று தனி வரைமுறைகள் இல்லை. இந்து மதத்துக்கு ஒரு கீதை போலவோ, கிறித்தவர்களுக்கு பைபிளைப் போலவோ, இஸ்லாமியருக்கு குரானைப் போலவோ, லூசிஃபரியனுக்கு மதத்தை ஒருங்கிணைத்த, படிப்பினையைத் தரும் நூல் என்று எதுவும் இல்லை. இதனால் அந்தந்த நாடுகளில் லூசிஃபரியன்களின் கொள்கைகளில் சிறு சிறு வேறுபாடுகள் இருந்துகொண்டே வருகின்றன. ஆனால் அவர்களின் வழிமுறை, தத்துவம், கொள்கையில் சில பொதுவான நியதிகள் உள்ளன.

அவை:

1. லூசிஃபரியன் மதத்தைச் சேர்ந்தவனே உலகில் மிக உயர்ந்தவன். அவன் மற்ற எவருக்கும் தாழ்ந்தவன் அல்ல. (ஏனென்றால் லூசிஃபரியன் என்பதே தனக்குள்ளும், தனக்கு வெளியேயும் இருக்கும் பேரறிவை அடைவதே. ஆதலால் ஞானம் பெற்றவன் உயர்ந்தவன் என்பது அவர்களின் நம்பிக்கை.)

2. லூசிஃபரியன் என்பதற்காக ஒவ்வொருவரும் பெருமைப்பட வேண்டும். கர்வம் கொள்ள வேண்டும்.

3. லூசிஃபரியன் என்பவன் பணக்காரனாக விளங்க வேண்டும். ஏழையாக இருந்தால், பணம் சம்பாதிப்பதில் எல்லையில்லா உத்வேகம் கொண்டிருக்கவேண்டும். பணக்காரன் என்பதிலோ, தான் சம்பாதித்த செல்வத்தை தானே அனுபவிப்பதிலோ எந்தவிதமான தவறும் இல்லை. தன்னை எல்லாவிதத்திலும் உயர்ந்தவனாக, ஆக்கம் பெற்றவனாக வளர்த்துக்கொள்ள வேண்டும்.

4. லூசிஃபரியன் என்பவன் காதலை, காமத்தை, சிற்றின்பத்தைக் கொண்டாட வேண்டும். உலக வாழ்வின் முக்கியமான இயக்கம் ஆண்பெண் உறவு என்பதே. காமத்தைப் பாவம் என்றோ, களங்கம் என்றோ எண்ணுவதே மிகப்பெரிய தவறு. அது மிகவும் போற்றுதலுக்குரியதாகும்.

➤ லூசிஃபர்

5. லூசிஃபரியன் என்பவன் தனக்கு அனுகூலமானவர்களுக்கு மிகவும் கருணை மிக்கவனாக இருக்கவேண்டும்.

6. லூசிஃபரியன் என்பவன் தனக்கு வேண்டாதவர்களுக்கு மிகவும் கொடூரனாகவும், இரக்கமற்றவனாகவும் இருக்க வேண்டும். சுருக்கமாகச் சொல்லவேண்டுமானால், 'யாருக்கும் அடங்கியும் செல்லாதே, யாரையும் அடக்கியும் செல்லாதே. ஒருவன் உன்னிடம் எப்படி நடந்துகொள்கிறானோ அதை இருமடங்காக அவனுக்குத் திருப்பிக் கொடு'.

7. லூசிஃபரியன் என்பவன் கற்பனை வளம் மிக்கவனாக இருக்க வேண்டும். எல்லையற்ற கனவுகள் காண வேண்டும். ஆனால் நிஜத்துக்குப் புறம்பான கனவுகளைப் புறந்தள்ள வேண்டும்.

8. லூசிஃபரியன் என்பவன் தன் உடல், உயிர், மனம், ஆன்மா ஆகியவற்றை மிக உயர்வாக மதிக்க வேண்டும்.

9. லூசிஃபரியன் என்பவன் எந்தத் தருணத்திலும், எக்காலத்திலும் மத மாற்றத்தை மேற்கொள்ளவே கூடாது. ஏனெனில் லூசிஃபரியனிஸம் எனும் மதமே உலகிலுள்ள அனைத்து மதங்களிலும் உன்னதமானது. உயர்ந்ததும்கூட.

10. லூசிஃபரியன் என்பவன் பூமியையும், சூரியனையும், நட்சத்திரங்களையும் இயற்கையையும் வணங்க வேண்டும்.

11. லூசிஃபரியன் என்பவன் ஆபிரகாமின் வழித்தோன்றல்களான யூதர்கள், கிறித்து, இஸ்லாம் ஆகிய அனைவரையும் ஏற்று, மதித்து நடக்க வேண்டும். அவர்கள் அனைவரும் லூசிஃபரியனைவிடக் கீழ்நிலையில் இருந்தாலும், அவர்களுடன் தமக்கு விரோதம் இல்லை என்பதை உணரவேண்டும். அவர்களுடைய நம்பிக்கைகளில் மட்டும் முரண்பட்டு, அதேசமயம், அவர்களுடைய இருளைப் போக்க வழிசெய்ய வேண்டும்.

12. லூசிஃபரியன் என்பவன் மிகுந்த பகுத்தறிவு உடையவனாக இருக்க வேண்டும். (பகுத்தறிவு என்றால் நம்மூர் கடவுள் மறுப்பு, கருப்புச் சட்டை அல்ல. அனைத்தையும் ஆராய்ந்து, அறிந்து,

பின்னர் செயல்படுத்துதல்). பொது அறிவு உடையவனாக இருக்க வேண்டும். அது சொந்தக் கடவுள் சம்பந்தப்பட்டதாக இருந்தாலும் சரி.

13. லூசிஃபரியன் என்பவன் பயமறியாதவனாக இருக்கவேண்டும். நரகத்தின் துயரமாக இருந்தாலும் சரி, தலைக்கு மேல் இடியே இறங்கினாலும் சரி, எதிர்த்துப் போராட வேண்டுமே தவிர பயந்து நடுங்கக்கூடாது.

14. லூசிஃபரியன் என்பவன் அறிவியலையும், அதன் வளர்ச்சியையும் முழுமையாக ஏற்றுக்கொள்ள வேண்டும்.

15. அனைத்து விஷயங்களிலும் கற்றல் என்பது தொடர்ந்து நடைபெற வேண்டும். லூசிஃபரியனின் மிகப்பெரிய, அழிக்கக்கூடிய ஒரே எதிரி ‘அறியாமை’ மட்டுமே. அதை அறவே அகற்ற வேண்டும்.

16. லூசிஃபரியன் என்பவன் முழுமையானவன், நிறைவானவன். நிறைவுத் தன்மையையே வளர்ச்சியாகக் கொண்டவன்.

17. பூமியில் இருப்பதிலேயே மிகவும் அழகான படைப்புகள் என்றால் அதன் மேல் நடமாடும் ஆணும் பெண்ணும்தான்.

18. பூமியில் இருப்பதிலேயே மிகவும் மோசமான விஷயம் பல படிநிலைகளைக் கொண்ட மதமும், உயிரற்ற சிலை வழிபாடுகளும்தான். குறிப்பிட்ட ஒரு சாரார் மட்டும் மதத்தின் பெயரால் ஆளுமை புரிவதும், அவர்கள் எளியோரை அடக்கி ஆள்வதுமே மிக மோசமான விஷயம்.

19. லூசிஃபரியன் என்பவன் தனது மதிநுட்பத்தை எப்பொழுதும் நிழலில் வைத்திருக்க வேண்டும். தேவையான சமயத்தில் மட்டுமே பயன்படுத்த வேண்டும். வீண் தம்பட்டம் கூடாது.

20. லூசிஃபரியன் என்பவன் புரியாத புதிராகவும், எளியோனுக்கு வலியோனாகவும், வலியோனுக்கு வல்லவனாகவும் இருப்பவன். மேலே சொன்ன அனைத்தும் லூசிஃபரியன் மதத்தைப் பின்பற்றும் அனைவரும் கடைபிடிக்கிறார்களோ இல்லையோ, இல்லுமினாட்டிகள் உறுதியாகக் கடைப்பிடிக்கிறார்கள். சொல்லப்போனால், சற்று சிறப்பாகவே.

இந்த இருபது முக்கியமான தத்துவங்கள் அனைத்திலும் லூசிஃபர் என்ற வார்த்தைக்கு பதில் இல்லுமினாட்டிகள் என்ற வார்த்தையைப் போட்டு மீண்டும் படித்துப்பாருங்கள். இன்று இல்லுமினாட்டிகள் உலகில் செய்து வருவது இதைத்தான்.

லூசிஃபர் என்ற கடவுளின் உருவம் எப்படி இருக்கும் என்ற ஆவல் எழுகிறதா? லட்சுமி கடாட்சம் பொருந்திய ரவிவர்மா ஓவியம் போல் இருக்கும் என்றெல்லாம் எதிர்பார்க்காதீர்கள்.

ஆட்டுத் தலை, உச்சந்தலைக்கு மேலே எரியும் தீப்பந்தம், நெற்றிப் பொட்டில் நட்சத்திரம், தோள்களின் பரப்பில் ஆக்ரோஷமாக விரிந்து பறக்கும் கழுகின் இறக்கைகள், இளம் பெண்ணின் மார்பகங்கள், வலது கை உயர்ந்து ஆசிர்வதிப்பது போலவும், இடதுகை தாழ்ந்து தேய் பிறையைச் சுட்டிக் காட்டுவது போலவும், இடுப்புக்குக் கீழே ஆட்டுக்கால்களுடனும் இருக்கும் ஒரு விசித்திரமான உருவம்தான் லூசிஃபருடையது.

ஒரு சில ரகசிய தாந்திரீக வழிபாடுகளைத் தவிர லூசிஃபரின் இந்த உருவம் வேறு எங்குமே பயன்படுத்தப்பட்டதில்லை. ஏனென்றால், லூசிஃபர் என்பது ஒரு குறிப்பிட்ட கடவுளின் உருவம் அல்ல. அது ஒரு குறியீடு. ஒன்று திரட்டப்பட்ட அசாத்தியங்களின் மாபெரும் சக்தி.

தலைக்கு மேலே எரியும் தீப்பந்தம்தான் இல்லுமினாட்டிகளின் பிரதானக் குறியீடு. அதுமட்டுமல்ல, வலது கையில் ஒளிப்பேழையை ஏந்தியபடி இருக்கும் தேவதைதான் உலகைத் தீமையின் பிடியில் இருந்து அகற்றி, ஞானத்தை அளிக்கும் லூசிஃபரின் அடையாளம்.

இதுபோக, இல்லுமினாட்டிகளுக்கு என்று தனியாக ஒரு சின்னம் உண்டு. 13 அடுக்கு கொண்ட பிரமிடும், அதன் உச்சியில் பிரகாசமாகத் தோன்றும் ஒற்றைக் கண்ணும்.

உலகத்தின் அனைத்து இடங்களிலும், ஒவ்வொரு மூலையிலும் இந்தச் சின்னமும், இது தரும் செய்தியும் உங்கள் கண்ணுக்குத் தெரியாமல் நீக்கமற நிறைந்திருக்கிறது.

இந்த ஒற்றைக்கண்தான் உலகத்தையே கண்காணித்துக் கொண்டிருக்கும் இல்லுமினாட்டிகளின் அதிபதி என்று பொருள். அதன் கீழ் இருக்கும் 13 அடுக்கு பிரமிடுதான் சகலத்தையும் ஆட்டிப் படைக்கும் இல்லுமினாட்டிகளின் முக்கியமான 13 குடும்பங்கள்.

மேற்கத்திய நாடுகளில், குறிப்பாக கிறித்தவ மதத்தைப் பின்பற்றுபவர்கள் 13 என்ற எண்ணைத் தீய சக்தியின் அடையாளம் என்றும், அபசகுனத்தைக் குறிக்கும் எண் என்றும் கருதுவர். ஆனால் இல்லுமினாட்டிகளின் முக்கியக் குறியீடே 13 என்ற எண்தான்.

13 என்ற எண்ணைக் குறிக்கும் அடையாளங்களும் சின்னங்களும் எல்லா இடங்களிலும் இல்லுமினாட்டிகளால் நேரடியாகவும் மறைமுகமாகவும் நிறுவப்பட்டுள்ளது. இல்லுமினாட்டிகள் அல்லாத மற்றவர்களால் உலகத்தின், குறிப்பாக, மேற்கத்திய நாடுகளின் முக்கிய இடங்களில்கூட 13 ஐக் குறிக்கும் எந்தவொரு சின்னத்தையும் அகற்ற இயலவில்லை. ஏன், அசைக்கக்கூட முடியவில்லை என்பதே உண்மை.

அதற்கு மிகப் பெரிய சாட்சி, இல்லுமினாட்டிகளின் நிழல் உலக பிரதிபிம்பங்களாகக் காட்சி தரும் ஒளிப்பிழம்பு, நட்சத்திரம், பிரமிட், ஒற்றைக் கண், எண்13 என அனைத்தும் ஒருங்கே இணைந்து இடம்பெற்றுள்ள அமெரிக்க ஒற்றை டாலர் நோட்டு.

05
புதிய முகம்

Adam Weishaupt, 6.Feb.1748 - 18.Nov.1830

பிரெஞ்சுப் புரட்சியின் தாக்கம் தீவிரமாக இருந்த அதே காலகட்டத்தில், அதாவது, வேஸ்ஹாப்த் அமெரிக்காவுக்குத் தப்பிவிட்டார் என்ற செய்தி பரவிய காலகட்டத்தில், அமெரிக்காவிலும் சமகாலப் புரட்சி வெடித்துக் கொண்டிருந்தது

லூசிஃபர் என்ற தேவதையை (ஆம், கடவுள் என்பதைவிட தேவதை என்பதே பொருத்தமான வார்த்தை. ஏன் என்பதை பின்னால் அறிவீர்கள்) வழிபடும் மக்கள் பல நூற்றாண்டுகளாக உலகெங்கிலும் மறைந்து வாழ்ந்து, ஆங்காங்கே சிதறி இருந்தாலும், அவர்களை ஒருங்கிணைத்து 'லூசிஃபரியன்' என்ற மதத்தை முதன்முதலாக, அதிகாரபூர்வமாக மீளாக்கம் செய்தவர் ஜெர்மனியின் பவேரியாவைச் சேர்ந்த 'ஆதம் வேஸ்ஹாப்த்' (Adam Weishaupt). தந்தையின் பெயர் 'ஜார்ஜ் வேஸ்ஹாப்த்' (George Weishaupt).

ஆதம் (Adam) என்றால் முதல் மனிதன். வேஸ் (Weis) என்றால் விவரம் அறிந்தவர், ஹாப்த் (haupt) என்றால் தலைமை. 'ஆதம் வேஸ்ஹாப்த்' என்றால் விஷயம் அறிந்த அறிஞர்களைத் தலைமையேற்று வழிநடத்தும் முதல் மனிதன் என்று பொருள். (இந்தப் பெயரை இவரது பெற்றோர் விவரமறிந்து வைத்தார்களா அல்லது இயல்பாக வைத்தார்களா என்பது அந்த லூசிஃபர் பெருமானுக்கே வெளிச்சம்)

1748ல் பிறந்தவர். தத்துவ ஞானி, பேரறிஞர், சட்டக்கல்லூரிப் பேராசிரியர், மிகப்பெரிய பக்திமான், புரட்சியாளர், தேசத் துரோகி, சூழ்ச்சியாளர், சூனியக்காரர், சூத்திரதாரி என்று எவ்வளவோ அடையாளங்கள். சுருங்கச்சொன்னால், உலகை வாளாலும், போராலும், ரத்தத்தாலும் அடக்கியாள நினைத்த கூட்டத்துக்கு நடுவில், 'இப்படியும் உலகை ஆள முடியும்' என்ற புதியதொரு வழியைக் கண்டுபிடித்தவர். ஆரம்பத்தில் கிறித்தவர்.

பவேரியாவில் அக்காலத்தில் கிறித்தவ மதத்தின் உயர்தட்டு மக்களால் மட்டுமே நிர்வகிக்கக்கூடிய பெருமைக்குரிய பதவியான 'திருச்சபை சட்டத் தொகுப்பின்' பேராசிரியராகச் சேவை புரிந்தவர். (அதாவது, மதம் சார்ந்த விஷயங்களுக்குப் பொதுச் சட்டத்தைப் பின்பற்றாமல், மதகுருமார்களும், திருச்சபை உறுப்பினர்களும் தனியாக ஒரு சட்டம் இயற்றுவர். அவர்களின் சமய நிர்வாகம் சார்ந்த விதிகள் மற்றும் நெறிமுறைகள் ஆகியவற்றின் தொகுப்பு அது.)

காலப்போக்கில் கிறித்தவ மதத்தின் கோட்பாடுகளும், மனித இனத்தின் இயல்புகளும் ஒன்றுக்கொன்று முரணாக விளங்குவதாக உணர ஆரம்பித்தார் ஆதம் வேஸ்ஹாப்த். கிறித்தவ மதம் மூட நம்பிக்கைகளாலும், மத குருமார்களின் தவறான வழிநடத்தலாலும் மனித இனத்தைச் சீரழிப்பதாக நினைத்தார். கொஞ்சம் கொஞ் சமாக பைபிளின் கருத்துகளோடு முரண்பட ஆரம்பித்தார். மனித இனத்தின் பகுத்தறிவுக்கும், சுக துக்கங்களுக்கும், அறிவு, ஞானத்துக்கும் கிறித்தவ மதம் பெரும் தடையாக இருப்பதாக உணர்ந்தார்.

பைபிளில் குறிப்பிட்டுள்ள 'லூசிஃபர் சாத்தான்' என்பதை நன்மைக்கான அடையாளமாகக் கருதினார். கடவுளைத் தீமைக்கான அறிகுறி என்றார். அதுமட்டுமல்லாமல், பைபிளில் சொல்லப்பட்டுள்ள, சாத்தானின் முயற்சிகள்தான் மனித இனத்துக்கு ஒளி வழங்கும் முயற்சி என்றும், இறைவன் என்பவன் அதை தடுத்து நிறுத்தும் தீயசக்தி என்றும் நம்ப ஆரம்பித்தார். மாய மந்திர, அமானுஷ்யம் சார்ந்த பயிற்சிகளிலும் ஈடுபட்டார்.

இறுதியாக ஏசுவும், பைபிளும், கிறித்தவ மதமும் மனித குலத்தின் மிகப்பெரிய எதிரிகள் என்ற முடிவுக்கு வந்தார் ஆதம் வேஸ்ஹாப்த்.

ஆரம்பத்தில் 'ஃபிரீமேசன்' குழுவின் உறுப்பினராக இருந்த வேஸ்ஹாப்த், அப்போதைய ஃபிரீமேசன் குழு உறுப்பினர்கள் மாயமந்திரம் போன்ற அமானுஷ்ய செயல்களில் அலட்சியமாகச் செயல்படுவதாகக் கருதினார். தாந்திரீகத்தின் சக்தி என்னவென்று அறியாதவர்களாக அந்தக் குழுவினர் இருப்பது அவருக்கு எரிச்சலூட்டியது. அதை முறையாகப் பயன்படுத்தாமல், அதன் வீரியம் புரியாமல் உதாசீனம் செய்வதாக உணர்ந்தார். முடிவில், தான் நினைப்பதை நிறைவேற்ற தனக்கெனத் தனியாக ஒரு ரகசிய குழுவை அமைக்கத் தீர்மானித்தார்.

1776 ஆம் ஆண்டு 'The Order of Perfectibilist' (முழுமையானவர்களின் ஆணையம்) என்ற குழுவை உருவாக்கி அதை நிறைவேற்றினார். பிறகு இதன் பெயர் 'ஞானம் பெற்ற பவேரியன்கள்' என்று அழைக்கப்பட்டு, ரகசியக் குழு ரகசியமாக அல்லாமல், கொஞ்சம் கொஞ்சமாகப் பிரபலமடைய ஆரம்பித்தது. இதுவே காலப்போக்கில் மருவி இன்று 'ஞானம் பெற்றவர்கள்' அல்லது 'ஒளி பொருந்தியவர்கள்' என்று அழைக்கப்படுகிறது. சுருக்கமாக, 'இல்லுமினாட்டிகள்'.

வெறும் ஐந்து பேர் கொண்ட குழுவாகத் தனது முதல் பொதுக்குழு கூட்டத்தை நடத்தியவர்கள், பின்னாளில் அசுர வளர்ச்சி கண்டனர். அரசாங்கத்துக்கும், ஆளும் மதகுருமார்களுக்கும் தெரியாமலேயே ஜெர்மனி, ஆஸ்திரியா, ஃபிரான்ஸ், ஹங்கேரி,

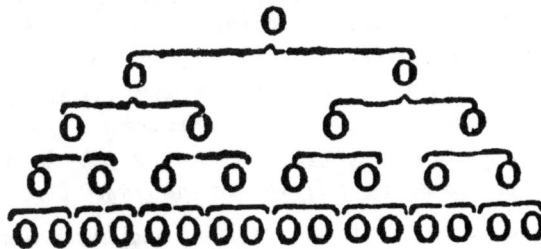

mit ich indessen speculirtn, und die Leute geschickt rangieren kann; denn davon hängt alles ab. Ich werde in dieser Figur mit ihnen operieren.

Weishaupt's original Illuminist system. From "Nachtrag von weitern Originalschriften" (Munich, 1787, p. 32).

சுவிட்ஸர்லாந்து என இதன் கிளைகள் நீண்டுகொண்டே சென்றன. வேஸ்ஹாப்த்துக்குப் பக்கபலமாக இருந்தவர்கள் அடுத்தகட்டத் தலைவர்களான 'பேரோன் நிக்கி' (Baron Knigge) மற்றும் சட்ட நிபுணர் 'ஸ்வாக்' (Zwack) இருவரும்தான்.

'ஸ்வாக்' சமுதாயத்தில் ஒரு மிக முக்கியப் புள்ளி. பவேரிய இளவரசரின் அந்தரங்க சட்ட ஆலோசகர். இல்லுமினாட்டி குழுவில் வேஸ்ஹாப்த்துக்கு அடுத்தபடி ஸ்வாக்தான் அதிகாரபூர்வ தலைவர். பல காரணங்களுக்காக ஸ்வாக்குக்கும் வேஸ்ஹாப்த்துக்கும் இருந்த நட்பு வெளியுலகத்துக்குத் தெரியாமல் ரகசியமாகவே இருந்தது.

இந்த இருவரின் கைவண்ணத்தில்தான் 'இல்லுமினாட்டிகள்' குழு ஐரோப்பா முழுவதும் அதிவிரைவாகத் தன் சிலந்திவலையைப் படரவிட்டது. ஐரோப்பாவின் அத்தனை முக்கியத் துறைகளிலும் தனது ரகசிய உளவாளிகளை வேலையில் அமர்த்தினர், அல்லது ஏற்கெனவே இருப்பவர்களை விலைக்கு வாங்கினர்.

எங்கே எது நடந்தாலும், அரசியல், தொழில், பொருளாதாரம் என எந்த முக்கிய முடிவுகள் எடுக்கப்பட்டாலும், அது அந்தத்துறையைச் சார்ந்தவர்களுக்குத் தெரியவருகிறதோ இல்லையோ, ரகசிய உளவாளிகளின் மூலம் ஒன்று விடாமல் வேஸ்ஹாப்த்துக்கு முதலில் வந்துவிடும், புரளிகள், கிசுகிசுப்புகள் உட்பட.

இந்தக் குழுவின் குறிக்கோள் என்னவென்று யாருக்குமே தெரியாது. ஏன், முதலில் இந்தக் குழுவில் இடம்பெற்ற முதல் ஐந்து பேரில் ஒரு சிலரைத் தவிர வேறு யாருக்கும் முழுமையாகத் தெரியாது. அந்த அளவுக்கு வேஸ்ஹாப்த்தினால் மர்மம்

காக்கப்பட்டு வந்தது. வேஸ்ஹாப்த் இந்த உலகில் நம்பியது இரண்டு மூன்று பேரை மட்டும்தான். அவர்களையும் முழுமையாக நம்பினாரா என்று தெரியவில்லை.

விசுவாசம் என்பது தனது தலைக்கு ஆபத்து வரும்வரைதான். அதனால் நமக்கு விசுவாசமானவர் என்று உலகில் எவருமே இல்லை என்ற எண்ணம் கொண்டவர் வேஸ்ஹாப்த். இந்த ரகசியம் காக்கும் முறைதான் இந்தக் குழுவின் மீது பலருக்கும் ஈர்ப்பு ஏற்படக் காரணமானது என்றே சொல்லலாம். பல விஷயங்கள் வெளியிடப்படாமல் இருந்ததால், மக்களே அந்த வெற்றிடத்தைத் தமது கற்பனைகளாலும் புரளிகளாலும் பூர்த்தி செய்தனர்.

அமைதியாக இருக்கும் நாட்டில் கம்யூனிசக் கொள்கைகள் மூலம் புரட்சி ஏற்படுத்த வந்தவர்கள், சட்டம் ஒழுங்கைச் சீர்குலைப்பவர்கள், பழங்காலப் புரட்சிப்படையின் வழித்தோன்றல்கள் என்றெல்லாம் சின்னச் சின்னதாகவே கற்பனை செய்து இந்த வேஸ்ஹாப்த்தின் இல்லுமினாட்டிகள் குழுவை மிகவும் குறைவாக எடைபோட்டார்கள். இன்னும் சிலர் கொஞ்சம் நெருங்கிவந்து, இவர்கள் சாத்தானின் ஏஜென்ட்கள், உலகை சாத்தானின் இருண்ட உலகமாக மாற்ற வந்தவர்கள் என்றெல்லாம் அதிகப்படியாகவும் நினைத்தனர். வேஸ்ஹாப்த்தும் தன்னை ஒரு புரட்சியாளராகக் காட்டிக்கொள்ளத் தவறவில்லை.

இல்லுமினாட்டிகள் குழுவின் செயல்கள், வதந்திகள் அனைத்தும் ரோமின் உயர்குடி தேவாலத்தின் செயல்களுக்கும், ஐரோப்பாவின் அனைத்து மன்னராட்சிகளுக்கும் எதிராகவே இருந்தன. இது அவர்கள் காதுகளுக்கும் விரைவில் எட்டியது. பதிலுக்கு அவர்களும் வேஸ்ஹாப்த்தையும், அவரது குழுவையும் கண்காணிக்க ஆங்காங்கே ஆட்களை ரகசியமாக நியமித்தனர். அதன் பலன் 1784ஆம் ஆண்டு சொற்பமாகக் கிட்டியது.

இல்லுமினினாட்டி குழுவின் ஒரு தாக்குதல் திட்டம் எப்படியோ உள்ளூர் போலீசுக்குக் கசிந்து, தோல்வியில் முடிந்தது. குழுவின் செயல்பாடுகள் உண்மை என்பதற்கான ஆதாரம் சிக்கியது. உடனே ஓர் ஆணை பிறப்பித்தார் மன்னர்.

பவேரியாவின் எந்த மூலை முடுக்கில் இல்லுமினாட்டி குழுவைச் சேர்ந்தவர்களைக் கண்டாலும், அல்லது அவர்கள் என்று கொஞ்சம் சந்தேகம் வந்தாலும் சரி, கண்டவுடன் கொலை என்று உத்தரவிட்டார். அத்துடன் அந்தக் குழுவையும் நிரந்தரமாகத் தடை செய்தார். வேஸ்ஹாப்த்தும், அவரது ஆட்களும் நாட்டைவிட்டு வெளியேறினர். பின் ஒரு வருடத்துக்கு வேஸ்ஹாப்த் பற்றியோ, இல்லுமினாட்டி குழுவைப் பற்றியோ எந்த ஒரு செய்தியும் இல்லை. சிலர் வேஸ்ஹாப்த் இறந்துவிட்டார் என எண்ணினர். சிலரோ,

அவர்கள் முடங்கிவிட்டனர், இனி தலையெடுக்க முடியாது எனச் செய்தி பரப்பினர்.

ஸ்வாக் மட்டும் எந்தவொரு சந்தேகக் கண்ணிலும் சிக்காமல், சமூகத்தில் தனக்கிருக்கும் தனிச் செல்வாக்குடன் தனது வேலைகளில் அதீத கவனத்துடன் செயல்பட்டார். ஆனால் விதி வலியது ஆயிற்றே.

◆

சரியாக ஒரு வருடத்திற்குப் பிறகு நடந்த அந்த சம்பவம் ஒட்டுமொத்த ஜெர்மனியையும் உலுக்கியெடுத்திருந்தது. குறிப்பாக, மன்னரும் பவேரியா உயர்குடி மதகுருமார்களும் பேரதிர்ச்சியில் உறைந்துபோயிருந்தனர்.

கனமழை பெய்துகொண்டிருந்த அந்த ஜூலை மாதத்து நள்ளிரவில் பிரயாணம் செய்துகொண்டிருந்த 'லான்ஸ்' (Lanz) என்ற குதிரை வீரன் ஒருவன் மின்னல் தாக்கி கொடூரமான முறையில் உடல் கருகி உயிரிழந்திருந்தான். குதிரைக்கும் அதே கதிதான்.

விடிந்தவுடன் கருகிய உடலையும், அதிலிருந்த உடைமைகளையும் ஆராய்ந்த உள்ளூர் தலைவர் சற்றே திடுக்கிட்டுப்போனார். தான் பார்ப்பது என்னவென்று அவருக்குப் புரிந்தாலும், உண்மையில் அதை அவரால் நம்பமுடியவில்லை. உடனடியாக மன்னருக்குச் செய்தி சென்றது. அதிர்ந்துபோன மன்னர், அடுத்த சில நொடிகளில் சம்பவ இடத்துக்கு நேரில் வந்துவிட்டார்.

மின்னல் தாக்கியதில் நிலக்கரிக்கு இணையாகக் கருகியிப்போயிருந்தான் அந்தக் குதிரைவீரன். ஆனால் அவனுடைய குதிரையின் சேணப்பகுதிக்கு (குதிரை மீது சவாரி செய்பவர் உட்கார்வதற்கான இருக்கை) அடியில் கட்டியிருந்த பை மட்டும் சிதையாமல் அப்படியே இருந்தது. அதில் இருந்த சில மிக முக்கிய ஆவணங்கள்தான் மன்னரையே நேரில் வரவழைத்திருந்தன.

குதிரை வீரனின் உடலைப் பத்திரப்படுத்திவிட்டு, உடனடியாக ரகசியக் கூட்டத்தைக் கூட்டினார்கள். ஆவணத்தில் இருந்த விஷயத்தை மீண்டும் மீண்டும் படித்துப்பார்த்து உறுதி செய்து கொண்டனர்.

உலகின் கவனத்தை ஈர்த்த இல்லுமினாட்டி குழுவின் முக்கியத் தலைவர்களான ஸ்வாக், வேஸ்ஹாப்த் உள்ளிட்டவர்கள் பற்றிய விவரங்கள் அடங்கிய ஆவணங்கள் அவை. அந்தக் குழுவைச் சேர்ந்தவர்கள் வகித்த பதவிகள், இந்தக் கிரகத்தையே அடக்கி ஆளப்போகும் அவர்களுடைய இமாலய லட்சியம், அடுத்த கட்ட நடவடிக்கைகள், புரட்சிகள், சக குழுவினருடனும் அவர்களுடைய

> அடோல்ப் > லான்ஸ் > வேஸ்ஹாப்த் > ஸ்வாக்

தலைமை நிர்வாகிகளுடன் அவர்களுக்கிருந்த சதித்தொடர்புகள், ஒவ்வொரு நாட்டிலும் பரவியுள்ள அவர்களது ஆட்களின் அடுத்த கட்ட செயல்திட்டங்கள் என ஒட்டுமொத்த தகவல் பெட்டகத்தையும் அந்த வீரன் சாமர்த்தியமாகத் தன் குதிரையின் சேணைக்கு அடியில் வைத்துப் பிரயாணம் செய்திருந்தான்.

இப்படி ஒரு விபத்து நடந்ததையே மூடி மறைத்த அரசு, அடுத்த ஒரு வருடத்துக்கு ஸ்வாக்கையும், ஆவணத்தில் குறிப்பிட்டிருந்த இல்லுமினாட்டி குழுவின் அத்தனை தலைவர்களையும் ஒருவர் விடாமல் கண்காணிக்கத் தொடங்கியது. 1786 அக்டோபர் மாதத்தின் ஒரு சுப முகூர்த்த தினத்தில் அனைத்து ஆதாரங்களுடனும் ஸ்வாக் கைது செய்யப்பட்டார். அவரது வீடு மற்றும் உடைமைகள் அனைத்தும் சோதனைக்குட்படவே, கடந்த 15 ஆண்டுகளாக வேஸ்ஹாப்த்தின் வாழ்க்கைமுறை மற்றும் பல ரகசியங்கள் அம்பலத்துக்கு வந்தன.

ஆனால் அதன்பிறகு ஸ்வாக்குக்கு என்ன ஆனது என்ற ஆதாரபூர்வ செய்தி எதுவும் புலப்படவில்லை. இன்னும் சொல்லப்போனால் அதுபற்றிய செய்தியே இல்லை. ஆனால் நிறைய வதந்திகள் பரவின. ஸ்வாக் வெளியில் தெரியாமல் தூக்கிலிடப்பட்டார் என்றும், சிறிது நாட்களில் தப்பிவிட்டார் என்றும், அமெரிக்காவுக்குச் சென்று தன் பெயரை மாற்றிக்கொண்டு தமது இல்லுமினாட்டி லட்சியத்தை இறுதிவரை முன்னெடுத்துச் சென்றார் என்றும் பல்வேறு செவிவழிச் செய்திகள் உண்டு.

இன்னொரு பக்கம் வேஸ்ஹாப்த்தின் வாழ்வும் கன்னாபின்னா வென திசை மாறியது. அந்த மின்னல் வெட்டு சம்பவத்துக்குப் பிறகு யாரும் எதிர்பாராத வண்ணம் மொத்த கதையும் தலைகீழாகத் திருப்பப்படவே, ஒட்டுமொத்த ஐரோப்பாவும் விழித்துக் கொண்டது. எல்லா நாடுகளும் தங்களது உளவுப்படைகளை முடுக்கிவிட, வேஸ்ஹாப்த்தால் தீவிரமாகச் செயல்பட முடியாத சூழல் உருவானது. ஆனால் மனிதன் சகலகலா வல்லவன் ஆயிற்றே. மொத்த ஐரோப்பாவும் சேர்ந்து தேடியும் அவரைப் பிடிக்கமுடியவில்லை.

வேஸ்ஹாப்த் தலைமறைவான அடுத்த நான்கு ஆண்டுகளிலேயே ஃபிரான்ஸில் புரட்சி வெடிக்க ஆரம்பித்தது. சிறிது சிறிதாக ஆரம்பித்த சிறு குழுக்களின் கலவரங்கள் அனைத்தும் ஒன்று திரண்டு உலக வரலாற்றின் மாபெரும் மாற்றத்துக்கான புரட்சியாக உருமாறியது. வரலாற்றுச் சிறப்புமிக்க அந்த பிரெஞ்சுப் புரட்சிதான் உலக அளவில் பல அரசியல் மாற்றங்கள் நிகழ்வதற்குக் காரணமானது என்பதும் அனைவரும் அறிந்ததே.

பிரெஞ்சுப் புரட்சிக்கான விதையை விதைத்தது யார் என்ற கேள்விக்குத் தெளிவான, நேரான பதில் யாரிடமும் இல்லை. ஆனால் ஆதம் வேஸ்ஹாப்த்தின் கொள்கைகளும், நோக்கமும், புரட்சிகரமான சிந்தனையும், பிரெஞ்சுப் புரட்சியின் ஆரம்பப் புள்ளியும், அதைத் தொடர்ந்த சம்பவங்களும் அடுத்தடுத்த காலகட்டங்களில் ஒரே நேர்கோட்டில் பயணித்தது எப்படி என்ற கேள்விக்கான பதில் இன்னமும் ஐரோப்பிய வரலாற்றில் அவிழ்க்கப்படாத மர்ம முடிச்சாகவே உள்ளது.

இந்தச் சந்தேகத்தில் நியாயமில்லாமல் இல்லை. ஏன் என்றால், கொஞ்ச நாட்கள் தலைமறைவாகி இருந்த வேஸ்ஹாப்த்துக்கு 'கோத்தா' (Gotha) என்கிற சிறிய நாட்டின் அரசன் இரண்டாம் எர்னஸ்ட் அடைக்கலம் தந்ததாக சில ஆதாரபூர்வ தகவல்கள் இருக்கின்றன. வேஸ்ஹாப்த்தும் தன் இருப்பை வெளிக்காட்டும் விதமாக அவ்வப்போது தன்னைப் பற்றியும், தனது இல்லுமினாட்டி குழுவைப் பற்றியும், எதற்காக மக்கள் இல்லுமினாட்டிகளுக்கு ஆதரவளிக்க வேண்டும் என்பது பற்றியும் பல புத்தகங்கள் எழுத, அவை பின்னாளில் வெளியாகி, சக்கைப்போடு போட்டன.

பிரெஞ்சுப் புரட்சிக்குப் பின்னால் திரைமறைவில் வேஸ்ஹாப்த்தும், அவரது ரகசியக் குழுக்களும் காரணமாக இருக்கலாம் என்ற சந்தேகம் ஐரோப்பிய அரசுகளின் இயல்பான விசாரணைக் கோணமாக இருக்கலாம். ஆனால் வேஸ்ஹாப்த்தின் மர்மமான வாழ்க்கை வரலாறு இத்துடன் முடிந்துவிடவில்லை. மையப்புள்ளியைத்தான் நெருங்கியிருக்கிறோம். உச்சகட்டம் இனிமேல்தான் இருக்கிறது.

ஒருவேளை பிரெஞ்சுப் புரட்சி ஏற்பட வேஸ்ஹாப்த்தும் ஒரு காரணம் என வைத்துக் கொண்டாலும், அவர் நினைத்தது அரைகுறையாகவே நிறைவேறியது. தன்னைப் போலவே உலகை ஒற்றைக் குடைக்குள் ஆளும் எண்ணம் கொண்ட ஒரு மாவீரனே மீண்டும் பிரான்ஸின் மன்னனாக முடிசூடினான். இதனாலேயே பிரெஞ்சுப் புரட்சி முடிந்து மாவீரன் நெப்போலியன் அரசனாக முடிசூடிய பின்பும் வேஸ்ஹாப்த்தையும், இல்லுமினாட்டிகளையும் தேடும் பணி முடக்கப்படவில்லை. மாறாக, அது இன்னும் தீவிரமானது.

நெப்போலியனின் உலகை வீழ்த்தும் கொள்கைக்கு எதிராக, இன்னொரு புரட்சி விதை மீண்டும் துளிர்ப்பதில் யாருக்குத்தான் விருப்பம் இருந்திருக்கும்? ஆனால் இந்த உலகையே தனது மதிக்கூர்மையால் ஆள உருவானவன் என்ற எண்ணம் கொண்ட 'ஆதம் வேஸ்ஹாப்த்'தை அவ்வளவு எளிதில் கைப்பற்ற அவர் சாதாரண பிறவியா என்ன!

வேஸ்ஹாப்த் என்பவர் தனி மனிதர் அல்ல. அவர் உருவாக்கிய இல்லுமினாட்டி குழு இடைப்பட்ட காலத்தில் பரம ரகசியமாக அபார வளர்ச்சியைக் கண்டிருந்தது. அவரது கொள்கைகளில் ஈடுபாடு கொண்ட உறுப்பினர்கள் பலர் ஐரோப்பா முழுவதும் மட்டுமல்ல, அதைத் தாண்டியும் பரவி இருந்தனர்.

தேடுதல் வேட்டை நடைபெற்ற காலத்தில் அவர் ஐரோப்பாவிலேயே இல்லை, அமெரிக்காவுக்குப் பறந்துவிட்டார் என்ற செய்தியும் மெல்ல பரவியது. பிரெஞ்சுப் புரட்சியின் தாக்கம் தீவிரமாக இருந்த அதே காலகட்டத்தில், அதாவது, வேஸ்ஹாப்த் அமெரிக்காவுக்குத் தப்பிவிட்டார் என்ற செய்தி பரவிய காலகட்டத்தில், அமெரிக்காவிலும் சமகாலப் புரட்சி வெடித்துக் கொண்டிருந்தது.

அப்போது வெறும் இருநூற்றி சொச்ச ஆண்டுகளுக்கு முன்னரே கண்டுபிடிக்கப்பட்டிருந்த அமெரிக்காவில் அவர் தனது இயற்பெயரை மறைத்துவிட்டு, தனது தந்தையின் பெயருடன் 'வேஸ்ஹாப்த்' என்ற அர்த்தம் வரக்கூடிய வேறொரு

பெயரைச் சேர்த்து, தனது கடந்த காலஅடையாளத்தையே மாற்றிக்கொண்டிருந்தார். இந்தக் கன்னி நாடுதான் தனது கனவுகள் அனைத்தையும் ஒவ்வொன்றாக நிறைவேற்றப் போகும் தலைமைச் செயலகம் என்பதை அப்போதே அவர் உணர்ந்திருக்க வேண்டும்.

மெல்ல மெல்ல அமெரிக்கப் புரட்சிப் படையில் சேர்ந்து, தனது தலைமைப் பண்பு மற்றும் திறமையின் மூலம் கிடுகிடுவென வளர்ந்து, பின்னர் அந்தப் படையின் தளபதியாகவும் உயர்ந்தார். அது மட்டுமல்ல, புரட்சியைத் தொடர்ந்து ஏற்பட்ட போரில் வெற்றியும் பெற்று, ஒட்டுமொத்த நாட்டின் அதிபராகவும் தன்னிகரற்றத் தலைவராகவும் உருவெடுத்தார்.

முடியாட்சியை முடிவுக்கு கொண்டுவந்து, இன்றைய நவீன ஜனநாயக உலகின் ஆணிவேராகத் திகழும் அந்தத் தலைவன் காட்டிய வழியில்தான் இன்றும் உலகம் பயணிக்கிறது. அவர் வேறு யாரும் அல்ல, உலக ஜனநாயகத்தின் முதல் மூத்த நாயகன், அமெரிக்காவின் முதல் அதிபர் 'ஜார்ஜ் வாஷிங்டன்' (George Washington).

வாஷிங்டன் என்றால் 'சாமர்த்தியசாலிகளின் பண்ணை' என்றும் ஒரு பொருள் உண்டு. (Intelligent ones' farm). ஜார்ஜ் (George) என்பது ஆதாம் வேஸ்ஹாப்த்தின் தந்தை பெயர் என்று முன்பே பார்த்தோம். 'ஆதம் வேஸ்ஹாப்த்'தான் பின்னாளில் ஜார்ஜ் வாஷிங்டனாக உருமாறினார் என்பதற்கு நிரூபிக்கப்பட்ட ஆதாரம் எதுவும் இல்லை. ஒன்றே ஒன்றைத் தவிர. அது, அவர்களின் உருவ ஒற்றுமை.

ஒரே மாதிரி இருவர் இருப்பர் என்பதில் ஆச்சர்யம் இல்லை. ஆனால்அச்சு அசலாக ஒரே மாதிரி கரிய பெரிய கண்கள், வளைந்த நீண்ட மூக்கு, ஒரே சீரில் காதோரம் வளைந்து படறி விழும் சுருண்ட தலைமுடி, முக அளவு, வடிவம் என அனைத்தும் ஒரே மாதிரி இருப்பது இயல்பாக அமைந்த ஒற்றுமையாகத் தெரியவில்லை.

வெவ்வேறு காலகட்டங்களில், வெவ்வேறு வயதில், வெவ்வேறு நாடுகளில் வரையப்பட்ட இருவரது உருவங்களும் அச்சு பிசகாமல் ஒன்றுபோலவே தோற்றமளிப்பதுதான் ஆராய்ச்சியாளர்களின் நெற்றியைச் சுருக்குகிறது.

ஆனால், இதைவிட பயங்கரமான, இன்னும் சர்ச்சைக்குரிய வாதமும் இருக்கிறது. அமெரிக்காவில் தலைமறைவாகக் குடியேறிய ஆதாம் வேஸ்ஹாப்த் தனது உருவ ஒற்றுமையைப் பயன்படுத்தி உண்மையான ஜார்ஜ் வாஷிங்டனைக் கொலை செய்துவிட்டு, தானே ஜார்ஜ் வாஷிங்டனாக உருமாறி, தான்

➤ ஜார்ஜ் வாஷிங்டன்

நினைத்ததை நிறைவேற்றினார் என்றும் சொல்லப்படுவதுண்டு.

முதலில் சொன்னதைவிட இரண்டாவது சொன்ன கருத்தில்தான் ‘ஒருவேளை இது நடந்திருக்கக் கூடும்’ என்கிற சந்தேகம் ஆராய்ச்சியாளர்களின் மத்தியில் இன்னும் அதிகமாக எழுகிறது. கொஞ்சம் சினிமாத்தனமாக இருந்தாலும், இதில் நம்பகத்தன்மை இல்லாமல் இல்லை.

வேஸ்ஹாப்த், ஜார்ஜ் வாஷிங்டன் இருவரின் உருவப்படங்களையும் மீண்டும் பாருங்கள். வெவ்வேறு காலகட்டங்களில் எடுக்கப்பட்ட ஜார்ஜ் வாஷிங்டனின் வெவ்வேறு உருவப்படங்களையும் கொஞ்சம் கூர்ந்து கவனியுங்கள்.

1770, 1772, 1780, 1787, 1790 ஆகிய ஆண்டுகளில் வரையப்பட்ட வாஷிங்டனின் படங்கள் அனைத்திலும் ஓர் ஒற்றுமை உண்டு. ஒவ்வொரு உருவப்படமும் அந்தந்த வயதிற்கேற்ப சிறு சிறு வளர்ச்சியுடனும், முதிர்ச்சியுடனும் தெளிவாகக் காணப்படும்.

1770 ஆம் ஆண்டு *1772* ஆம் ஆண்டு *1780* ஆம் ஆண்டு *1787* ஆம் ஆண்டு *1790* ஆம் ஆண்டு *1795* ஆம் ஆண்டு ஆனால் *1795* இல் வரையப்பட்ட அதே ஜார்ஜ் வாஷிங்டனின் உருவப்படத்தையும் பாருங்கள். இருபத்தைந்து ஆண்டுகளில் ஏற்படாத மாற்றம் திடீரென வெறும் ஐந்தாண்டுகளில் மட்டும் ஏற்பட்டது எப்படி?

ஓவியரின் பிழை என்றே வைத்துக் கொள்வோம். அதைத் திருத்த முயலாமலா விட்டிருப்பார்கள்? இருபது, இருபத்தைந்து ஆண்டுகள் பிழையே ஏற்படாத, அல்லது பிழையேற்படவே அனுமதிக்காத ஜார்ஜ் வாஷிங்டன், இதை மட்டும் எப்படி அனுமதித்தார்? இது ஓவியரின் பிழையல்ல என்பதற்கு மிக முக்கியமான சாட்சி, அமெரிக்க கரன்சியான ஒரு டாலர்நோட்டுகளில் பொறிக்கப்பட்டுள்ள ஜார்ஜ் வாஷிங்டனின் இதே உருவப்படம்.

இப்படியொரு தகவல் இலைமறைக்காயாக, செவிவழிச் செய்தியாக, வதந்தியாகப் பரவ ஆரம்பித்ததும், கொஞ்சம் தாமதமானாலும் சுதாரித்து விழித்தெழுந்தது ஆராய்ச்சி உலகம்.

எனினும், வரலாற்றை ஆராய்பவர்கள் அவசரப்படவில்லை. அதன் பின்னர் தான் தகவல்களை ஒவ்வொன்றாக, நின்று நிதானமாகத் திரட்ட ஆரம்பித்தார்கள். வாஷிங்டனின் வாழ்க்கையையும், வேஸ்ஹாப்த்தின் வாழ்க்கையையும் மிகத் தீவிரமாகவும் கவனமாகவும் ஆராய ஆரம்பித்தனர்.

ஜனாதிபதியாகப் பதவியேற்ற பிறகான ஜார்ஜ் வாஷிங்டனின் வாழ்வு, செயல்பாடு, கொள்கை மற்றும் அமெரிக்காவின் அடுத்த 200 வருட வரலாறு போன்றவற்றில் ஏற்பட்ட பெருமளவு மாற்றங்கள் என்னென்ன என உன்னிப்பாக ஆராயத் தொடங்கினர்.

விளைவு நினைத்துப் பார்க்கவே முடியாத அதிபயங்கர உண்மைகள் தட்டுப்படத் தொடங்கின!

06
சின்னம் ஒரு குறியீடு

எங்கெல்லாம் ஒரு தேவதை தனது வலதுகையில் தீப்பிழம்பைத் தாங்கிய வண்ணம் இருக்கிறதோ அங்கெல்லாம் இல்லுமினாட்டிகள் ஆட்சி புரிகிறார்கள் என்று அர்த்தம்.

இல்லுமினாட்டிகளிடம் ஒரு குறும்புத்தனம் உண்டு. அவர்கள் எதைச் செய்ய நினைத்தாலும், செய்தாலும், தங்களுடைய சின்னங்களுள் ஒன்றை எல்லோர் பார்வையிலும் படும் வகையில் பொதுவெளியில் விட்டுச் செல்வர். அது அனைவருக்கும் புரியும்படியான அடையாளமாகவும் இருக்கும். என்ன, நாம்தான் அதையெல்லாம் பெரிதாகக் கவனிப்பதில்லை. அப்படியே ஏதேனும் வித்தியாசமாக கண்ணில் பட்டாலும், அவைகுறித்துப் பெரிதாக அலட்டிக்கொள்வதில்லை, எதையும் எளிதாகக் கடந்து சென்று விடும் வெகுஜன மக்கள் அல்லவா, நாம்.

ஆனால் ஆராய்ச்சியாளர்களும் இல்லுமினாட்டிகள் பற்றிய உண்மையை ஓரளவுக்கு அறிந்தவர்களும் அந்தக் குறியீடுகளை அவ்வளவு அலட்சியமாக விட்டுவிட மாட்டார்கள். அதை ஆராய்ந்து, துருவித் துவையல் போடும் வரை அவர்களுடைய தேடல் அடங்காது. இதைப் புரிந்து ஆராய்பவர்களாலும்கூட, மாபெரும் வல்லரசுகளின் துணையில்லாமல் அவற்றைத் தடுக்க முடியாது, வெறுமனே தெரிந்துகொள்ள மட்டுமே முடியும்.

நம்முடைய இந்த ஒரு சாராரின் அலட்சியமும், ஒரு சாராரின் தேடலும், தெரிந்தும் தடுக்க முடியாத இயலாமையும் இல்லுமினாட்டிகளிடம் ஒருவித அதிகார மயக்கத்தை உருவாக்கியுள்ளது. இந்த போதை தரும் ஈர்ப்பே மேலும் மேலும் நம்மை சீண்டும் விதமாக அவர்களது செயல்பாடுகளின் சின்னங்களை வேண்டுமென்றே பொதுவெளியில் மறைவாக விட்டுச் செல்லும் குணம் இயல்பான வழக்கமாகவே மாறிவிட்டது.

அப்படி உலகம் முழுவதும் அவர்கள் விட்டுச் செல்லும் முக்கியமான சின்னங்கள் என்னென்ன?

1. அனைத்தையும் கண்காணிக்கும் 'ஒற்றைக் கண்':

ஒற்றைக் கண் (All Seeing Eye) தான் ஒட்டுமொத்த இல்லுமினாட்டிகளின் முதன்மையான அடையாளம். பரமசிவனின் நெற்றியில் இருக்கும் நெற்றிக்கண்ணுக்கும், இந்த ஒற்றைக் கண்ணுக்கும் ஏகப்பட்ட ஒற்றுமைகள் உள்ளன. இது லூசிஃபரின் கண் என்பது அவர்களின் நம்பிக்கை. உலகத்தையே கண்காணிக்கும்

ஞானக்கண் என்றும் ஓர் அர்த்தம் உண்டு. இல்லுமினாட்டிகளின் ஒற்றைக் கண் சின்னத்தைச் சுற்றி எப்பொழுதும் ஓர் ஒளிவட்டம் இருந்துகொண்டே இருக்கும். லூசிஃபரின் கையில் எரியும் தீப்பந்தத்தின் அடையாளமாகவும் அது கருதப்படுகிறது. பிரம்மாண்ட பிரபஞ்சத்துக்கே ஞான ஒளியை வழங்கும் இறைவனின் கண் என்றும் ஒரு நம்பிக்கை இருக்கிறது.

இந்த ஒற்றைக்கண்தான் 'ஃபிரீமேசன்' குழுவினரின் சின்னமும் கூட. முதல் அத்தியாயத்தில் பார்த்த, CBS என்ற அமெரிக்காவின் மாபெரும் தொலைக்காட்சி மற்றும் செய்தி ஊடகத் துறையின் சின்னமும் ஒற்றைக் கண்தான். இன்னும் பல கார்ப்பரேட் நிறுவனங்களின் சின்னங்களை உற்று நோக்கினால் ஒரு கண் உங்களைப் பார்த்துக்கொண்டே இருப்பதை உணர்வீர்கள்.

2. பிரமிடு:

முழுவதும் முடிக்கப்படாத பிரமிடு என்பதும் இல்லுமினாட்டி களின் முக்கியமான சின்னம்தான். மேல்மட்டத்திலிருந்து கீழ்மட்டம் வரை உள்ள அதிகார வர்க்கத்தின் படிநிலைகளைக் குறிக்கும் சின்னமாக பிரமிடு இருக்கிறது. அதாவது, பிரமிடின் உச்சியில் இருக்கும் கூர்முனைதான் இல்லுமினாட்டியின் உச்சகட்டத் தலைமை. கீழே வர வர அதற்கேற்றாற்போல் தலைமையும் ஊழியமும் மாறுபட்டு, அடிநிலையில் இருக்கும் கற்கள்தாம் சாதாரண மனிதர்கள், அவர்களைக் கீழே வைத்து மேலிருந்து ஆள்பவர்கள்தான் இல்லுமினாட்டிகள் என்ற உண்மையை பிரமிடு மறைமுகமாக எடுத்துக் காட்டுகிறது.

இல்லுமினாட்டிகளின் பிரமிடுகள் எப்பொழுதும் 13 அடுக்கு கொண்டதாகவே இருக்கும். தங்கள் 13 குடும்பங்களின் சேர்க்கைதான் உலகை ஆட்டிப்படைக்கும் ஆட்சியாளர்கள் என்பதை உணர்த்தும் குறியீடு அது.

முடிக்கப்படாத பிரமிடு என்பது இல்லுமினாட்டிகளின் லட்சியம் இன்னமும் நிறைவேறவில்லை, அதை முடிக்கும் வரை ஓயப்போவதில்லை என்பதையும் அவர்களுக்கு நினைவூட்டும் அடையாளமாகும். இந்த 13 குடும்பங்களும் பிரமிடின் படிகள் போலவே இறுதிவரை ஒன்றாக உழைத்தால் மட்டுமே இலட்சியத்தை அடைய முடியும் என்றும் அர்த்தம் உண்டு.

குறிப்பாக ஃபிரீமேசன்களின் அத்தனை அடையாளங்களிலும் தவிர்க்க முடியாத ஒன்று, பிரமிடு. விர்ஜினியா (Virginia) மாகாணத்தின் 'ஜார்ஜ் வாஷிங்டன் மேசனிக் நேஷனல் மெமோரியல்' கட்டடம், "கோவிலின் இல்லம்' எனப்படும் ஸ்காட்லாந்தின் மேசன்ரி நீதிமன்றத்தின் தலைமைக்கழகம் போன்ற கட்டடங்கள் சிறந்த உதாரணம்.

3. ஆந்தை

இல்லுமினாட்டிகளின் ஒரே எண்ணம், லட்சியம், குறிக்கோள் எல்லாம் அறிவு, ஆற்றல் மட்டுமே. அதைக் குறிக்கும் எதுவும் இல்லுமினாட்டிகளின் சின்னங்களே.

ரோமானிய தேசம் கிட்டத்தட்ட நம் பாரத தேசத்தைப் போலவே நாகரிகத்திலும், இறை வழிபாட்டிலும், புராண இதிகாச வளங்களிலும் சிறந்து விளங்கிய நாடு. நம் முப்பத்து முக்கோடி தேவர்களைப் போலவே அவர்களிடமும் சுமார் ஒரு லட்சம் கடவுளர்கள் இருக்கின்றனர். ஒவ்வொரு இயற்கைச் செல்வத்துக்கும் ஒரு கடவுளை வழிபடும் வழக்கம் உள்ளவர்கள் ரோமானியர்கள்.

அத்தகைய ரோமானிய தேசத்தில் ஜுபிடர் (Jupiter) என்ற கடவுள் மிகவும் பிரசித்தம். ஜுபிடர் விண்ணைக் கட்டியாளும் இறைவன். இடி, மின்னல்களின் கடவுள். மிகவும் சக்தி வாய்ந்தவர். நம்மூர் தேவேந்திரன் போல என்று வைத்துக் கொள்ளுங்கள். ஜூபிடரின் மனைவி மிடீஸ் (Metis). தாம்பத்திய வாழ்க்கை நன்றாகச் சென்று கொண்டிருக்கையில் திடீரென ஒரு நாள் ஜுபிடரின் கனவில் அசரீரி ஒன்று ஒலித்தது.

'உனக்குப் பிறக்கும் குழந்தை உன்னைவிட மிகச்சிறந்த ஆற்றலுடன் விளங்கும். காலப்போக்கில் அதன் பெருமைகள் உயர்ந்து, உனது பெருமைகள் தாழ்ந்து போகும். இறுதியில், உனது வாரிசின் ஆற்றலில் நீ காணாமல் போய்விடுவாய்'

அவ்வளவுதான். ஜூபிடருக்கு தூக்கம் உள்ளிட்ட அத்தனையும் போய்விட்டன. தனது வாரிசு தன்னை விட பலமடங்கு ஆற்றலுடன் விளங்கும் என்பதை ஜூபிடரால் ஏற்றுக்கொள்ள முடியவில்லை. ஒரு சூரியன், ஒரு சந்திரன், ஒரு ஜூபிடர்தான் என்ற

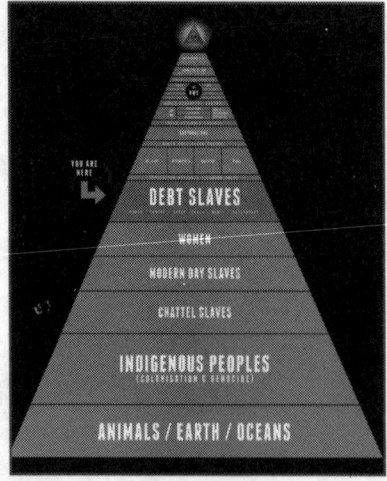

எண்ணம் தலைக்கேற, ஒரு தீர்க்கமான முடிவெடுத்தான். குழந்தை பிறந்தால்தானே தன் பெருமை மங்கும், அதற்கான வாய்ப்பையே அழித்துவிடும் எண்ணத்தில் தன் மனைவி மிடீஸை (Metis) ஒரு சிறிய ஈயாக மாற்றி விழுங்கிவிட்டான்.

இதற்குள் ஏற்கெனவே கர்ப்பமாகிவிட்டிருந்த மிடிஸ், ஜுபிடரின் எண்ணத்தை உணர்ந்தவளாகத் தன் கருவிலிருக்கும் சிசுவைக் காக்க, இரும்பாலான கவசத்தை உருவாக்கி தன் கருவைச் சுற்றி உடுத்தியிருந்தாள். இதை அறியாமல் கவசத்துடன் விழுங்கிய ஜுபிடர், காலப்போக்கில் கருவின் வளர்ச்சியாலும், கவசத்தின் வளர்ச்சியாலும் கடுமையான தலைவலிக்கு உள்ளானான். ஒரு கட்டத்தில் பொறுக்க முடியாமல் அவன் தலை வெடித்துச் சிதற, தலைக்குள்ளிருந்து முழுமையான வளர்ச்சியடைந்த, கன்னிப்பருவம் பெற்ற ஒரு அழகிய நங்கை உடலெங்கும் கவசத்துடனும், ஆயுதங்களுடனும், மிகப்பெரிய ஆற்றலுடனும் கூடவே ஒரு ஆந்தையுடனும் தோன்றினாள்.

அந்த தேவதைதான் பின்னாளில் அறிவு, ஆற்றல், கூர்மதி, கல்வி, புலமை, ஞானம் போன்றவற்றின் கடவுளாக ரோமானியர்களால் மட்டுமல்ல, ஒட்டுமொத்த ஐரோப்பியர்களாலும் வழிபடக்கூடிய இறைவி மினர்வா (Minerva). கிரேக்கத்தில் இந்த தேவதையை ஏதெனா (Athena) என்று அழைப்பர். ஏதெனாவின் பெயரால்தான் கிரேக்கத் தலைநகர் ஏதென்ஸ் (Athens) என்று பெயர் பெற்றது. கூடவே அவதரித்த ஆந்தையும் தேவி மினர்வாவின் அம்சமாகவே பார்க்கப்படுகிறது.

கிரேக்க, ரோமானிய நாடுகளில் ஆந்தை என்பது ஆற்றலின் அடையாளம் ஆகும். பழமையான நம்பிக்கைகளில் புதுமையைப் புகுத்தும் இல்லுமினாட்டிகளும் இதன் காரணமாகவே ஆற்றலின் வடிவமான ஆந்தையைத் தங்களின் புராதனச் சின்னமாக வரித்துக் கொண்டனர்.

இல்லுமினாட்டிகளின் முக்கியமான கலந்தாலோசனைகள் நடைபெறும் ரகசிய இடமான வடக்கு கலிபோர்னியாவின் செம்மரக்காட்டின் நடுவில் 2700 ஏக்கரில் பிரமாண்டமாகக் கட்டப்பட்டிருக்கும் 'பொஹீமியன் குரோவ்' (Bohemian Grove) என்ற

மிகப்பெரிய சொகுசு மாளிகையின் பிரதான சின்னம் ஆந்தையின் உருவம்தான்.

மாளிகையின் முகப்பில் செயற்கையாக உருவாக்கப்பட்ட குளம் ஒன்று உள்ளது. குளக்கரையில் 40 அடி உயரத்தில் ஒரு முழு மரத்தை வெட்டாமல் அதில் ஆந்தையின் உருவத்தை அப்படியே செதுக்கியுள்ளனர். நீங்கள் 'பொஹீமியன் குரோவ்'க்குச் சென்றால் இந்த ஆந்தைதான் முதலில் உங்களை வரவேற்கும்.

வருடத்தில் ஒருமுறை இங்கு ரகசிய முறையில் பல வழிபாடுகளும், சடங்குகளும் இல்லுமினாட்டிகளால் நடத்தப்படுகிறது. இதில் கலந்துகொள்ளும் இல்லுமினாட்டி பிரமுகர்களில் ஃபிரீமேசன் குழுவைச் சேர்ந்த (ஜார்ஜ் புஷ், பில் கிளின்டன் உட்பட) அமெரிக்காவின் சில முன்னாள் அதிபர்களும் அடக்கம்.

உலகையே குல நாசத்துக்கு உள்ளாக்கிய இரண்டாம் உலக யுத்தத்தின் அணு ஆயுத உருவாக்கம் பற்றிய செயல்திட்டம் (Manhattan Project) இங்குதான் நடைபெற்றது என்றும் சொல்கிறார்கள். அமெரிக்காவின் அடுத்த அதிபர் யார் என்ற பெருங்குழப்பம் நிலவியபோது, ரொனால்ட் ரீகனும், ரிச்சர்ட் நிக்ஸனும் ரகசிய உடன்படிக்கை செய்துகொண்டதும் இங்குதான் என்கின்றனர் இல்லுமினாட்டிகளை ஆராய்பவர்கள்.

இன்றும் இல்லுமினாட்டிகளுக்கும், 'பொஹீமியன் குரோவ்' க்கும் உள்ள ஒற்றுமையை மறுக்கும் சில முக்கியஸ்தர்கள், 'பொஹீமியன் குரோவ்'வின் ரகசிய வழிபாட்டுக்கும், 40 அடி உயர பிரமாண்ட செம்மர ஆந்தை சிலைக்கும் விளக்கம் தர மறுக்கிறார்கள்.

4. அணையா ஜோதி (தீப்பிழம்பு)

கார்த்திகை மாதத்தின் அண்ணாமலை ஜோதியைப் போல, மார்கழி மாதத்தின் மகர ஜோதியைப் போல, லூசிஃபரின் கையில் எரியும் அணையா ஜோதிதான் உலகை ரட்சிக்கும் ஞான ஒளி என்பது இல்லுமினாட்டிகளின் நம்பிக்கை என்பதை முன்னரே பார்த்தோம். எங்கெல்லாம் ஒரு தேவதை தனது வலது கையில் தீப்பிழம்பைத் தாங்கிய வண்ணம் இருக்கிறதோ அங்கெல்லாம் இல்லுமினாட்டிகள் ஆட்சி புரிகிறார்கள் என்று அர்த்தம்.

டாக்டர் ஸ்டான் மோன்ட்டியத் (Dr Stan Monteith) என்பவர் இல்லுமினாட்டிகளின் சின்னங்களைப் பல ஆண்டுகளுக்கு ஆராய்ச்சி செய்த அறிஞர். அமெரிக்காவின் சுதந்திர தேவி சிலை பழையனவற்றை அழித்து, புதிய உலகத்தைப் படைக்கும் அடையாளமான பாபிலோனின் பேகன் கடவுளின் அம்சம். அது வேறு யாருமல்ல, சாட்ஷாத் நம் லூசிஃபர் தேவியேதான் என்கிறார் டாக்டர் ஸ்டான்.

மார்க் டைஸ் என்ற மற்றொரு பிரபல ஆராய்ச்சியாளரும் இதே கருத்தை மிக ஆழமாக பதிவுசெய்கின்றார். அதுமட்டுமல்லாது, ஒரே விதமான புரட்சியின் மூலம் ஒரே முறையில் மாற்றத்தைக் கண்ட ஃபிரான்ஸ், இந்த சுதந்திர தேவி சிலையை அமெரிக்காவுக்குப் பரிசளித்ததின் பின்னணியில் இருக்கும் ரகசிய நோக்கம் என்ன என்பதையும் இவர்கள் வெளியிட்டுள்ளார்கள். அத்தனையும் பகீர் என்று உங்கள் வயிற்றில் புளியைக் கரைக்கும் நம்ப முடியாத உண்மைகள். அவை என்ன என்பதை பின்னால் பார்ப்போம்.

அமெரிக்காவின் சுதந்திர தேவி சிலையின் கையில் இருக்கும் ஜோதிப் பிழம்பைப் போன்றே வேறொரு முக்கிய சின்னம் உலகத்தை ஆக்கிரமித்திருக்கிறது. அதுதான் ஒலிம்பிக் ஜோதி. ஒலிம்பிக் ஜோதி ஏற்றுகின்ற விழாவும், சடங்குகளும் கிட்டத்தட்ட 'பொஹீமியன் குரோவ்'வின் 40 அடி உயர ஆந்தைச் சிலையின் முன் வருடத்துக்கு ஒருமுறை நடைபெறும் சடங்குகளும் ஒன்றே.

1936ஆம் ஆண்டு அறிமுகப்படுத்தப்பட்ட இந்த ஒலிம்பிக் சடங்குக்குப் பின்னால் இருக்கும் வரலாறு என்ன என்பதை ஆராய்ந்தால் கொஞ்சம் ஒற்றுமை புரியும்.

ப்ரோமிதியஸ் (Prometheus) என்ற கிரேக்கக் கடவுள் மனிதர்களின் பயன்பாட்டுக்கு உதவ நெருப்பையும், உலோகத்தையும் உலகுக்கு வழங்கினார். இயற்கையின் விதியை மீறியதால் ப்ரோமிதியஸ் மீது கடும் கோபமுற்ற தலைமைக் கடவுள் ஜீயஸ் (Zeus)ப்ரோமிதியஸை

ஒரு பாறையில் கட்டிவைத்தார். தினமும் ஒரு கழுகு வந்து ப்ரோமிதியஸின் ஈரலை உணவாகக் கொத்தித் தின்றுவிட்டுச் செல்லும். அன்று இரவே மீண்டும் ப்ரோமிதியஸுக்கு ஈரல் வளர்ந்து, மீண்டும் மறுநாள் கழுகு வந்து கொத்தித் தின்னும். பலநூறு ஆண்டுகள் தொடர்ந்த இந்தத் தண்டனையை நாம் முன்னர் பார்த்த கலைமகள் கடவுளான ஏதெனாதான் ஹெர்குலஸ் (Hercules) என்ற உப கடவுளை அனுப்பி, அந்த கழுகைக் கொன்று ப்ரோமிதியஸைக் காப்பாற்றினார்.

மனிதர்களுக்கு நெருப்பையும் உலோகங்களையும் வழங்கி ஞானம் அளித்ததன் பயனாக இந்தத் தண்டனையை அனுபவித்ததாக மேற்கத்தியர்களால் நம்பப்படுகிற ப்ரோமிதியஸை யார் மறந்தாலும் இல்லுமினாட்டிகள் மறக்கவில்லை. அவரின் தியாகத்தை நினைவு கூறும் விதமாக நெருப்பினால் ஒளியேற்றி, மேலும் பல சடங்குகளுடன் வழிபடும் முறையை இன்றும் இல்லுமினாட்டிகள் ரகசியமாகத் தொடர்கின்றனர். அந்த ஜோதியேற்றும் முறைதான் ஒலிம்பிக் ஜோதி ஏற்றும்போதும் கடைப்பிடிக்கப்படுகிறது, 'பொஹீமியன் குரோவ்'விலும் அதேமுறைதான் பின்பற்றப்படுகிறது.

அமெரிக்காவின் பெருஞ்செல்வந்தரும், இல்லுமினாட்டியின் 13 குடும்பங்களில் முக்கிமானவருமான ராக்ஃபெல்லரின் (Rockefeller) ஸ்டாண்டர்ட் ஆயில் (Standard Oil) நிறுவனத்தின் சின்னமும் இந்த ஜோதிதான். அதுமட்டுமல்ல, நியூயார்க்கில் அமைந்துள்ள அவரது மாபெரும் மாளிகையான 'ராக்பெல்லர் பிளாசா'வின் முகப்பில் 18 அடி உயரத்தில் முழுவதும் வெண்கலத்தால் ஆன ப்ரோமிதியஸின் சிலை இன்றும் காண்பவரின் கண்களைக் கவர்கின்றன.

5. பென்டாக்ராம் டி (Pentagram) (ஐந்து முனைகள் கொண்ட விண்மீன் போன்ற வடிவம்)

அமானுஷ்யங்களுக்கும், மந்திர தந்திரங்களுக்கும் பெயர் பெற்றது இந்த பென்டாக்ராம். மேற்கத்தியர்களால் ஒரு காலத்தில் தீய காரியங்களுக்குப் பயன்படுத்தப்பட்ட முறைக்கு 'பிளாக் மேஜிக்' என்று பெயர். நம்மூர் பில்லி சூனியம் மாதிரி. ஐந்துமுனை வால் கொண்ட நட்சத்திரம் போன்ற வடிவம், இதன் இருமுனைகள் மேல்நோக்கி இருப்பது போன்ற வடிவத்தில் நிறுத்தினால் ஓர் ஆட்டுத்தலையின் உருவம் தெரியும். இது லூசிஃபரின் தலை போன்ற வடிவம். இந்த வடிவம் சாத்தானின் சின்னமாகும். அனைத்து சக்திகளையும் ஒருங்கிணைத்து அளப்பரிய ஆற்றலைக் கொடுக்கும் அமைப்பு இது. ஆடு தன் தலையால் முட்டியே எதிரியை அழிக்கும் தன்மை கொண்டது. அதுபோல், ஆட்டுத்தலை கொண்ட லூசிஃபர் தன் எதிரிகளை இந்த 'பிளாக் மேஜிக்' முறையில் அழிக்கின்றார் என்பதும் ஒரு நம்பிக்கை.

ப்ரோமிதியஸ் சிலை

பண்டைய கால ரகசிய குழுக்களில் முக்கியமான ஒன்றான 'புனித வீரர்கள்' (Knights Templar) குழுவின் சாஸ்திர சம்பிரதாயங்கள் அனைத்தும் இந்த பென்டாக்ராம் வடிவத்தைக் கொண்டு நிகழும் 'பிளாக் மேஜிக்' முறையிலேயே அமைந்திருக்கும். இந்தப் 'புனித வீரர்கள்' குழுவின் வழித்தோன்றல்களான இல்லுமினாட்டிகளும் தாந்திரீக முறை வழிபாட்டுக்கு பெயர்பெற்றவர்களாயிற்றே. ஆதலால் 'பிளாக் மேஜிக்'கின் அம்சமான பென்டாக்ராம் வடிவத்தை இல்லுமினாட்டிகள் தங்கள் சடங்குகளில் பயன்படுத்தவில்லை என்றாலும் இதுவும் ஒரு முக்கியமான குறியீடுதான்.

அதற்கு மிகப்பெரிய உதாரணம் பரப்பளவு அடிப்படையில் உலகின் மிகப்பெரிய கட்டடங்களில் ஒன்றான அமெரிக்க ராணுவத் தலைமையகம் 'பென்டகன்'

6. எண் 666:

சாத்தானுக்கு உகந்த எண், கிறித்தவர்கள் வெறுத்து ஒதுக்கும் எண், பேய்களின் விருப்ப எண் என்றெல்லாம் வர்ணிக்கப்படும் 666 என்பது இல்லுமினாட்டிகளுக்கு மிகவும் அனுகூலமான எண்.

உங்களைச் சுற்றியுள்ள பெரும்பாலான பிம்பங்களில் இந்த 666 என்ற எண்ணின் ஆதிக்கம் இருக்கிறது என்றால் உங்களால் நம்பமுடியுமா? நம்பித்தான் ஆக வேண்டும். கார்ப்பரேட் நிறுவன லோகோக்களில் பெரும்பாலானவையில் 666 என்ற எண் எப்படியும் இடம்பெற்றுவிடும்.

கூகுள் க்ரோம், வோடஃபோன், டாகோ பெல், வால்ட் டிஸ்னி போன்ற பெரிய பெரிய நிறுவனங்கள் அனைத்தும் தனது சின்னத்தில் 666 என்ற எண்ணை நுழைத்திருக்கின்றன.

7. சதுர ஸ்தூபி (அ) தூண்: (Obelisk)

சதுர வடிவத்தில் நீண்டு உயர்ந்து, உச்சியில் கூம்பாக இருக்கும் ராட்சத ஸ்தூபிகளைத் தங்கள் செல்வாக்கின், ஆளுமையின் அடையாளங்களாக உலகின் பல பகுதிகளிலும் அமைத்திருக்கின்றனர் இல்லுமினாட்டிகள். ஸ்தூபிகள் என்றால் கொஞ்ச நஞ்ச உயரம் அல்ல. அருகில் நின்று உச்சியை அண்ணாந்து பார்த்தால் கழுத்து சுளுக்கு நிச்சயம்.

அதில் முதன்மையானது வாஷிங்டனில் அமைந்துள்ள 555 அடி உயர பிரமாண்ட தூண் 'வாஷிங்டன் நினைவகம்'. ஃபிரீமேசன் குழுவின் முக்கியஸ்தரும், அமெரிக்காவின் தந்தையுமான ஜார்ஜ் வாஷிங்டனின் நினைவாக எழுப்பப்பட்ட இந்த நினைவகத்தின் திட்டம் தீட்டப்பட்டது என்னவோ ஜார்ஜ் வாஷிங்டன் அதிபராவதற்கு முன்பு. ஆனால் கட்டி முடிக்கப்பட்டது அதற்கு 100 ஆண்டுகள் கழித்துதான்.

எந்தவொரு இயற்கை சீற்றத்தாலும் அழிக்க முடியாத வகையில் உருவாக்கப்பட்டுள்ளது இந்த பிரமாண்ட உயரம் கொண்ட தூண். ஒருமுறை விர்ஜினியா மாகாணத்தில் மிகப்பெரிய நிலநடுக்கம் ஏற்பட்டது. இந்த ஸ்தூபி அமைந்துள்ள இடத்தில் 5.8 ரிக்டர் அளவுக்கு பூகம்பம் பதிவானது. ஆனால் தூணுக்கு சிறு கீறல் கூட விழவில்லை. வானளாவிய கம்பீரமாக அசராமல் நின்றது. இத்தனைக்கும் சுற்றுலா வந்தவர்கள் பலர் தூணுக்கு உள்ளே இருந்தனர், ஆனால் அவர்கள் எதையுமே உணரவில்லை என்பது இன்னும் மர்மமான ஓர் அதிசயம்தான்.

இதேபோல் லண்டனில் அமைந்துள்ள 'கிளியோபாட்ரா நீடில்' (Cleopatra Needle), வாடிகன் சிட்டியில் அமைந்துள்ள 'செயின்ட் பீட்டர் ஸ்கொயர்' போன்றவை உலகின் பிற மதங்களின் மீது இல்லுமினாட்டிகளுக்கு இருக்கும் ஆளுமையை எடுத்துரைக்கும்.

இந்த வானளவுக்கு உயர்ந்த சதுரத் தூண்கள் அனைத்தையும் விமானத்தில் இருந்தோ, அல்லது பறவையின் கோணத்தில் இருந்தோ கண்டால், அந்த சதுரமே கோள வடிவத்திலும், நடுவில் கூம்பாக இருக்கும் உச்சி ஒரு புள்ளி போலவும் இருக்கும். அதாவது, 'ஒற்றைக் கண்'ணின் வடிவத்தில் இருக்கும் என்கிறார் இல்லுமினாட்டிகளின் ஆராய்ச்சியாளர் டாக்டர் ஸ்டான் மோன்ட்டியத். அவர் குறிப்பிட்டுள்ளதில் கவனிக்கப் படவேண்டியது, எல்லா சதுர ஸ்தூபிகளிலும் இந்த ஒற்றைக் கண் கோணம் தெரிவதில்லை. இல்லுமினாட்டிகளுடன் தொடர்புடையதாகக் கருதப்படும் சில ஸ்தூபிகளிலும், அவர்களால் எழுப்பப்பட்ட ஸ்தூபிகளிலும் மட்டுமே இந்த ஒற்றைக் கண் கோணம் தெரிகிறது.

தனித்தனியாகப் பார்த்த இந்த இல்லுமினாட்டிகளின் ஒட்டுமொத்த சின்னங்களும், குறியீடுகளும் ஒரே இடத்தில் குவிந்து இருக்கின்றன. அந்த ஒன்று தினமும் நம் தலையெழுத்தைத் தீர்மானிக்கும் ஒன்றாகவும், ஒவ்வொரு நிமிடமும் லட்சோப லட்சம் மக்களின் கண்களில் படுமாறும், கைகளில் புழங்குமாறும், உலகின் அத்தனை நாடுகளின் அன்றாட நடவடிக்கைகளையும் பொருளாதாரத்தையும், வளர்ச்சி மற்றும் வீழ்ச்சியைத் தீர்மானிக்கும் ஒன்றாகவும் இருக்கிறது.

அது, அமெரிக்காவின் ஒற்றை டாலர் நோட்டு.

07

சிகப்புக் கேடய சகாப்தம்.. பராக்! பராக்!

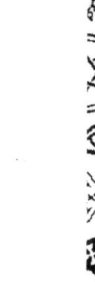

வீரமும் வேண்டாம், மதமும் வேண்டாம். இந்த உலகை அடிமையாக்க வேறொரு புதிய, நிலையான, நிரந்தரமான ஆயுதம் ஒன்றை ராத்சைல்ட்கள் கேடயமாகப் பயன்படுத்தினர்

உங்கள் பார்வையில் இன்று உலகம் முன்னேற்றப் பாதையில் சென்றுகொண்டிருக்கிறதோ, இல்லை, கொஞ்சம் கொஞ்சமாகச் சிதைந்து கொண்டிருக்கிறதோ, எதுவாக இருந்தாலும் சரி. கடந்த ஐந்நூறு ஆண்டு கால வரலாற்றில் அவற்றுக்கு காரணமானவர்கள் யார் யார் என்று ஒரு பட்டியல் போட்டால், அதில் முதல் மூன்று இடத்தைப் பிடிப்பவர்களுள் முக்கியமானவர் திருவாளர் 'ராத்சைல்ட்' (Rothschild).

யார் இந்த ராத்சைல்ட் என்ற கேள்விக்குப் பெரிய தலையணை அளவுக்குப் புத்தகமே போடலாம். ஒரே வரியில் சொல்லவேண்டும் என்றால், உங்கள் கைகளில் புழங்கும் காசு, சில்லறையாகவோ, ரூபாயாகவோ, டாலராகவோ இருந்தாலும் சரி, காசோலையாக, வரைவுக் காசோலையாக, இருந்தாலும் சரி, கடன் அட்டை, பண அட்டை என எந்த வடிவத்தில் இருந்தாலும் சரி, அதன் மதிப்பு என்ன , எப்படி இருக்க வேண்டும் என்ற தலையெழுத்தை மாற்றி எழுதி வைத்த பண உலக பிரம்மாதான் இந்த ராத்சைல்ட் .

உலகை நன்றாகவே திருப்பிப் போட்டவர் என்ற பெருமை அவரையே சாரும்.

வருடா வருடம் ஃபோர்ப்ஸ் (Forbes) என்கிற கருத்துக் கணிப்பு நிறுவனம் உலகப் பணக்காரர்களின் பட்டியலை வெளியிடும். நாமும் அவர்கள்தான் நிஜப் பணக்காரர்கள் என்றும் அவர்களின் நிறுவனங்கள்தான் நடப்பு வர்த்தகத்தையும் பொருளாதாரத்தையும் முடிவு செய்கின்றன என்றும் தொடர்ந்து நம்பிக் கொண்டே இருக்கிறோம். ஆனால், ஃபோர்ப்ஸ் மட்டுமல்ல, எந்தவொரு பணக்காரர்களின் கருத்துக் கணிப்பிலும் ஒரு சில உண்மையான பணக்காரர்களின் பெயர்கள் இடம்பெற்றதே இல்லை. இடம்பெற அவர்கள் அனுமதிப்பதுமில்லை என்பதே உண்மை.

நீங்கள் நினைப்பதுபோல மைக்ரோசாஃப்டின் பில் கேட்ஸோ, ஃபேஸ்புக்கின் மார்க் ஸக்கர்பர்க்கோ, ரிலையன்ஸ் அம்பானிகளோ உண்மையிலேயே உலகின் மிகப்பெரிய பணக்காரர்கள் இல்லை.

ராத்சைல்ட், ராக்ஃபெல்லர், இங்கிலாந்து ராணி போன்றவர்களின் சொத்து மதிப்பைக் கணக்கிட்டால் கடலில் அள்ளிய கைப்பிடி நீரைப் போன்றதுதான் நம்முடைய அம்பானிகளின் சொத்து மதிப்பு.

ஆதி மனிதன் கிடைப்பதை உண்டு உயிர் வாழ்ந்தான். பின் வேட்டையாடி உண்ணப் பழகினான். பின் வேட்டையாடியதைச் சமைத்து உண்ணப் பழகினான். பின் ஆறாம் அறிவு முளைத்ததன் பயனாக இயற்கை வளங்களையும், பொருட்களையும் தேடிப் போய்ச் சேகரித்தான். பின்னர், தான் சேகரித்தவற்றில் தன்னுடைய அன்றாடத் தேவை போக எஞ்சியதை அடுத்தவருக்குக் கொடுத்தான். பதிலாக, அவர் சேகரித்து வைத்திருக்கும் பொருட்களில் தனக்குத் தேவையானதைப் பெற்றுக்கொண்டான்.

அதாவது, ஒருவன் பயிரை உழுது நெல்லை விளைவிக்கிறான். இன்னொருவன் மாடு வளர்க்கும் வழக்கத்தை உடையவன். முதலாமவன் தான் விளைவித்த நெல்லில் தனக்குப் போக மீதி நெல்லை இரண்டாமவனிடம் கொடுத்துவிட்டு அவனிடம் இருக்கும் மாடுகளில் ஒன்றைப் பெற்றுக் கொள்கிறான். இரண்டாமவனின் தேவைக்கு நெல் கிடைத்துவிட்டது, ஆனால் துணிமணிகள் வேண்டும். ஆடைகள், செருப்புகள் தயாரிக்கும் மூன்றாவது மனிதனுக்கு தான் வளர்த்த மாடுகளில் முதலாமவனுக்கு கொடுத்தது போலவே, இன்னொரு மாட்டைக் கொடுத்து வேண்டிய ஆடைகளை பெற்றுக் கொள்கிறான். இதற்குப் பெயர்தான் பண்டமாற்று முறை.

காலப்போக்கில் இந்த பண்டமாற்று முறையில் மிகப்பெரிய ஓட்டை ஒன்று விழுந்தது. நாகரிகம் வளர வளர, மக்களின் தேவைகள் பெருகிக் கொண்டே சென்றன.

நம்மிடம் பொருள் வாங்குபவரிடம் நமக்குத் தேவையான பொருட்கள் இருக்க வேண்டிய அவசியமில்லை. அதாவது, முதலாமவனுக்கு மாட்டின் தேவை இருந்தது, ஆனால் மாடு வைத்திருக்கும் இரண்டாமவனுக்கு நெல்லின் தேவை இல்லாமல் போனது. ஆனால் ஆடை தேவைப்பட்டது. அதேபோல ஆடைகள் உருவாக்கும் மூன்றாமவனுக்கு மாடும் தேவைப்படவில்லை, நெல்லும் தேவைப்படவில்லை. மாறாக, கோதுமை தேவைப்பட்டது.

இந்தக் குறையை நிவர்த்தி செய்ய ஒரு பொதுவான கொள்கைக்கு உடன்பட்டார்கள். எல்லோரிடமும் இருக்கும் பொதுவான ஒரு பொருளைக் கொடுத்து அதற்குச் சமமான வேறொரு பொருளைப் பெற்றுக்கொள்ளலாம். ஆனால் அது அவ்வளவு எளிதில் கிடைக்கும் பொருளாகவோ, சுலபமாக தயாரிக்கும் பொருளாகவோ இருந்துவிடக்கூடாது. பிறகு மக்களே அதைத் தங்கள் இஷ்டத்துக்குத் தயாரித்துப் புழங்க ஆரம்பித்தால், கட்டுப்பாடே இல்லாமல் போய்விடும். அதுதான் அப்போது நடந்துகொண்டும் இருந்தது. பார்த்தார்கள், மக்களிடமே பொறுப்பைக் கொடுத்தால் சரியாக வராது என்பதை முடிவு செய்து, ஒரு கட்டத்துக்கு மேல் அரசாங்கமே அந்தப் பொருள் என்ன என்பதை நிர்ணயம் செய்தது. மக்களுக்கு எளிதில் அது கிடைக்கக்கூடாது, அவர்களால் எளிதில் தயாரிப்பதும் இயலாத காரியமாக இருக்கவேண்டும். அதேசமயம், அது எல்லோரிடமும் இருக்க வேண்டும். என்ன செய்யலாம்?

இறுதியாக ஒரு முடிவு எடுத்தனர். அந்தந்த அரசால் மட்டுமே கட்டுப்படுத்தக்கூடிய பொருட்களான செம்பு, பித்தளை, வெள்ளி, குறிப்பிட்ட வகை கடல் சங்குகள், அரிய வகைக் கற்கள் என அனைத்தையும் அரசாங்கமே சரிசமமாக விநியோகிக்க ஆரம்பித்தது. இந்தப் பொது விதியால்தான் பல அரிய வகைக் கற்களான வைரம், வைடூரியம், ரத்தினம் போன்றவற்றைத் தயாரிக்கும் பழக்கம் மனிதனுக்கு உருவானது. தயாரிப்புச் செலவுக்கு ஏற்ப அவற்றின் பொது மதிப்பு அந்தந்த நாட்டின் அரசால் நிர்ணயிக்கப்பட்டு பயன்படுத்தப்பட்டது. பெரும் பயணம் செல்பவர்கள் எல்லாம் சற்று அதிக மதிப்பு கொண்ட தங்கத்தையும், இந்த அரிய வகை உலோகங்களையும் பயன்படுத்தினர்.

பண்டமாற்று முறைக்கு பின் உலோகத்தைப் பொது நாணயமாக உபயோகிக்கும் இந்த முறைதான் நீண்ட காலத்துக்குப் புழக்கத்தில் இருந்தது. சராசரியாக இரண்டாயிரம் வருடங்கள் எனலாம்.

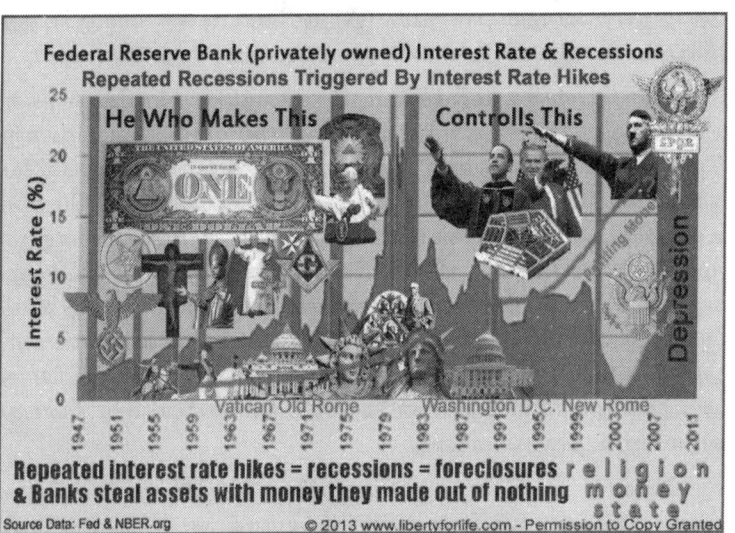

எவ்வளவோ விஞ்ஞான மாற்றங்கள் நிகழ்ந்த போதிலும், இந்த உலோக நாணய முறையில் பெரிய மாற்றம் எதுவும் வரவில்லை. ஏன் என்றால் உலகம் முழுக்க இருக்கும் பொதுவான, மதிப்பு மிக்க பொருள்களாக இந்த செம்பு, பித்தளை, வெள்ளி, தங்கம் போன்ற உலோகங்கள்தான் பார்க்கப்பட்டன. இதை மாற்றும் முயற்சிகள் யாவும் இறுதியில் பலனளிக்காமல்தான் முடிந்தன, ராத்சைல்ட் என்ற அதிசய மாமேதை பிறக்கும் வரை.

நிறைய பேருக்கு உண்மையில் பணம் என்றால் என்ன, அது எப்படி உருவாகிறது, எந்த அளவுகோளில் சமுதாயத்தில் புழக்கத்துக்கு விடப்படுகிறது என்ற அடிப்படை புரிதல் எல்லாம் இருப்பதில்லை. புரிந்துகொள்ளவும் முயல்வதில்லை. அதன் அமைப்பு, முறை, கணக்கு எல்லாம் சிக்கலானது என்ற எண்ணத்தில் அவற்றை ஒதுக்கி விடுவோம். அல்லது அவற்றிடமிருந்து ஒதுங்கிவிடுவோம். உண்மையில், இந்த விவகாரம் ஓரளவுக்குச் சிக்கலானதுதான். ஆராய ஆரம்பித்தால் நமக்கு ஜீரணமாவதே கஷ்டமாகிவிடும். ஆனால் பணம், பொருளாதாரத்தின் நதிமூலம், ரிஷிமூலம் ஒன்றும் புரிந்துகொள்வதற்கு அவ்வளவு கடினமானவை அல்ல.

பலர் இப்படிச் சொல்வதைக் கேட்டிருப்பீர்கள். எதிர்காலத்தில் நடுத்தர வர்க்கம் என்ற ஒன்றே இல்லாமல் போகும். பணக்காரன், ஏழை என்ற இரண்டே வர்க்கம்தான் இருக்கும். ஒன்று ஆள்பவர்கள், இன்னொன்று ஆளப்படுகிறவர்கள்.

இல்லுமினாட்டிகளும், அவர்களுக்கு ஆதரவளிப்பவர்களும் முதல் வர்க்கம் என்பதைச் சொல்ல வேண்டிய அவசியமில்லை.

அதை நிறைவேற்றும் பாதையில் இல்லுமினாட்டிகள் கண்டுபிடித்த மிகப்பெரிய ஆயுதம்தான் பணமும், பணம் சார்ந்த யாவையும்.

வீரம் பெரிதாக மதிக்கப்பட்ட காலத்தில் வீரமிக்கவர்கள் உலகை ஆள நினைத்தனர். அதற்கான பல முயற்சிகள் வரலாறு நெடுக நாம் படித்ததுண்டு. அனைவரும் வந்த வேகத்திலேயே காணாமல் போயினர். யாராலும் நின்று நிலைத்து ஒட்டுமொத்த உலகையும் ஒற்றைக் குடையின்கீழ் ஆள முடியாமல் போனதற்கு முக்கியக் காரணம், அவர்களின் ஆயுளுக்குப் பிறகு அதை எடுத்துச் செல்ல அவர்களின் வாரிசுகளுக்கு அதே அளவு வீரம் இருந்திருக்கவில்லை. மிகச்சிறந்த உதாரணம் அலெக்ஸாண்டர், அகிலிஸ், ஹெர்குலஸ், போன்ற மாவீரர்களும், பெயர் தெரியாத அவர்களது வாரிசுகளும். எனவே, வீரம் நிலையானதல்ல என்பது வரலாற்றில் நிரூபணமானது.

பின்னர் மதம் வந்தது. மதத்தின் பெயரால் மக்களை பயமுறுத்தியும், நம்பிக்கையின் பெயரால் கட்டுப்படுத்தியும் ஒருசில வர்க்கம் தமது ஆளுமையைப் புகுத்தியது. ஆனால் அதுவும் நிலைக்கவில்லை, அதே மதத்தைச் சேர்ந்த பலர், பல கிளைகளை உருவாக்கி ஆதி மதத்தையே மறக்கடித்து, தாம் உருவாக்கிய மதத்தை ஆளும் மார்க்கமாகப் பரப்ப ஆரம்பித்தனர். ஆனால் இந்தக் கிளை மதங்கள் சகட்டுமேனிக்கு உருவாகி, எந்த மதம் உண்மையானது, எந்தக் கடவுள் பெரியவர் என ஒருவருக்கொருவர் அடித்துக் கொள்ள ஆரம்பித்தனர். இந்தச் சண்டையில் இவர்களின் உண்மையான நோக்கமான உலகை ஒற்றைக் குடையின்கீழ் கொண்டு வரும் எண்ணம் பகற்கனவாகிப் போனதும் வரலாற்றில் நிரூபணமானது.

எல்லாவற்றையும் இல்லுமினாட்டிகள் பார்த்தனர். வீரமும் வேண்டாம், மதமும் வேண்டாம். நேரடியாக யாரிடமும் போய், ‘நாளை முதல் நீ என் அடிமை, நான்தான் உன்னை ஆளப்போகிறேன்’ என்று சொன்னால் மூக்கு உடைவது உறுதி. அடுத்தவரை அடிமையாக்க ஒரு புதிய, நிலையான, நிரந்தரமான ஆயுதம் ஒன்றைத் தேடினர். உலகம் முழுக்க இருக்கும் மக்கள் எந்தெந்த விஷயங்களில் ஒரே மாதிரி சிந்திக்கின்றனர், ஒன்றுபோலச் செயல்படுகின்றனர் என ஆராய்ந்தனர். அனைவரின் அத்தியாவசியத் தேவையும் என்ன என்பது புரிந்தது. இந்த பூமி முழுவதும் ஒரே விஷயத்துக்காகத்தான் ஓயாமல் இயங்குகிறது என்பதும் தெளிவாகப்புரிந்தது. தங்களின் பணியை எங்கிருந்து தொடங்க வேண்டும் என்ற ஞானம் பிறந்தது.

அதுதான் ‘காசு, பணம், துட்டு, மணி’

இந்த நீண்ட நெடிய கடினமான பணியை லூஸிஃபருக்குத் தேங்காய் உடைத்து, ரிப்பன் வெட்டி, பிள்ளையார் சுழி போட்டுத் தொடங்கியவர்தான் 'ஆதம் வேஸ்ஹாப்த்தின்' நெருங்கிய நண்பரும், இல்லுமினாட்டிகளின் பிதாமகருமான 'மேயர் ஆம்ஷெல் பேயர்' Meyer Amschel Bauer) என்கிற ''ராத்சைல்ட்'.

எல்லாம் சரி, யார் இந்த ராத்சைல்ட், உலகப் பொருளாதாரம் எப்படி இவருடைய கைக்குள் வந்தது, எல்லாம் எங்கிருந்து ஆரம்பமானது, இன்னமும் எப்படித் தொடர்கிறது?

1743 இல் ஜெர்மனியின் ஃபிராங்க்ஃபர்ட் நகரில் 'ஆம்ஷெல் மோசஸ் பேயர்' என்ற பொற்கொல்லர் தனது வீட்டிலேயே தன் தொழிலையும் தொடங்கினார். பொருளாதார நுணுக்கங்கள் தெரிந்த வித்தைக்காரரர். தொழில் ஓரளவுக்குச் சிறப்பாகவே சென்றது. இவரது கதை அவ்வளவே. ஏனெனில் இவர் நம் கதாநாயகன் அல்ல. ஆனால் இவர் செய்த இரண்டு காரியங்கள்தான் இந்த புத்தகத்துக்கான ஆணி வேர்.

ஒன்று, இவர் பெற்றெடுத்த தங்கமகன் 'மேயர் ஆம்ஷெல் பேயர்' (Meyer Amschel Bauer), பின்னாளில் உண்மையிலேயே தங்கமகனாக உயர்ந்தவர். நாம் 'மேயர் ஆம்ஷெல்' என்றே நினைவில் கொள்வோம். இன்னொன்று, இவரது வீட்டுக் கதவில் இவர் செதுக்கி வைத்த பாரம்பரியமிக்க மரபுச் சின்னமான சிகப்புக் கேடயம்.

மேயர் ஆம்ஷெல் சிறு வயதிலிருந்தே அபரிமிதமான அறிவாற்றலைக் கொண்டிருந்தார். மிகச்சிறிய வயதிலேயே மகனின் வயதுக்கு மீறிய புத்திக்கூர்மையை உணர்ந்த இவரது தந்தை, அதை வீணடிக்காமல் தனக்குத் தெரிந்த அத்தனை வித்தைகளையும் மகனுக்குக் கற்றுக் கொடுத்தார். முக்கியமாக, பொருளாதாரத்தைப் பற்றியும் தங்கத்தின் பயன்பாடு பற்றியும் பல நுணுக்கங்களைச் சொல்லிக்கொடுத்தார்.

துரதிருஷ்டவசமாக 1755இல் தந்தை உயிரிழக்க, தனது பன்னிரண்டாவது வயதில் ஹானோவர் என்ற ஊரின் பண்ணையாரிடம் வேலைக்குச் சேர்ந்தார் மேயர் ஆம்ஷெல். பண்ணையார் கொஞ்சம் செல்வாக்கு வாய்ந்தவர். அரசு வட்டாரத்தில் பலரிடம் நட்பில் இருந்தவர். தனது திறமையின் மூலம் பண்ணையாருக்கு மிகவும் பிடித்த வேலையாளாக மாறியதால், மேயர் ஆம்ஷெல்லுக்கும் அரசுத் தரப்பில் பலரிடம் நெருங்கிப்பழகும் வாய்ப்பு கிடைத்தது.

சிறுவயதிலேயே சிறந்த புத்திக்கூர்மை கொண்ட மேயர் ஆம்ஷெல் அதை நன்றாகப் பயன்படுத்தினார். பண்ணையாரின் நண்பர்களுள்

ஒருவர் ஜெனரல் 'வான் ஸ்டார்ஃப்'. இளவரசர் வில்லியமின் அரசாங்க அந்தரங்கத் தூதுவர்களில் முக்கியமான அதிகாரி. பொருளாதாரத்தின் மீது மேயர் ஆம்ஷெல் கொண்டிருக்கும் ஆளுமையையும் திறமையையும் வெகுவாக உணர்ந்து கொண்ட வான் ஸ்டார்ஃப், இளவரசர் வில்லியமிடம் ஆம்ஷெல்லை அறிமுகப்படுத்திவைத்தார்.

தனக்கான வாய்ப்புகளைத் தானே உருவாக்கும் வல்லமை கொண்ட மேயர் ஆம்ஷெல் இப்படித் தானாக கூரையைப் பிய்த்துக் கொட்டும் வரப்பிரசாதத்தை வீணடிப்பாரா? அன்று ஆரம்பமானது ஏறுமுகம். இளவரசர் வில்லியமின் அறிவிக்கப்படாத அந்தரங்கப் பொருளாதார ஆலோசகராக ஆம்ஷெல் மாறினார்

ஃப்ராங்க்ஃபர்ட் நகரில் தனது தந்தையின் வீட்டை மீட்டெடுத்து, தூசி தட்டிப் புத்துயிர் அளித்தார். அத்தோடு சேர்ந்து, வீட்டுக் கதவில் பொறிக்கப்பட்டிருந்த பாரம்பரிய சின்னமான 'சிகப்பு கேடயமும்' புதுப்பிக்கப்பட்டது.

சிகப்பு கேடயம் என்றால் சாதாரணமாக அல்ல, இரட்டைத் தலை கொண்டு, பறந்து விரிந்த இறக்கைகளுடன் கம்பீரமாகக் காட்சி தரும் கழுகு, தன் உச்சியில் பேரரசனின் தலைமைக் கிரீடத்துடன், ஒரு காலில் செங்கோலையும், மறுகாலில் புனித பாத்திரத்தையும், இடையில் ஒரு வேல் ஏந்திய குதிரை வீரனின் உருவமும் பொறிக்கப்பட்ட அந்த சிகப்பு கேடயமும், மதிக் கூர்மையும்தான் மேயர் ஆம்ஷெல்லின் தந்தை அவருக்காக விட்டுச் சென்ற சொத்துகள்.

பண்டைய ரோமானியப் பேரரசின் சின்னம்தான் இந்த இரட்டைத் தலை கழுகு. ஃப்ரீமேசன் குழுவின் வெற்றிச் சின்னமும் இதுதான். ரோமானிய அரசர்களின் இந்தச் சின்னத்தை உடையவர்கள் உலகை ஆளப்பிறந்தவர்கள் என்பது நம்பிக்கை.

அதே வீட்டில் தனது பூர்வீகத் தொழிலான பொற்கொல்லர் தொழிலை மிகப்பெரிய அளவில் தொடங்கினார் மேயர் ஆம்ஷெல். சிகப்பு கேடயம் பொறிக்கப்பட்ட வீடுதான் அவரது தொழிலின் அடையாளமாகவும் இருந்தது. சிகப்பு கேடயம் என்பது ஆங்கிலத்தில் Red Shield என்றும் ஜெர்மனில் (Roth Schild) என்றும் அழைக்கப்படும். மக்களும் 'ராத்சைல்ட்டின் இல்லம்' (The House of Rothschild) என்றே அழைக்க ஆரம்பித்தனர்.

தனது பாரம்பரிய வீட்டில் பாரம்பரிய பொற்கொல்லன் தொழிலைத் தொடங்கிய 'மேயர் ஆம்ஷெல் பேயர்', குறுகிய காலத்திலேயே பேயர் என்ற குடும்பப் பெயர் மறைந்து 'மேயர் ஆம்ஷெல் ராத்சைல்ட்' என்றே அழைக்கப்பட்டார். இந்த ஒட்டுமொத்த உலகிலும் 'ராத்சைல்ட்' என்கிற பெயர்

கொண்டவர்கள் இவரின் வம்சாவளியாக மட்டுமே இருப்பர். வேறு யாருக்கும் இந்தக் குடும்பப் பெயர் கிடையாது.

வெறும் தங்கத்தை மட்டும் வைத்து தொழில் செய்தால் இறுதிவரை வெறும் பொற்கொல்லனாக மட்டுமே இருக்க முடியும் என்பதை நன்கு உணர்ந்திருந்த மேயர் ராத்சைல்ட், தன்னுடைய தொழில் வட்டத்தை விரிவுபடுத்தினார். தங்கத்துடன் சேர்த்து அரிய வகைக் கற்களைத் தேடிப் பிடித்து, அதனை செல்வமாக உருவாக்க ஆரம்பித்தார். பதக்கங்கள், கலைப் பொருட்கள், செப்புப் பட்டயங்கள், ராஜ வம்சத்து அலங்கார ஆபரணங்கள் என தொழில் விரிவடைந்து கொண்டே சென்றது.

அன்றைய காலகட்டத்தில் பொருளாதார ரீதியாக ராத்சைல்ட் பெரியளவில் அங்கீகரிக்கப்பட்டிருந்தாலும், மத ரீதியில் அவர் ஒரு தாழ்த்தப்பட்டவராகவே பார்க்கப்பட்டார். ஏனெனில், ராத்சைல்ட் ஒரு யூதர்.

அப்போதைய ஜெர்மனியின் ஆட்சியதிகாரம் கிறித்தவ மதகுருமார்களின் கைகளில் இருந்தது. கிறித்தவர்கள் தங்களின் நடைமுறைக் கொள்கைகளுக்கு மாறாக யார் இருந்தாலும் (ஏன், இருப்பதற்கு நினைத்தாலும்) கண்ணை மூடிக்கொண்டு அவர்களை சிரச்சேதம் செய்துவிடும் வழக்கம் கொண்ட காலகட்டம் அது.

தான் ஒரு யூதன் என்பதாலேயே சக மனிதனாக, சரியாக அங்கீகரிக்கப்படாமல், இளம் வயதிலேயே மனரீதியான பல கொடுமைகளுக்கு உள்ளானவர் ராத்சைல்ட். ஆனால் நாட்டில் செல்வத்தின் மதிப்பு பிச்சைக்காரனையும் பீதாம்பரக் கட்டிலில் உட்கார வைக்கும் என்ற உண்மையை வெகு இளம் வயதிலேயே உணர்ந்தார். பொருளாதாரச் சந்தையில் எல்லைகளே இல்லாமல் பறக்க ஆரம்பித்தார்.

ஆனால் சிறு வயதில் தனக்கு ஏற்பட்டகொடுமைகள் எதையும் மறக்கவில்லை. அத்தனையும் வெறியாக மாறின. இந்த உலகத்தையே தனது சுண்டு விரல் அசைவில் ஆட்டிப்படைக்கவும், ஆட்சியாளர்கள் அத்தனை பேரையும் தனது கண்ணசைவில் கட்டுக்குள் வைத்திருக்கவும் கனவு காண ஆரம்பித்தார். வெறும் பகற்கனவாக அல்லாமல், அதைச் செயல்படுத்தத் தேவையான அத்தனை வழிகளையும் கையாண்டார்.

இந்த நேரத்தில்தான் கிறித்தவ மதகுருமார்களால் மதத்தின் எதிரியென அடையாளப்படுத்தப்பட்டு, தேடப்பட்டுவந்த புரட்சியாளர் 'ஆதம் வேஸ்ஹாப்த்தின்' நட்பு கிடைத்தது. இருவரின் பாதையும் வெவ்வேறு கோணத்தில் இருந்தாலும் நோக்கம் ஒன்றாக இருந்தது.

➤ சிகப்பு கேடயம் ராத்சைல்ட் குறியீடு

இந்த உலகத்தையே தனது காலடியில் கொண்டு வர வேண்டும். மிகத்தீவிரமான, தெளிவான, திட்டமிட்ட, திடமான ஓர் இலக்கை இருவரும் லட்சியமாகக் கொண்டிருந்தனர். இந்த லட்சிய வெறிதான் இவர்கள் இருவரையும் இணைத்தது.

லட்சியத்தை அடைய இருவரும் ஒரு ரகசிய உடன்படிக்கைக்கு வந்தனர். இருவரின் சக்தியும் திறமையும் வேறு வேறு. பரவலாக வெளியுலகுக்குத் தெரியாமல் அவரவர் பாதையில் இலக்கை நோக்கிக் கொஞ்சம் கொஞ்சமாக முன்னேற வேண்டும். எக்காரணத்தைக் கொண்டும் குறிக்கோளில் இருந்து விலகக் கூடாது. எத்தனை பெற்றாலும் சரி, எத்தனை இழந்தாலும் சரி, எத்தனைத் தலைமுறைகள் ஆனாலும் சரி.

ஆதம் வேஸ்ஹாப்த்தின் இல்லுமினாட்டி குழுவில் மிக முக்கியமானவராக உருவெடுத்தார் ராத்சைல்ட். அபாரமான, கூர்மையான மதியாற்றல் கொண்ட மேயர் ஆம்ஷெல் ராத்சைல்ட்டின் பொருளாதார மூளை ஒளியின் வேகத்துக்கு இணையாக வேலை செய்ய ஆரம்பித்தது. விளைவு,

ராத்சைல்ட்டின் எண்ணப்படியே அவரது சுண்டு விரல் அசைவுக்கு ஏற்ப இந்த பூமியே தனது சுழற்சியை மாற்றிக்கொள்ள ஆரம்பித்திருந்தது.

08

காசேதான் கடவுளடா !

நவீனகால கரன்ஸி நோட்டுகளின் முதல் விதையை ஜெர்மனியின் நகரங்களில் வெகு லாவகமாக விதைத்ததன்பின், "இனி நீதிமன்றமோ, வேறு எந்தப் பொது நிறுவனமோ, பொதுச்சபையோ 'ஹவுஸ் ஆஃப் ராத்சைல்ட்டின்' சொத்துமதிப்பு என்ன, அதிகாரம் என்ன என்று அளவிடக் கூடாது" என்று ஆணை யிட்டார் ராத்சைல்ட்.

பொற்கொல்லர் தொழிலில் ஈட்டிய லாபத்தின் முக்கால்வாசி பகுதியைப் பிறருக்கு கடனாகக் கொடுக்க ஆரம்பித்தார் ராத்சைல்ட். நகரின் முக்கிய செல்வந்தர்கள் அனைவருக்கும் கடன் கொடுக்கும் அளவுக்கு பெரும் செல்வந்தராக உயர்ந்தார். கொடுக்கும் கடனுக்கு வட்டியாக ஒரு தொகையையும் பெற்றுக்கொண்டார். இது வழக்கமாக எல்லா செல்வந்தர்களும் பின்பற்றிய ஒன்றுதான். ஆனால் ராத்சைல்ட் சற்றே மாறுபட்டுச் செயல்பட்டார்.

அப்பொழுது தங்கம் மிகப்பெரிய சொத்தாகப் பார்க்கப்பட்டது (இன்றும்தான்). ஆனால் மக்களிடம் இருக்கும் தங்கத்துக்குப் பெரியளவில் பாதுகாப்பு இல்லை. திருட்டு, வழிப்பறி, கொள்ளை என்று எந்நேரமும் மக்கள் மடியில் தங்கத்தோடு சேர்த்துப் பயத்தையும் கட்டிக்கொண்டே சுற்றிய காலகட்டம். முக்கியமாக, வேலை, வியாபார நிமித்தமாக வெளியூர் செல்வோர் இதன் காரணமாகவே பல இன்னல்களைச் சந்திக்க வேண்டிய நிலை.

பவேரியா ஜெர்மனியில் சட்டம் ஒழுங்கு என்றால் கிலோ எவ்வளவு என்கிற அளவில்தான் இருந்தது. அதிலும் கொஞ்சம் பார்க்கும் அளவுக்கு செல்வம் வைத்திருப்பவர் என்றால் கேட்கவே வேண்டாம். எந்த நேரத்திலும் தங்கள் உடைமை பிறரால் கொள்ளை அடிக்கப்படும் என்ற அபாயத்துடனேயே மக்கள் இருந்துவந்தனர்.

எல்லாவற்றையும் செல்வமாக மாற்றவிரும்பும் ராத்சைல்ட்டின் வர்த்தக மூளை இதையும் பயன்படுத்திக் கொள்வதற்குத் தவறவில்லை. நல்ல சுபமுகூர்த்த தினமாகப் பார்த்து ஓர் அறிவிப்பை வெளியிட்டார்.

'வெளியூர் செல்லும் மக்கள் தங்களின் தங்கத்தை பாதுகாப்புக்காக என்னிடம் கொடுத்து வைக்கலாம். எவ்வளவு காலம் வேண்டுமானாலும் அவர்களின் தங்கம் பாதுகாக்கப்படும். இந்தப் பணிக்கு ஒரு சிறு தொகை மட்டும் கட்டணமாகப் பெறப்படும்'.

மக்களின் காதுகளில் ராத்சைல்ட்டின் இந்த அறிவிப்பு இன்பத்தேனாக வந்து பாய்ந்தது. வியாபார நிமித்தமாக வெளியூர், வெளிநாடுகள் செல்பவர்கள் மட்டுமின்றி, சுற்றுலா செல்பவர்கள், தாற்காலிகமாக வெளியூர் செல்பவர்கள் என அனைவரும் ராத்சைல்ட்டிடம் தமது தங்கத்தை ஒப்படைத்துச் சென்றனர்.

நாளடைவில் தங்கம் மட்டுமின்றி, அவர்களிடம் உள்ள விலைமதிப்பு மிக்க பொருட்களையும் கொடுத்துச் செல்ல ஆரம்பித்தனர். ராத்சைல்ட்டுக்கு அரசாங்க அலுவலர்கள் மத்தியில் இருந்த செல்வாக்கும், அவரிடம் வேலைக்கு இருந்த திறமையான காவலர்களும், மக்கள் மத்தியில் அவர் பெற்றிருந்த 'நேர்மையானவர்' என்ற பிம்பமும் இந்தப் பணியை அடுத்தடுத்த கட்டங்களுக்கு எடுத்துச் சென்றன.

மக்கள் கொடுத்துச் செல்லும் பொருட்களுக்கு பதில் அடையாளமாக ராத்சைல்ட் தனதுசிகப்புக் கேடய முத்திரை பதித்த ஒரு ரசீதைக் கொடுக்கும் வழக்கத்தை உண்டாக்கினார். ஒரு கட்டத்துக்குப் பின், நகரில் உள்ள அனைவரது சொத்திலும் உள்ள ஒரு பகுதி தங்கம் ராத்சைல்டிடம் அடமானம் வைக்கப்பட்டன. அனைவரிடமும் ராத்சைல்ட்டின் ரசீதுகள் புழங்க ஆரம்பித்தன.

சிகப்பு கேடய முத்திரை பதித்த ரசீதுகளை அச்சடிப்பதற்கென்றே தனியாக ஒரு நிறுவனத்தை உருவாக்கினார் ராத்சைல்ட். அவ்வளவு

தங்கங்களும், வைர வைடூரியங்களும், உலகின் பல அரியவகை கற்களும் அவருடைய பெட்டகத்துக்குள் சரண் புகுந்த வண்ணம் இருந்தன. ரசீதைக் கொடுத்து தமது நகையைத் திரும்பக் கேட்பவரிடம் அவரது நகையை எப்படி வாங்கினாரோ அப்படியே திரும்பக் கொடுத்தார். யாரையும் ஏமாற்ற நினைக்கவில்லை என்று ஒரேயடியாகச் சொல்லமுடியாது. நேரடியாக ஏமாற்ற நினைக்கவில்லை. அவ்வளவுதான்.

ராத்சைல்ட்டின் மூளை வேறுவிதமாக செயல்பட்டது. சிறிது நாளில் தடாலடியாக இன்னொரு முக்கியமான அறிவிப்பை வெளியிட்டார்.

'தனது ரசீதை வைத்திருப்பவர்கள், அவர்களுக்குள் நிகழும் பண்டமாற்று முறைகளுக்கும், அல்லது கொடுக்கல், வாங்கலுக்கும் தனது ரசீதுகளையே பயன்படுத்திக்கொள்ளலாம்.'

ராத்சைல்ட்டிடம் கடன் வாங்கியவர்கள், தொழில் புரிபவர்கள், வேலை செய்பவர்கள், தங்கத்தை அடமானம் வைத்தவர்கள், அடகு வைத்த நகைகளை மீட்க முடியாதவர்கள், கைமாற்றாகப் பணம் பெற்றவர்கள் என கிட்டத்தட்ட பாதி ஜெர்மனியே ராத்சைல்ட்டின் ரசீதை வைத்திருந்தது. மிகச்சுலபமாக வரவு செலவுகளைக் கைமாற்றிவிடுகின்ற இந்த அறிவிப்பின் தீவிரம் குறித்தோ, விளைவுகள் பற்றியோ என்ன ஏதென்றே புரியாமல் எல்லோரும் மகிழ்ச்சியில் கொண்டாட ஆரம்பித்தனர். நமக்கு எளிதில் வேலை முடிந்தால் சரி என்ற எண்ணம் அவர்களுக்குள் மேலோங்கியது.

போகப்போக ராத்சைல்ட்டின் கணக்கில் வெறும் வரவு மட்டுமே இருந்தது. அவரிடம் தங்கத்தையும் இதர விலை மதிப்பு மிக்க பொருட்களையும் அடகு வைத்தவர்கள் அதை மீட்பது பற்றிய எண்ணத்தையே மறந்துவிடும் அளவுக்கு அவரது ரசீதுகள் புழக்கத்தில் இருந்தன. ராத்சைல்ட்டும் மக்களது தங்கத்துக்கு எந்தவித நிபந்தனைகளையும் வைக்காமல், அதன் போக்கிலேயே விட்டார். ஆனால் அவரது புத்திக்கூர்மை வேறுவிதத்தில் வேலை செய்துகொண்டிருந்தது.

ஒரு கட்டத்துக்கு மேல் தன்னிடம் பெரிதாக தங்கம் வரவு இல்லாவிட்டாலும், பெருமளவில் ரசீதுகளை அச்சடித்து தனது ஆட்கள் மூலம் சந்தையில் அவற்றைப் புழக்கத்துக்கு விட ஆரம்பித்தார்.

ஆம், நீங்கள் நினைப்பது சரிதான், கள்ள ரசீதுகள். அதன் மூலம் தனது செல்வாக்கைப் பெருக்கிக் கொண்டே போனார். சொல்லப்போனால், நூதன முறையில் வட்டித் தொழில். சொற்ப

காலத்திலேயே அரசாங்கத்தின் அதிகாரபூர்வ நாணயத்தைவிட ராத்சைல்ட்டின் ரசீதுகள் பெருமளவில் மக்களிடம் புழங்க ஆரம்பித்தன. அரசாங்க நாணயத்தின் செல்வாக்கு குறைய ஆரம்பித்தது.

மன்னர் விழித்துக் கொண்டார். என்னதான் ராத்சைல்ட்டிடம் நட்பு இருந்தாலும் இது கொஞ்சம் அதிகப்படியாகத் தெரிந்தது. உடனடியாக வருமான வரி சோதனை, தங்க இருப்பின் ஆதாரம், ரசீதின் நம்பகத்தன்மை என எல்லாவற்றையும் கண்ணில் விளக்கெண்ணெய் ஊற்றி ஆராய்ந்தனர் அரசாங்க அதிகாரிகள்.

ஆனால் அவ்வளவு சாதாரணமானவரா என்ன ராத்சைல்ட்? அரசரின் இந்த அதிரடி நடவடிக்கையை எப்பொழுதோ எதிர்பார்த்தவரைப் போல மனதுக்குள் சிரித்துக் கொண்டார்.

அரசரின் கணக்கு பொய்த்தது. ராத்சைல்டிடம் எல்லாவற்றுக்கும் கணக்கு இருந்தது. அதற்கு மேல் அரசரால் ஒன்றுமே செய்ய முடியவில்லை. ஏனெனில் ராத்சைல்ட் உண்டாக்கிய அந்தக் கணக்கு அனைத்தும் உண்மையா, பொய்யா என்று கண்டுபிடிக்கவே அரசருக்கு ஓர் ஆயுள் முழுக்க வேண்டும். விளைவு, ராத்சைல்ட் நேர்மையானவர் என்றும், அவருடைய ரசீதுகள் அனைத்தும் நேர்மையான முறையில்தான் இயங்குகின்றன என்றும் அரசரே சான்றிதழ் அளிக்க வேண்டிய நிலைக்கு ஆளானார்.

மக்களுக்கு நம்பிக்கையும், மகிழ்ச்சியும் பலமடங்கு கூடியது. ஆனால் ராத்சைல்ட் அத்துடன் விடவில்லை. இதுதான் சாக்கு என அடுத்த சிறிது நாட்களிலேயே இன்னொரு அறிவிப்பை வெளியிட்டார்.

'சிகப்புக் கேடய ரசீதுக்கு கைமாற்றாக என்னுடைய இன்னொரு சிகப்புக்கேடய ரசீது மட்டுமே பெறப்படும். அரசாங்கத்தின் அதிகாரபூர்வ நாணயம் கூட ஏற்றுக்கொள்ளப்படாது'.

இம்முறை அரசரே கொஞ்சம் அதிர்ந்து விட்டார். எவ்வளவோ பேச்சுவார்த்தை நடத்தியும் ராத்சைல்ட் மசியவில்லை. அவரது ரசீது. அவரது அதிகாரம். அரசர் அடிபணிந்தார். நவீன கால கரன்ஸி நோட்டுகளின் முதல் விதையை ஜெர்மனியின் நகரங்களில் வெகு லாவகமாக விதைத்துக் கொண்டிருந்தார் ராத்சைல்ட்.

ஒட்டுமொத்த மக்களும் ராத்சைல்ட்டின் முத்திரை பதித்த கரன்ஸி நோட்டுகளுக்கு தங்களைப் பழக்கப்படுத்திக் கொண்டனர். இல்லை யில்லை மறைமுகமாக ராத்சைல்டால் பழக்கப்படுத்தப்பட்டனர்.

ஜெர்மனியில் தங்குதடை ஏதுமின்றி அழுத்தமாக வேரூன்றிய இந்தத் தொழிலை ஒட்டுமொத்த ஐரோப்பாவுக்கும் பரப்ப ஆரம்பித்தார் ராத்சைல்ட். ஃப்ராங்க்ஃபர்ட் மக்களைப் போலவே

ஐரோப்பா முழுவதும் மக்கள் ராத்சைல்ட்டின் சிகப்புக் கேடய ரசீதை சிகப்புக் கம்பளம் விரித்து வரவேற்றனர். அவர் எல்லோருக்கும் பொதுவாக விரித்த வலைதான். அதில் தாங்களாகவே சென்று பலரும் சிக்குவதற்கு ஆர்வமாகச் செயல்பட்டனர். எல்லாம் விதி.

ஒவ்வொரு நாட்டுக்கும் ஒவ்வொரு பொருளாதார நிலை இருக்கும். என்னதான் ஐரோப்பா முழுவதும் உள்ள நாடுகள் அனைத்தும் ஒரே மாதிரியான ஆட்சித் தன்மையைக் கொண்டிருந்தாலும், பொருளாதாரத்தில் பெருமளவில் ஏற்ற இறக்கங்களைக் கொண்டிருந்தன. அதாவது, ஃபிராங்க்ஃபர்ட்டில் 50 சவரனுக்கு சமமான தங்கமும், ரசீதும் லண்டனிலோ, வியன்னாவிலோ அதே மதிப்பில் இருக்காது. கொஞ்சம் கூடவோ, குறையவோ இருக்கும்.

வழக்கமாக அரசாங்கத்தின் நாணயங்களை அந்தந்த சுங்கஞ் சாவடிகளில் பெற்றுக் கொள்வதுதான் வழக்கம். மிகுந்த பொறுமையுடன் நாள் கணக்கில் காத்திருக்க வேண்டும். அரசு அதிகாரிகளின் இஷ்டம் போலதான் நாணயங்கள் மாற்றப்படும். ஆனால் ராத்சைல்ட்டின் முத்திரை பதித்த ரசீதுகளுக்கு இந்த நிலையில்லை. சுங்கஞ்சாவடிகளில் அவரது ரசீது கிடைக்கவும் கிடைக்காது.

இந்த இடைவெளியைத் தவிர்க்க ஒவ்வொரு நாடு, நகரத்தின் எல்லையிலும் தனது நம்பகமான ஆட்களை வேலைக்கு நிறுத்தினார் ராத்சைல்ட். ஒரு மேஜை, நாற்காலி. அவ்வளவுதான். கொஞ்சம் கல்லாப்பெட்டி நிறைய உள்ளூருக்கு என அச்சடிக்கப்பட்ட சிகப்புக் கேடய ரசீதுகள். நாடு விட்டு நாடு பிரயாணம் செய்யும் மக்கள் எல்லையில் போடப்பட்டிருக்கும் ராத்சைல்ட்டின் மேஜையை அணுகி, உள்நாட்டின் ரசீதுகளைக் கொடுத்துவிட்டு அதற்கு இணையான வெளிநாட்டின் ரசீதுகளைப் பெற்றுக் கொள்ளலாம்.

சுங்கஞ்சாவடியைப் போலவே ஓர் அமைப்பை உருவாக்கினார் ராத்சைல்ட். உலகின் முதல் தனியார் சுங்கஞ்சாவடி. ஐரோப்பாவின் ஒவ்வொரு எல்லையிலும் அமைந்திருந்த ராத்சைல்ட்டின் மேஜையைப் பொதுவில் 'பங்கா' என்றே அழைத்தனர். இப்படித்தான் இன்றைய மணி எக்ஸ்சேஞ்ச் உருவானது.

(லத்தீன் மொழியில் 'பங்கா' என்றால் மேஜை என்று அர்த்தம். பழங்காலத்தில் பண்டமாற்று முறையைப் பின்பற்றியபோது பங்கா என்ற சொல் வழக்கத்தில் இருந்தது. இதுதான் பின்னாளில் ஆங்கிலத்தில் பாங்க் என்று ஆனது. அதன்பின், 17ஆம் நூற்றாண்டுகளில் (நம் கதை நடக்கும் சமகாலத்தில்) இங்கிலாந்தின் அரசால் அந்த நாட்டின் நாணயப் புழக்கத்துக்கு என 'பேங்க் ஆஃப் இங்கிலாந்து' உருவாக்கப்பட்டது)

நவீன கால வங்கிகளின் முன்னோடிதான் இந்த ராத்சைல்ட்டின் 'பங்கா'. இதற்கு ஐரோப்பாவின் பல நாடுகளும், அரசர்களும் கடுமையாக எதிர்ப்பு தெரிவித்தனர். ராத்சைல்ட்டுக்குப் பல இன்னல்களைக் கொடுத்தனர். ஆனால் அனைத்தையும் தனது செல்வாக்கின் மூலமும், சிகப்புக் கேடய ரசீதுகளின் சக்தியாலும் ஒவ்வொன்றாக உடைத்தெறிந்து, தனது வெற்றிப்பயணத்தை தொடர்ந்த வண்ணம் இருந்தார்.

இதன் பயனாகப் பல நாடுகளில் ராத்சைல்ட்டின் ரசீதுதான் அரசின் அதிகாரபூர்வ பணம் என்ற நிலை வந்தது. மீதி நாடுகளில் நாணயம் அச்சடிக்கும் உரிமையும் ராத்சைல்ட்டின் வங்கியின் வசமே வந்தது.

பெரிய ஆர்ப்பாட்டம் ஏதுமின்றி தனது ரசீதுப் புரட்சியை அமோகமாக நிறைவேற்றி, ஒட்டுமொத்த ஐரோப்பிய மக்களின் வாழ்க்கையையும் தீர்மானிக்க ஆரம்பித்த ராத்சைல்ட்டுக்கு ஐரோப்பிய அரசர்கள் கொடுத்த தொல்லைகளில் இருந்து ஒன்றுமட்டும் நன்றாக விளங்கியது. பொதுமக்களின் பணப்புழக்கத்தை நிச்சயித்து, அதன்மூலம் அவர்களைக் கட்டுப்படுத்தி அடிமையாக்குவதை விட அரசர்களையும், அரசாங்கத்தையும் கட்டுப்படுத்துவதுதான் மிகுந்த பயன் தரும்.

அரசர்கள் தன் சொற்படி நடக்க தன்னிடம் இருக்கும் அதே கூர்மையான ஆயுதத்தைப் பயன்படுத்த முடிவெடுத்தார் 'கடன்'. சாதாரண பொதுமக்களுக்கு அளிக்கும் கடனைவிட ஒரு நாட்டின் அரசாங்கத்துக்குக் கொடுக்கும் கடன் என்பது மிகுந்த

லாபம் தரும். தொகை பெரிது என்பதையும் தாண்டி, இந்தக் கடனின் செல்வாக்கில் நாட்டின் வரி விதிப்பிலும், இன்னபிற கொள்கைகளிலும் எளிதாகக் கைவைக்க முடியும். முடிவெடுக்கும் அதிகாரமும் தம்வசம் வரும்.

நேரடியாகப் போய் என்னிடம் உள்ள காசை வட்டிக்கு கடனாக வாங்கிக்கொள் என்று ஓர் அரசரிடம் சொன்னால் சிரித்துவிட்டுத் திருப்பி அனுப்பிவிடுவார். இல்லையென்றால், சிரச்சேதம் செய்துவிடுவார். என்ன செய்யலாம்? ராத்சைல்ட்டின் பொருளாதார மூளை வேகமாக வேலை செய்ய ஆரம்பித்தது.

மிகச்சரியாக இங்கிலாந்து அரசுக்கு எதிராக அமெரிக்கப் புரட்சி நடந்துகொண்டிருந்த காலகட்டம் அது. அமெரிக்கப் புரட்சியாளர்களின் கை ஓங்கிக்கொண்டே சென்றதால், இங்கிலாந்து தனது முதுகைக் கொஞ்சம் கொஞ்சமாகக் புண்ணாக்கிக் கொண்டு செய்வதறியாது திகைத்து நின்றது. இந்நிலையில் ராத்சைல்ட் தனது பழைய நண்பரான ஜெர்மனியின் இளவரசர் வில்லியமிடம் ஒரு பேரம் பேசினார்.

ஜெர்மானிய அரசும், இங்கிலாந்து அரசும் ஓர் உடன்படிக்கைக்கு வரவேண்டும். இங்கிலாந்துக்கு எதிரான அமெரிக்கப் புரட்சியாளர்களை அடக்க ஜெர்மனி 30,000 ராணுவ வீரர்களை அளிக்க வேண்டும். அதன் மூலம் ஒரு பெருந்தொகை கைமாற்றப்படும். ஏற்கெனவே பொருளாதாரச் சிக்கலில் மாட்டியிருந்த ஜெர்மனிய அரசுக்கு இந்தத் திட்டம் மிகச்சிறப்பானதாகவே தெரிந்தது. (பொருளாதாரச் சிக்கலை ஏற்படுத்தியதே ராத்சைல்ட்டும், அவரது ரசீது முறையும்தான் என்பது வேறு விஷயம்) இந்த பேரத்தை நடத்தி முடிக்கும் பொறுப்பை ராத்சைல்டே ஏற்பதாகவும் முடிவானது.

ஜெர்மானிய அரசுக்கும், இங்கிலாந்து அரசுக்கும் இடையில் நடந்த இந்த வரலாற்றுச் சிறப்பு மிக்க உடன்படிக்கையை வெற்றிகரமாக நிறைவேற்றியதில் ராத்சைல்ட்டின் பங்கு மிகப்பெரியது. உடன்படிக்கை என்னமோ வெற்றிதான். ஆனால், ஆபரேஷன் வெற்றி, நோயாளிதான் இறந்துவிட்டார் என்பதைப்போல, இங்கிலாந்து அரசு சரியான முறையில் வீரர்களின் செலவை ஏற்கவில்லை. இடையில் நிகழ்ந்த குழப்பங்களில், அமெரிக்கப் புரட்சியில் இங்கிலாந்து தோற்க, பேரத்தில் சொன்னபடி இங்கிலாந்துஜெர்மனி அரசின் பணப்பரிவர்த்தனை முழுமையாக நடந்து முடிந்ததாகத் தகவல் இல்லை.

இதுவும் ராத்சைல்ட்டின் திருவிளையாடல் என்றே ஒரு கருத்து நிலவுகிறது. ஆதம் வேஸ்ஹாப்த்தின் நட்பையும், இல்லுமினாட்டி இயக்கத்தையும், அமெரிக்கப் புரட்சியையும்

கணக்குப் போடும் வரலாற்று ஆய்வாளர்கள் வெளியிடும் பல திடுக்கிடும் உண்மைகளில் இதுவும் ஒன்று. (ஆதம் வேஸ்ஹாப்த்தின் இறுதி அத்தியாயத்தையும், ஜார்ஜ் வாஷிங்டனையும் இப்போது நினைவு கூறவும்.)

இதன் பின்னர் ராத்சைல்ட்டின் கவனம் முழுக்க அமெரிக்கா பக்கம் திரும்பியது. ஐரோப்பா என்பது இறுக்கமான, கட்டுக்கோப்பான பிரதேசம். ஆனால் அமெரிக்கா அப்படியில்லை. புத்தம்புதிதாகச், சுதந்தரம் பெற்ற நாடு. துள்ளித்திரிந்து சிறகடிக்கக் காத்திருக்கும் நாடு. உலகின் மாபெரும் மக்களாட்சி மலர்ந்து, புதிய முறையில் வல்லரசாகத் துடிக்கும் நாடு என்பது அதன் ஆரம்ப காலத்திலேயே ராத்சைல்ட்டுக்குப் புரிந்துபோனது.

(புரட்சியின் மூலம் மக்களாட்சி மலர்ந்து, ஒரு முழுமையான நாடாக வளர்ந்து, எப்படி உலகின் மிகப்பெரிய ஒரு நிறுவனமாக அமெரிக்கா வளர்ந்தது என்பதையெல்லாம் பொருத்தமான வேறொரு சந்தர்ப்பத்தில் பார்ப்போம்.)

இது ஒரு சாம்பிள் தான். இந்த மாதிரி பல அரசாங்கங்களுடன் பலவித பேரங்களையும், உடன்படிக்கைகளையும் படிப்படியாக மேற்கொண்டார் ராத்சைல்ட். பல ரகசிய ஒப்பந்தங்களிலும், ஐரோப்பிய நாடுகளின் உளவு, ராணுவம் போன்றவற்றிலும் ராத்சைல்ட்டின் பங்களிப்பு மிகப்பெரிய அளவில் இருந்ததாகப் பல தகவல்கள் உள்ளன.

பங்கு என்றுசொல்வதைவிட மாமன்னர்களையும், பழமைவாய்ந்த அரசாங்கங்களையும் தன் விருப்பப்படி ஆடும் பொம்மலாட்டப் பொம்மைகளாக மாற்றி அமைத்தவர் ராத்சைல்ட் என்றே சொல்ல

வேண்டும். சில சமயம், இரு நாடுகளின் பேச்சுவார்த்தைகளிலும், திட்டங்களிலும் தூதுவராகப் பங்காற்றிய ராத்சைல்ட்டின் பணப் பரிவர்த்தனைகள், ஒரு நாட்டில் இருக்கும் அவரது வங்கியின் கஜானாவில் இருந்து தொடங்கி பெரும் வட்டியுடன் மற்றொரு நாட்டிலுள்ள அவரது இன்னொரு வங்கியின் கஜானாவுக்கே இடம்மாறிய சம்பவங்களும் உண்டு.

ஏனெனில், ஐரோப்பாவின் பல நாடுகளில் வங்கிகளும், வரி விதிப்பு உரிமையும், நாணயங்கள், கரன்ஸி நோட்டுகள் அச்சிடும் உரிமையும் ராத்சைல்ட்டின் வசமே இருந்தன. நீ எதைக் கொடுத்தாயோ, அது இங்கிருந்தே கொடுக்கப்பட்டது. நீ எதைப் பெற்றாயோ, அது இங்கேயே பெறப்பட்டது. கொடுப்பதும் நானே, பெறுவதும் நானே. கொடுக்க வைப்பதும் நானே, பெற வைப்பதும் நானே' இதுதான் ராத்சைல்ட்டின் தாரக மந்திரம்.

அடுத்தவர்களை எப்படி அடிமையாக்கலாம், உலகத்தின் பொருளாதாரத்தை எப்படிக் கட்டுப்படுத்தலாம் என்பதில் தீவிர கவனம் செலுத்திவந்த ராத்சைல்ட், தனது குடும்ப வாழ்க்கையிலும் சிறப்பாகக் கவனம் செலுத்தினார். சிறப்பாக என்றால் நல்ல கணவனாக, நல்ல தகப்பனாக என்கிற டிவி தொடர் நாடக பாணி யிலான குடும்ப வாழ்க்கை நடத்தவில்லை.

பஞ்ச பாண்டவர்களைப் போல திறமையான ஐந்து ஆண் குழந்தைகளைப் பெற்றெடுத்தார். ஆம்ஷெல், சாலமன், நாதன், கார்ல் மற்றும் ஜேக்கப். தனது வாரிசுகள் என்பதையும் தாண்டி, தனது கனவுகளின் வாரிசுகள் என்ற மனநிலையிலேயே அவர்களை வளர்த்தார். ராத்சைல்ட் எட்டு அடி பாய்ந்தால் அவர் பெற்ற மகன்கள் ஒவ்வொருவரும் தனித்தனியே முப்பத்தியிரண்டடி பாய்ந்தனர்.

தன் வாழ்நாளின் இறுதிவரை ராத்சைல்ட் தனது மகன்களுக்குத் தனக்கு தெரிந்த பொருளாதார வித்தைகளைக் கற்றுக் கொடுத்துக்கொண்டே இருந்தார். அவர்கள் அனைவரும் உலகம் அறியும் வயது வந்த பிறகு ஒவ்வொருவரையும் தனித்தனியே ஐரோப்பாவின் ஒவ்வொரு முக்கிய நாடுகளின் நகரங்களுக்கும் அனுப்பி வைத்தார். ஜெர்மனியின் ஃபிராங்க்ஃபர்ட்டில் தான் செய்த அதே தொழில்முறையை ஐரோப்பா முழுவதும் கிளைகள் தொடங்கி தனக்கென ஒரு சாம்ராஜ்யத்தையே உருவாக்கும் எண்ணத்துடன் அவர்கள் அனைவரும் வழியனுப்பி வைக்கப்பட்டனர்.

மூத்த மகனான ஆம்ஷெல் தந்தைக்கு ஆதரவாக ஃபிராங்க்ஃபர்ட்டிலேயே தங்கியிருந்து தொழிலைக் கவனிக்க ஆரம்பித்தான். சாலமன் ஆஸ்திரியாவின் வியன்னா நகருக்கும்,

➤ நாதன் ராத்சைல்ட் குடும்பம்

நாதன் இங்கிலாந்தின் லண்டனுக்கும், கார்ல் இத்தாலியின் நேப்பிள்ஸுக்கும், ஜேக்கப் பிரான்ஸின் பாரிஸுக்கும் படையெடுத்தனர்.

என்னதான் ஐந்து மகன்களும் எள் என்றால் எண்ணெயாக நின்றாலும், பஞ்ச பாண்டவர்களில் அர்ஜுனனைப் போல மூன்றாவதாக பிறந்த நாதன் ராத்சைல்ட் சூரப்புலியாக விளங்கினான். லண்டனில் காலடி எடுத்து வைத்து, வங்கித் தொழிலைத் தொடங்கிய சில நாட்களிலேயே பேங்க் ஆஃப் இங்கிலாந்துக்கும், ஹவுஸ் ஆஃப் ராத்சைல்ட்டுக்கும் (ஐரோப்பா முழுவதும் பரவிக் கிடந்த ராத்சைல்ட்டின் சங்கிலித்தொடர் வங்கித் தொழில் சுருக்கமாக, ஹவுஸ் ஆஃப் ராத்சைல்ட் என்றே அழைக்கப்படுகிறது) இடையே ஒரு பலமான உறவை உண்டாக்கினான்.

அதுமட்டுமல்ல, தனக்குப் போட்டியே இல்லை என்கிற நிலையை மிகக்குறைந்த கால அவகாசத்தில் உண்டாக்கி, தந்தையைவிட அதிகமான ஆளுமையைப் பெற்றிருந்தான் நாதன் ராத்சைல்ட். இதற்கு காரணம் தந்தை மேயர் ராத்சைல்ட்டின் வளர்ப்பு முறையும், இல்லுமினாட்டி கொள்கை முறையும், உலகைக் கட்டியாள வேண்டும் என்கிற ஆதிக்க எண்ணமும்தான். கூடவே, மேயர் ராத்சைல்ட்டின் உயிலும்.

1812 இல் தான் இறக்கும் தறுவாயில் மேயர் ராத்சைல்ட் நேர்த்தியானதொரு உயிலை எழுதிவிட்டுச் சென்றார். ஐரோப்பா மட்டுமல்ல, தனது அபார மூளையின் மூலம் அமெரிக்கா, ஆப்ரிக்கா, ஆசியா என கண்டம் விட்டு கண்டம் தாண்டி கால் பதித்தவர் ராத்சைல்ட். தனது செல்வாக்கு, சொத்து மதிப்பு என்ன என்று கணக்கிடுவதற்காகவே பிரத்யேக நிறுவனம் ஒன்றை உருவாக்க வேண்டிய அளவுக்கு பிரம்மாண்ட வளர்ச்சியைக் கண்டவர்.

அப்பேர்பட்டவருடைய உயில் எப்படியிருக்கும்?

1. தனது நிறுவனத்தின் முக்கியப் பதவிகள் அனைத்தையும் குடும்ப உறுப்பினர்கள் மட்டுமே நிர்வகிக்க வேண்டும். குடும்பத்தின் ஆண் வாரிசுகள் மட்டுமே தொழிலில் ஈடுபட வேண்டும். எக்காரணத்தைக் கொண்டும் பெண்கள் வியாபாரத்துக்கோ அல்லது வெளியுலகுக்கோ தெரியவரக் கூடாது. எத்தனைத் தலைமுறைகள் ஆனாலும், மூத்த வாரிசின் மூத்த மகன்தான் குடும்பத்தின் தலைவனாக இருக்க வேண்டும். ஒருவேளை குடும்ப உறுப்பினர்கள் அனைவரும் விருப்பப்பட்டு முடிவெடுத்தால், இதை மாற்றிக் கொள்ளலாம். (ஐந்து மகன்களில் மூன்றாவது மகனான நாதன் ராத்சைல்ட் தான் தலைமை வகித்தார்).

2. எந்த நிலையிலும் திருமண பந்தங்கள் வெளியில் செல்லக் கூடாது. உறவுக்குள்ளேயேதான் திருமணங்கள் நிச்சயிக்கப்பட வேண்டும். குடும்பச் சொத்தும், பெயரும் வெளியில் செல்லக் கூடாது என்பதுடன், ராத்சைல்ட் குடும்பம் நடத்துகின்ற பொருளாதார சாம்ராஜ்யம் காலப்போக்கில் பிளவு பட்டுவிடக்கூடாது. (பின்னாளில் இந்த நிலை மாறி வெளியில் திருமணம் செய்துகொண்டனர். ஆனாலும் குறிக்கோள் மாறவில்லை, இன்னொரு இல்லுமினாட்டி ராஜவம்சங்களில் மட்டுமே திருமணம் செய்து குடும்ப மகிமையை மேலும் உயர்த்தினர் என்றே சொல்ல வேண்டும்)

3. மூன்றாவதுதான் மிக மிக முக்கியம். கிட்டத்தட்ட ராத்சைல்ட் அவர்கள் தனது சந்ததியினருக்கும், இந்த உலகத்தின் அனைத்து ஆட்சியாளர்களுக்கும் இட்ட உத்தரவு இது. 'நீதிமன்றமோ, வேறு எந்தப் பொது நிறுவனமோ, பொதுச்சபையோ 'ஹவுஸ் ஆஃப் ராத்சைல்ட்டின்' சொத்து மதிப்பு என்ன, அதிகாரம் என்ன என்று அளவிடக்கூடாது என்று ஆணையிடுகிறேன். ராத்சைல்ட்டின் நேரடி வம்சாவளி வாரிசுகளைத் தவிர வேறு யாருக்கும் அந்த உரிமை இல்லை. அதுமட்டுமல்ல, ஹவுஸ் ஆஃப் ராத்சைல்ட்டின் மீதும், குடும்ப உறுப்பினர்கள் மீதும் எந்த ஒரு சட்டபூர்வ நடவடிக்கையும் எந்தக் காலத்திலும் இருக்கக்கூடாது. அனைத்தும் குடும்பத்துக்குள்ளேயே இருக்கவேண்டும். ராத்சைல்ட்டின் குடும்பம் சட்டத்துக்கும், நீதிமன்றங்களுக்கும் அப்பாற்பட்டதாகும்'.

இந்த மூன்று முக்கிய உத்தரவுகள்தான் இன்றுவரை இந்த உலகத்தையே ஆட்டிப் படைத்துக் கொண்டிருக்கின்றன. அதிலும், ஒருவருக்கு எந்த அளவுக்கு தைரியமும், செல்வாக்கும், ஆளுமையும் இருந்திருந்தால் மூன்றாவது விதியை விதித்திருப்பார்?

இந்த விதி 100 சதவிகிதம் இன்றும் கடைபிடிக்கப்பட்டு வருகிறது. ராத்சைல்ட்டின் குடும்ப உறுப்பினர்கள் மீது என்ன, அவர்களின் கடைக்கோடித் தொழில் நிறுவனத்தின் மூலையில் உள்ள ஒரு செங்கல்லைக் கூட இதுவரை எந்த அரசும், அதிகாரியும் தொட்டதுகூட இல்லை என்பதே நிதர்சனம். ஏனெனில், இல்லுமினாட்டிகள் இதற்கெல்லாம் அப்பாற்பட்டவர்கள், குறிப்பாக ராத்சைல்ட் & கோ.

நாதன் ராத்சைல்ட் 1820ஆம் ஆண்டில் ஒரு தொழிலதிபர்கள் சந்திப்பில் இப்படிச் சொல்கிறார், ‘சூரியன் அஸ்தமனமே ஆகாத இங்கிலாந்தின் சிம்மாசனத்தில் எந்த பொம்மை உட்கார்ந்திருக்கிறது என்பது பற்றிய கவலை எனக்குக் கொஞ்சமும் இல்லை. கிரேட் பிரிட்டனின் பணப்புழக்கமும், நிதியும் யாருடைய கட்டுப்பாட்டில் இருக்கிறதோ அவரே பிரிட்டனின் ஆதிக்கத்தில் உள்ள அனைத்து நாடுகளையும் ஆளும் பிரிட்டன் சிம்மாசனத்தின் அதிபதி. அது வேறு யாரும் அல்ல, நான்தான்!!!’

18, 19ஆம் நூற்றாண்டுகளில் பிரிட்டன், இங்கிலாந்து அரசாட்சியை சூரியன் அஸ்தமிக்காத சிம்மாசனம் என்று வர்ணிப்பர். வட, தென் அமெரிக்கா தொடங்கி ஐரோப்பா, ஆப்பிரிக்கா முதல் ஆசியா, ஆஸ்திரேலியா வரை உலகின் முக்கால்வாசி நாடுகள் இங்கிலாந்தின் நேரடிக் கட்டுப்பாட்டில்தான் இருந்தன. அந்த சிம்மாசனமே ராத்சைல்ட்டின் கட்டுப்பாட்டில் என்பதுதான் இங்கே கவனிக்கவேண்டிய விஷயம்.

என்னதான் அமெரிக்கா புரட்சி, புடலங்காயெல்லாம் செய்து விடுதலை அடைந்தாலும், கிட்டத்தட்ட அமெரிக்கா

ஆம்ஷெல்

சாலமன்

கார்ல்

மேயர் ஆம்ஷெல்

ஜேக்கப்

நாதன்

என்பதே இல்லுமினாட்டிகளின் கார்ப்பரேட் அலுவலகம் போன்றதுதான். அதாவது, அமெரிக்கா என்பது ஒரு நாடு என்று சொல்வதை விட சுதந்திரமான, உலகின் பொருளாதாரத்தைக் கட்டியாளுகின்ற ஒரு மாபெரும் தொழில் நிறுவனமே அமெரிக்கா என்று சொல்வதுதான் சரியாக இருக்கும்.

புரட்சியும் போரும் முடிந்து சுமூகமான முடிவுக்கு வந்த அமெரிக்காவும் இங்கிலாந்தும் தமக்குள் ஓர் ஒப்பந்தம் போட்டுக்கொண்டன. இதுநாள்வரை அடக்கியாண்டதற்கான பரிகாரமாக அமெரிக்காவில் போர் மற்றும் புரட்சியால் ஏற்பட்ட சேதாரங்களை எல்லாம் சீரமைக்கும் பணியை பேங்க் ஆஃப் இங்கிலாந்து ஏற்கும். இதனை நேரடியாக ஏற்காமல், அமெரிக்காவுக்குச் சொந்தமான ஓர் உரிமை ஆவணம் (பட்டயம்) உண்டாக்கி, அதில் தனது கிளையைத் தொடங்கும். அதன்மூலம் நாட்டின் வருமானத்தையும், வங்கிகளையும் நிர்வகிக்கும் உரிமையை அமெரிக்க அரசின் அதிகாரத்தில் இந்தக் கிளை செயல்படுத்தும்.

மேலோட்டமாகப் பார்த்தால், ‘அடடா, நீங்கள் இவ்வளவு நல்லவர்களா? உங்களையா விரட்டினோம்?’ என்கிற ரீதியில் ஒப்பந்தம் இருக்கும். ஆனால் உள் அர்த்தத்தைப் புரிந்துகொள்ள மீண்டும் ஒருமுறை படிக்கவும். இந்தச் சிறப்பான ஒப்பந்தத்தைப் பேசி முடித்தவர் வேறு யாருமல்ல, சாட்சாத் நம் நாதன் ராத்சைல்ட் தான். பேங்க் ஆஃப் இங்கிலாந்தும் நமதே. இப்போது பேங்க் ஆஃப் அமெரிக்காவும் நமதே.

1833 இல் இந்தப் பட்டயம் காலாவதி ஆகி மீண்டும் புதுப்பிக்கும் காலம் நெருங்கியது. அப்போது புதுப்பிக்கும் காலம் 1836 வரை நீட்டிக்கப்பட்டது. ஆனால் அப்போதைய அமெரிக்க ஜனாதிபதி ஆண்ட்ரூ ஜாக்சன் அதை நிராகரித்தார்.

‘அமெரிக்க மக்களாலோ, ஆட்சியாளர்களாலோ தேர்ந்தெடுக்கப்படாத இந்த மத்திய வங்கியின் கைகளில் அபரிமிதமான சக்தி இருக்கிறது. இதன் கைகளில் கொஞ்சம் கொஞ்சமாக நாடு சிக்கிக்கொண்டு வருவதால், இந்தப் பட்டய உரிமை ஆணையத்தை புதுப்பிக்க முடியாது’ என்று மறுதலித்தார். இது கைவிடப்பட்டால் ராத்சைல்ட்டுக்கும் , பேங்க் ஆஃப் இங்கிலாந்துக்கும் பேரிடியாக அமையும்.

இங்கிலாந்து அசரவில்லை. அவர்களுக்கு என்ன செய்ய வேண்டும் என்று நன்றாகத் தெரியும். அரசியலில் இதெல்லாம் சாதாரணம் என்று மனத்துக்குள் சொல்லிக்கொண்டே காய் நகர்த்தத் தொடங்கினர்.

ஒரு சில வாரங்களிலேயே அமெரிக்க வரலாற்றில் முதன்முறையாக ஒரு ஜனாதிபதியின் மீதான கொலை முயற்சித்

தாக்குதல் நடைபெற்றது. ஜாக்சனின் மீதான அந்தத் தாக்குதலுக்கு அவர்கள் தேர்ந்தெடுத்த இடம் எங்கு தெரியுமா? ஜார்ஜ் வாஷிங்டனின் தாயாருக்கு எழுப்பப்பட்ட நினைவுச்சின்னத்தின் அருகில்.

மேலும் பல அரசியல் நாடகங்கள், சிக்கல்களின் மூலம் அமெரிக்காவில் மிகப்பெரிய பொருளாதார நெருக்கடியை உண்டாக்கினர். பிரிட்டனிலிருந்து வரும் பண உதவி நிறுத்தப்பட்டது. ஏராளமான அமெரிக்கப் பிரஜைகள் கடனாளி ஆக்கப்பட்டனர். வரலாறு காணாத வீழ்ச்சியில் அமெரிக்கா திண்டாடியது. அனைத்துக்கும் ஜாக்சனின் மோசமான பொருளாதார கொள்கைகள்தான் காரணம் என்கிற ரீதியில் மக்களிடையே அதிருப்தி எண்ணங்கள் திட்டமிட்டு உருவாக்கப்பட்டன.

இறுதியில் ஜாக்சன் பின்வாங்க வேண்டிய சூழ்நிலை உருவானது. 1836 இல் பேங்க் ஆஃப் இங்கிலாந்து, பேங்க் ஆஃப் அமெரிக்கா ஒப்பந்தம் புதுப்பிக்கப்பட்டது. அதன்பின் இந்த ஒப்பந்தத்தைக் கேள்வி கேட்கும் தைரியம் யாருக்கும் வரவில்லை.

இதன் தொடர்ச்சியாக 1838 இல் நாதன் ராத்சைல்ட் ஓர் அறிக்கை விடுத்தார்.

‘ஒரு நாட்டின் பணத்தை வெளியிடும் உரிமையும், அதைக் கட்டுக்குள் வைத்திருக்கும் அதிகாரமும் எனக்கிருக்கும் வரை அந்நாட்டின் சட்ட திட்டங்களை யார் உருவாக்குகிறார்கள், யார் வழிநடத்துகிறார்கள் என்றெல்லாம் எனக்குக் கவலை இல்லை’.

இதன் பின்னரான உலக வரலாறு அவர் மேலே சொன்ன வார்த்தைகளை அப்படியே பிரதி எடுத்ததைப் போலதான் நகர்ந்துள்ளது. இதுதான் இல்லுமினாட்டிகளின் வழக்கமே. ஒரு நாட்டைத் தன் கட்டுப்பாட்டுக்குள் கொண்டுவர வேண்டுமென்றால், முதலில் அந்த நாட்டில் ஒரு சிறு புரட்சியோ, கலவரமோ நடக்கும். அல்லது ஏதேனும் சாக்கு போக்கு சொல்லி, ஒரு போரினை உண்டாக்குவார்கள்.

போரில் ஈடுபடும் இரண்டு நாடுகளும் மிகப்பெரிய பொருளாதாரச் சேதாரத்தைச் சந்திக்கும். நாட்டின் வளம் சீர்குலையும். வேலையில்லாத் திண்டாட்டம் தலைதூக்கும். நிறுவனங்களும் வங்கிகளும் கடனில் மூழ்கும். எங்கும் பசி, பஞ்சம், பட்டினி என்கிற நிலை உருவாகும். இல்லையெனில், அவை உருவாக்கப்படும் வரை போர் நீடிக்கும்.

இனிமேல் முடியாது என்கிற நிலை வரும்வரை காத்திருந்து, மத்தியஸ்தர்கள் உள்ளே புகுந்து போர் நிறுத்தப் பேச்சுவார்த்தை நடத்துவார்கள். பொருளாதாரத்தைத் தூக்கி நிறுத்தும் பொறுப்பை ஏற்பார்கள். நாட்டின் வளத்தைப் பெருக்கி, பாலும், தெளிதேனும் ஓடுமாறு செய்கிறோம் என்று வாக்குறுதி அளிப்பார்கள். ஆள்பவர்களும் நாட்டின் நிலையைக் கருத்தில் கொண்டு உடன்படிக்கைக்குச் சம்மதிப்பார்கள்.

போரினால் பாதிக்கப்பட்ட இரண்டு நாடுகளுக்குள்ளும் ஹவுஸ் ஆஃப் ராத்சைல்ட்டின் வங்கிகளும் நிறுவனங்களும் ஒவ்வொன்றாக நுழையும். இரு நாட்டின் முன்னேற்றத்துக்கும் பாடுபடும். ஓரளவுக்கு அந்த நாடுகள் எழுந்து நிற்கத் தொடங்கும் போது, தன் வேலையைக் காட்டத் தொடங்கும்.

நாட்டின் பொருளாதாரக் கொள்கைகள் அனைத்தும் இந்த வங்கிகளின் கைகளில் இருக்கும். பணம் அச்சிடும் உரிமை இவர்களின் கைகளில் இருக்கும். நாட்டின் ஏற்றுமதியையும் இறக்குமதியையும் தீர்மானிக்கும் உரிமையை இவர்களே பெற்றிருப்பர். இறுதியாக, வரி வசூலிக்கும் உரிமையும் வலுக்கட்டாயமாகப் பிடுங்கப்படும். இவை அனைத்துமே அந்த நாட்டின், அரசாங்கத்தின் பெயரிலேயே நடக்கும். விவரம் தெரியாதவர்களுக்கு அது ஏதோ அந்த அரசாங்கச் சொத்து போன்ற தோற்றத்தை உருவாக்கும். யாரும் கேள்வி கேட்க முடியாது. கேட்கமாட்டார்கள்.

இதன் பின்னர் அந்த நாட்டில் இல்லுமினாட்டிகளின் இலக்கு என்னவோ அது ஒவ்வொன்றாக எய்தப்படும். முந்நூறு ஆண்டுகளுக்கு முன் அமெரிக்கப் புரட்சி பிரிட்டன் போர் மற்றும் அமைதி ஒப்பந்தம் மூலம் ராத்சைல்டுகளால் தொடங்கி வைக்கப்பட்ட இந்தக் கண்கட்டு வித்தை இன்னமும் நிற்கவில்லை

➤ ஹேம் சாலமன்

என்பதுதான் இல்லுமினாட்டிகளின் சிறப்பு. உலகத்தின் சோகமும்கூட.

உலகில் நடக்கும் அனைத்து போர்களிலும் ராத்சைல்ட்டின் நிறுவனங்கள், வங்கிகள் இருதரப்பிலும் நிதியுதவி அளித்துள்ளது என்பதற்கும், போரினைப் பின்னால் இருந்து வழிநடத்தியதற்கும் அதிகாரபூர்வ ஆதாரம் அமெரிக்க உளவுத்துறையிலும் சரி, பிரிட்டன் உளவுத்துறையிலும் சரி, மிகத்துல்லியமாக ஆவணப்படுத்தப்பட்டுள்ளன.

அவசரம் வேண்டாம்! வெறும் ஆவணம் மட்டும்தான் இருக்கிறது. அதன் மீது நடவடிக்கை, விசாரணை என்றெல்லாம் கைவைக்க முடியாது. அப்படியொரு நினைப்பு கூட யாருக்கும் வராது. வரவிட மாட்டார்கள். வந்தால் என்ன ஆகும் என்பது அனைவரும் அறிந்ததே. ஏனென்றால் இது நிஜ வாழ்க்கை, சினிமா அல்லவே.

நெப்போலியனின் தொடர் போர்களிலும் ராத்சைல்ட்டின் வங்கிகளில் ஒரு கிளை நெப்போலியனுக்கும், இன்னொரு கிளை நெப்போலியனின் எதிரிகளான பிரிட்டனுக்கும், ஜெர்மனிக்கும் நிதியுதவி வழங்கியது.

இல்லுமினாட்டிகளிடம் எப்பொழுதும் திறமையான வேலைக்காரர்கள் ஏஜெண்டுகளாகப் பணிபுரிந்தனர். அமெரிக்கப் புரட்சியில் பொருளியல் வல்லுனரான 'ஹேம் சாலமன்' புரட்சியாளர்களுக்கு ஆதரவாகச் செயல்பட்டு, பின்னர் பல வகைகளில் இல்லுமினாட்டிகள் அமெரிக்காவில் வேரூன்றக் காரணமாக இருந்தார்.

இந்த ஏஜெண்ட்கள்தான் பின்னாளில் அமெரிக்காவின் புகழ்பெற்ற ஸ்கல் & போன்ஸ் (Skulls and Bones) எனும் ரகசியக் குழுவை அமைத்துச் செயல்பட ஆரம்பித்தனர். ஸ்கல் போன்ஸ் உறுப்பினர்கள் பலர் வரலாறு நெடுக அமெரிக்க ஜனாதிபதிகளாகவும் இருந்து வந்துள்ளனர். அத்துடன், தங்களுக்கு அனுகூலமாக இருப்பவர்களுக்கு நிதியுதவிகள் அளித்து பல தொழிலதிபர்களையும் இவர்களே உருவாக்கியுள்ளனர். இப்படித்தான் அமெரிக்காவில் பல தொழில்கள் பல பெயர்களில் பலரால் உருவாகின.

ஆகஸ்ட் பெல்மாண்ட், கன் லோயப், ஜே.பி.மார்கன் போன்ற தொழில் ஜாம்பவான்கள் எல்லாம் இல்லுமினாட்டிகளின் நிதியுதவிகளால் உயர்ந்தவர்கள்தான். இவர்களின் எண்ணமே ஒட்டுமொத்த அமெரிக்காவையும் தனது சொந்த வீடாக மாற்றுவது, பின் அமெரிக்காவை ஒட்டுமொத்த உலகத்தின் தலைவனாக மாற்றுவதுதான்.

பத்தொன்பதாம் நூற்றாண்டின் இறுதியில் இல்லுமினாட்டிகளின் லட்சியம் பாதி இலக்கைத் தாண்டியது. அமெரிக்கா மற்றும் ஐரோப்பா மொத்தமும் ராத்சைல்ட்டின் எண்ணத்தை நிறைவேற்றும் ஏஜெண்டுகளின் கூடாரமாக மாறியது, ரஷ்யாவைத் தவிர.

அந்த நாட்டை ஆதிக்கத்திற்கு உட்படுத்துவதற்கு கம்யூனிசக் கொள்கை மிகப்பெரிய தடையாக விளங்கியது. ஆனால் அந்த நிலை வெகு நாட்களுக்கு நீடிக்கவில்லை. காலமாற்றத்தில் ரஷ்யாவை ஆட்கொள்ள இரண்டு மிகப்பெரிய சதித்திட்டங்கள் தீட்டப்பட்டன.

1. வரலாறு என்றுமே மறக்க முடியாத போல்ஷெவிக் ரஷ்யப் புரட்சி.

2. உலகையே திருப்பிப் போட்ட கச்சா எண்ணெய்ப் புரட்சி.

இதைப்பற்றி பின்னால் விரிவாகவே பார்க்கப்போகிறோம்.

ஆனாலும் பலகாலும் ராத்சைல்ட்டுகளால் ஆதிக்கம் செலுத்த முடியாத நாடுகள் சில இருந்தன, இன்னும் இருக்கின்றன. (கவனிக்க 'இருந்தன' கடந்த காலம்). கி.பி 2000ஆம் ஆண்டு வாக்கில் வெறும் ஏழு நாடுகள் மட்டுமே ராத்சைல்ட்டின் வங்கிக் கொள்கைகளுக்கு உட்படாமல் நிறைய காரணங்களால் தன்னிச்சையாகச் செயல்பட்டன. அவை, ஆப்கானிஸ்தான், ஈராக், ஈரான், சூடான், லிபியா, வடகொரியா, கியூபா.

மத ரீதியிலான பலமான கொள்கைகள், அதிகார வர்க்கத்துக்கு உட்படாத அபார ஆளுமை, சர்வாதிகாரம், பிற்போக்குத்தன்மை, தனித்துவம் போன்ற பல குணாதிசயங்கள் கொண்ட மேலே குறிப்பிட்டுள்ள நாடுகள் மட்டும் உலகமயமாக்கல் என்கிற

மாய வலையில் சிக்காமல் இருந்துவந்தன. உலகின் அத்தனை நாடுகளையும் ஒரே வலையில் வீழ்த்திய ராத்சைல்ட்டுகளால் இந்த நாடுகளை தங்களது வழக்கமான உத்திகளால் கட்டுப்படுத்த முடியவில்லை. அதற்காக அப்படியே விட்டுவிட முடியுமா என்ன?

ஒன்றை இழந்தால்தான் இன்னொன்று கிடைக்கும். 'அவர்கள்' இழக்கத் தயாரானார்கள். ஒரு தடாலடித் திட்டம் தயாரானது. போரை ருசித்துப் பலகாலமாகிவிட்டதால் நவீன யுத்தம் எப்படி யிருக்குமென்று பார்க்க விபரீதக் கனவு கண்டனர்.

2001ஆம் ஆண்டு அமெரிக்க இரட்டை கோபுரத் தாக்குதல் நடந்தேறியது. தொடர்ந்து அமெரிக்கா தீவிரவாதத்துக்கு எதிரான தனது முதல் அதிகாரபூர்வ யுத்தத்தை ஆப்கானிஸ்தான் மீது தொடுத்தது. வெற்றி ! 2003இல் அணு ஆயுத அச்சுறுத்தல் இருப்பதாகக் காரணம் காட்டி ஈராக் மீது தனது இரண்டாவது போரைத் தொடுத்தது. மீண்டும் வெற்றி!

பட்டியலில் முதல் இரண்டு இடங்களில் இருந்த நாடுகளும் கபளீகரம் செய்யப்பட்டன.

சூடான், லிபியா மீது இத்தகைய குற்றச்சாட்டையெல்லாம் வைக்க முடியாது. என்ன செய்யலாம்? வேறு வழியில்லை, இந்த முறை பெரியண்ணன் ஐ. நா வின் உதவியைக் கேட்டுவிடுவது என்று முடிவானது. முதலாளிகள் கேட்டால் மறுக்க முடியுமா? சூடானிலும், லிபியாவிலும் கிளர்ச்சி செய்வதற்கென்றே பல புரட்சிப் படைகள் உருவாகின. நாடு அமைதி இழந்தது. ஐ.நா உள்ளே வந்தது, கூடவே மிகப்பெரிய ராணுவமும், அமைதிப் பேச்சுவார்த்தை குழுவும்.

பேச்சுவார்த்தை நடத்தினார்கள், அமைதி திரும்பியதைப் போன்ற பாவனைகளும், இடையிடையே பதற்ற நிலையும் மாறி மாறி தொடர்ந்தன. அவர்கள் நினைத்த தருணம் நெருங்கியது, ஆட்சி மாற்றம் நிகழ்ந்தது, ஐ.நா வின் ஆசியோடு இன்று இரண்டு நாடுகளும் விடுதலை அடைந்ததாக எண்ணித் தங்கள் கண்களைத் தாங்களே ஆனந்தமாகக் கட்டிக்கொண்டனர்.

மீதம் இருப்பது ஈரான், வடகொரியா மற்றும் கியூபா.

ராத்சைல்ட்டும், அமெரிக்காவும் தான் கற்ற மொத்த வித்தைகளையும் இறக்கியும் பயனளிக்காத நிலையில் இறுதி ஆயுதத்தை பிரயோகிக்க முடிவு செய்தது. அது, சமாதானம்.

2014, டிசம்பரில் அப்போதைய அமெரிக்க அதிபர் ஒபாமா தனது உரையில் ஈரானுடனும், கியூபாவுடனும் அமெரிக்கா தனது நட்பை உறுதி செய்துள்ளது என்று அறிவித்தார். ஒருவிதத்தில் இது அந்த இரண்டு நாடுகளின் வெற்றிதான்.

ஆனால் அமெரிக்காவின் சமாதானத்தையும் நிராகரித்து வெறுப்பேற்றியது வடகொரியா. அடுத்த சில வாரங்களிலேயே ஒபாமாவின் இன்னொரு வரலாற்று சிறப்புமிக்க உரையில் அவர் சொன்னது என்ன தெரியுமா?

‘பிரபல சோனி நிறுவனத்தின் மீது வடகொரியா மறைமுகத் தாக்குதலில் ஈடுபட்டுள்ளது. அந்த நிறுவனத்தின் அதிமுக்கிய ஆவணங்களை இணையக் கடத்தல் (Hacking attacks) செய்கிறது. நேரமும் காலமும் கைகூடுகையில் இந்தச் செயலுக்காக வடகொரியாவுக்குத் தக்க பதிலடி தரப்படும்’ என்றார்.

பார்ப்போம் ! அந்த நேரமும், காலமும், பதிலடியும் புதிய அதிபர் டொனால்ட் டிரம்பின் காலத்திலா அல்லது அதற்கு இன்னமும் நாள் இருக்கிறதா என்று.

09
கற்பூர பொம்மைகள்

'நீங்க விசேஷமானவர், சிறப்பான, பிரத்யேக முறையில் தேர்ந்தெடுக்கப்பட்டவர். இந்த குடும்பத்துக்காக எதையும் செய்யத் துணிந்தவர்'

வாடிகன் சிட்டி என்பது ரோமன் கத்தோலிக்க கிறித்தவர்களின் புனித தேசம் என்பதும், உலகத்தில் உள்ள அனைத்து தேவாலயங்களையும் தனது கட்டுப்பாட்டில் வைத்திருக்கும் தலைமை பீடம் என்பதும், போப் எனும் ஒற்றைத் துறவியின் பெரும் கருணையில்தான் ஒட்டுமொத்த கத்தோலிக்கர்கள் உலகமே இயங்குகிறது என்பதும் எல்லோரும் அறிந்த செய்திகளே.

வாடிகன் சிட்டியின் சொத்து மதிப்பு என்பது நாம் வாழ்நாள் முழுக்க உட்கார்ந்து எண்ணினாலும் முடிக்க முடியாது. இரண்டா யிரம் வருஷத்து செல்வம் அல்லவா! அது நமக்கு முக்கியமில்லை, ஆனால் அதன் சொத்து மதிப்பு எவ்வளவு பிரம்மாண்டமானதோ, அதைவிடப் பன்மடங்கு மர்மங்களையும் ரகசியங்களையும் தனக்குள் புதைத்துக்கொண்டிருக்கிறது. ஆம், இரண்டாயிரம் வருஷத்து மர்மங்கள்!

எல்லோரும் நினைப்பது போல வாடிகன் சிட்டியைக் கட்டுக்குள் வைத்திருப்பது ரோமன் கத்தோலிக்க தேவாலய நிர்வாகிகளும், போப் ஆண்டவரும் என்றால், அவர்களைக் கட்டுப்படுத்துவது நம் இல்லுமினாட்டிகளே. முன்னுக்கு பின் முரணான இந்தச் செயலை அவர்கள் ஏன் செய்ய வேண்டும், இதனால் என்ன லாபம் என்ற பல கேள்விகளுக்கான விடை மழைக்கால மேகத்துக்குள் மறைந்திருக்கும் சூரியனைப் போல மர்மமாகவும், அவ்வப்போது தலைகாட்டியும் வருகிறது.

அமெரிக்காவின் புகழ்பெற்ற எழுத்தாளர் டான் பிரவுண் பற்றி நிச்சயம் கேள்விப்பட்டிருப்பீர்கள். 'டா வின்ஸி கோட்', 'ஏஞ்சல்ஸ் & டெமன்ஸ்' போன்ற கிறித்தவ மதத்தின் ஆணிவேரையே கேள்விக்குள்ளாக்கும் பிரபலமான, சர்ச்சைக்குரிய பல புத்தகங்களை எழுதியவர். சின்னங்களையும், குறியீடுகளையும் அக்குவேறு, ஆணிவேறாகப் பிரித்து ஆய்ந்திருப்பார் மனிதர். அதில் முக்கியமாகக் கவனிக்கப்பட வேண்டியவை, வாடிகன்

சிட்டியின் கட்டுமான வடிவமைப்பும், மர்ம அறைகளும், சிலைகள், ஓவியங்கள் சொல்லும் ரகசிய செய்திகளும், சடங்குகளும், சம்பிரதாயங்களும்தான்.

மேலே சொன்ன இரண்டு புத்தகங்களிலும் அவர் கிறித்தவ மதத்தைப் பற்றியும், வாடிகன் சிட்டி பற்றியும், இல்லுமினாட்டிகள் பற்றியும் நிறைய கூறியிருப்பார். அதன் முக்கியமான அம்சம், இல்லுமினாட்டிகள் வாடிகன் சிட்டியைக் கட்டுக்குள் வைத்திருக்கிறார்கள் என்பது. இந்த இரண்டு புத்தகங்களும் திரைப்படமாகவும் வெளிவந்து, பல எதிர்ப்புகளுக்கு உள்ளாகி, பிறகு உலகம் முழுக்க சக்கை போடு போட்டது. திரை வடிவத்தில் ஒரு சில காட்சிகள் சமரசம் செய்யப்பட்டிருந்தாலும், இல்லுமினாட்டிகளைப் பற்றிய குறிப்புகள் மக்களுக்கு ஓர் எச்சரிக்கையாகவே சொல்லப்பட்டிருக்கும்.

▶ கிரெக் சைமன்ஸ்கி

▶ ஸ்வாலி

இதையெல்லாம் நிரூபிக்க ஆதாரம் என்ன என்று கேட்டால் நிச்சயம் இருக்காது. இல்லுமினாட்டிகள் எதையும் ஸ்ருதி சுத்தமாகச் செய்யக்கூடியவர்கள். ஆதாரம் எதையும் விட்டுச் செல்லும் பழக்கம் அவர்களுக்குக் கிடையாது. அதையும் மீறி ஏதேனும் ஆதாரமோ, தடயமோ சிக்கினால், அதை அழிக்கும் பணி அவர்களுக்கு அல்வா சாப்பிடுவது போல.

ஆனால் அதையெல்லாம் மீறி ஒரு பெண் அசாத்திய தைரியத்துடன் ஒட்டுமொத்த உலகத்தின் முன்னிலையிலும் ஓர் உண்மையைச் சிதறுத் தேங்காய் போல போட்டுடைத்தார். அந்தப் பெண் ஒரு சாதாரண பெண்ணாக இருந்திருந்தால் இந்தச் சம்பவம் மக்கள் முன்னிலையில் ஒன்றுமில்லாமல் கரைந்து காணாமல் போயிருக்கும். ஆனால் அவர் சாதாரணர் அல்ல. இல்லுமினாட்டிகள் என்று சொல்லப்படும் முக்கியக் குடும்பத்தைச் சேர்ந்த உறுப்பினர். இவரும் ஒரு இல்லுமினாட்டிதான். 'ஸ்வாலி' (Svali) என்ற புனைப் பெயரில் இவர் அளித்த வாக்குமூலம் அன்று அமெரிக்க மக்களை மட்டுமல்ல, உலகின் முக்கிய நிகழ்வுகள் எல்லாவற்றையும் கூர்ந்து நோக்கும் அத்தனை பேரையும் திரும்பிப் பார்க்க வைத்தது.

'கிரெக் சைமன்ஸ்கி' (Greg Szymanski) அமெரிக்காவில் பிரபலமான ஒரு பத்திரிகையாளர், ஆராய்ச்சியாளர் மற்றும் புகழ் பெற்ற

ரேடியோ ஜாக்கி. இவை எல்லாவற்றையும் தாண்டிய அடையாளம் ஒன்று அவருக்கு உண்டு. இல்லுமினாட்டிகள் பற்றியும் அவர்களின் சமயம் சார்ந்த மந்திர, தந்திர சாஸ்திரங்கள், சடங்குகள் பற்றி எண்ணற்ற ஆராய்ச்சிகளை மேற்கொண்டவர். தனது வாழ்நாளில் பாதியை இல்லுமினாட்டிகள் பற்றிய ஆராய்ச்சிக்காக ஐரோப்பிய நாடுகளில், குறிப்பாக வாடிகனில் செலவிட்டவர்.

கிரெக்கின் ‘ஹார்ட் ஹிட்டிங்’ (Hard Hitting) என்ற வானொலி நிகழ்ச்சி அமெரிக்க மக்களிடையே மிகவும் பிரபலம். உலகின் மிக முக்கியமான குற்றங்களையும், குற்றவாளிகளையும், அல்லது மனித விரோதச் செயல்களையும் தோலுரித்துக் காட்டும் நிகழ்ச்சி. நம்ம ஊர் ‘குற்றம்’, ‘நடந்தது என்ன?’ போன்ற நிகழ்ச்சிகளுக்கு முன்னோடி என்று வைத்துக் கொள்ளுங்கள்.

‘ஹார்ட் ஹிட்டிங்’ ஒளிபரப்பாவதற்கு அரை மணி நேரம் முன்னதாகவே அமெரிக்கச் சாலைகள் மூச்சுத்திணறத் தொடங்கிவிடும். நிகழ்ச்சி ஆரம்பித்ததும் வெறிச்சோடிவிடும்.

17 ஜனவரி 2006 அன்றும் அப்படித்தான் ஆரம்பித்தது. நேயர்களுக்குத் தெரியவில்லை, அன்று அவர்கள் கேட்கப் போவது இந்த உலகத்தையே உலுக்கப் போகும் பரம ரகசியங்களில் ஒன்று என்று. மிகத் தீவிரமான வானொலி நிகழ்ச்சிகளை நடத்தும்பொழுது, அதற்கேற்ப கொஞ்சம் கொஞ்சமாக மக்களின் மனநிலையைத் தயார்படுத்துவதில் கிரெக் வல்லவர். அன்றும் அப்படித்தான் தனது நிகழ்ச்சியை இல்லுமினாட்டி உறுப்பினர் ‘ஸ்வாலி’யுடன் ஒருவித பதற்றம் தோய்ந்த கலகலப்புடனே ஆரம்பித்தார்.

கிரெக்: ஒகே, விளம்பர இடைவேளைக்குபின் மீண்டும் நிகழ்ச்சிக்கு உங்களை வரவேற்கிறோம்! ஒரு மணி நேரம் எட்டு நிமிடங்கள் ஆகிவிட்டன. இன்னும் கொஞ்சம் ஆழமாகச் செல்ல வேண்டிய தருணம் இது. அதுதான் இல்லுமினாட்டிகள், ராஜ குடும்பம், புதிய உலக சகாப்தம். இன்று நம்மிடையே வருகை தந்துள்ள விருந்தாளி பிரபல இல்லுமினாட்டியின் குடும்ப உறுப்பினர் ‘ஸ்வாலி’, வயது சுமார் முப்பது. ஹாய் ‘ஸ்வாலி’, நீங்க எங்களுடன் நிகழ்ச்சியில் பயணிக்கத் தயாரா?

ஸ்வாலி: நிச்சயமா!

கிரெக்: ரொம்ப சந்தோசம்! நீங்க அவ்வளவா இந்த மாதிரி ரேடியோ, டிவி போன்ற நிகழ்ச்சிகளுக்கு எல்லாம் வர்ற ஆள் கிடையாது. ஆனா இன்னைக்கு நீங்க எங்க ஸ்டூடியோவுக்கு வந்தது ரொம்ப மகிழ்ச்சி. அதைவிட, இது ரொம்ப முக்கியமும் கூட. மக்களுக்கு இந்த மாதிரி ஓர் ரகசியக் குழுவைச் சேர்ந்த குடும்பத்தைப் பற்றியும், அதன் உறுப்பினர் பற்றியும் தெளிவான

ஒரு யோசனை இருக்க வேண்டியது ரொம்ப அவசியம். நாம முதல்ல இருந்தே ஆரம்பிப்போம். அதாவது, நீங்க பிறந்ததுல இருந்து, பின் உங்களுக்கு எந்த மாதிரி பயிற்சி கொடுக்கப்பட்டது, வாடிகன் சிட்டிக்கும் உங்களுக்கும் உள்ள தொடர்பு என்ன என்பதைப் பற்றியெல்லாம்கொஞ்சம் விரிவாச் சொல்லுங்க?

ஸ்வாலி: (வியப்பு கலந்து பெரிதாகச் சிரிக்கிறார்)... கண்டிப்பா, ஆனா அது ரொம்ப பெரிய கதை, கிரெக். ஒரு மணி நேரத்துல சொல்லி முடிக்க முடியாது. ஒரு நாள் முழுக்க சொல்லனும்...

கிரெக்: சரி, அப்படினா முக்கியமான நிகழ்வுகளை மட்டும் மேலோட்டமா சொல்லுங்க !

ஸ்வாலி: ஹூம்ம் ... நான் பிறந்தது ஜெர்மனியைச் சேர்ந்த ஒரு ரகசியக் குழுவின் முக்கியமானதொரு இல்லுமினாட்டி குடும்பத்துல. ரொம்ப சின்ன வயசுலேயே ஜெர்மனியில் இருந்து அமெரிக்கா வந்துட்டோம். ரகசியக் குழுவைச் சேர்ந்த அத்தனைக் குழந்தைகளும், சிறுவர்களும் மேற்கொள்ளும் எல்லாவிதமான பயிற்சிகளும் பல்வேறு நிலைகளில் எனக்கும் அளிக்கப்பட்டன.

ஒரு கட்டத்துக்கு மேல் நம்முடைய பயிற்சியின் முடிவுகளை வைத்து நமக்கு எந்த மாதிரியான பொறுப்பு என்று முடிவாகி, அதற்கேற்ப சிறப்புப் பயிற்சியும் அளிக்கப்படும். நான் பதின்ம வயதில் இருக்கும்போது 'யூத் லீடராக' இருந்துள்ளேன். பின்னர் 22வது வயதில் சான் டியாகோ கவுண்டியின் தலைமை கவுன்சிலில் மிகவும் இளவயது உறுப்பினராக ஆனேன். அதன் தலைமைப் பயிற்சியாளராகவும் முன்னேறினேன்.

கிரெக்: ஹூம்ம் ...

ஸ்வாலி: எனக்கு 12 வயது இருக்கும்போது நடந்த, வாடிகன் சிட்டியின் முக்கியச் சடங்கு ஒன்றைப் பற்றி குறிப்பிட வேண்டும். ரகசியக் குழுவின் குடும்ப உறுப்பினர்கள் அனைவரும் ஏதேனும் ஒரு கட்டத்தில் பங்குபெற்றே ஆகவேண்டிய முக்கியமான சடங்கு அது.

கிரெக்: நீங்க சின்ன வயசிலேயே அமெரிக்காவுக்கு வந்துட்டதா சொன்னீங்க... இது அதுக்கு முன்னாடி நடந்ததா?

ஸ்வாலி: ஆமாம். அவங்க என்னைத் தேர்வு செய்றதுக்கு முன்னாடி நடந்தது. சொல்லப்போனால், பயிற்சியின் ஒரு முக்கியப் பகுதியே இந்தச் சடங்கில் பங்குபெறும் தருணம்தான்.

கிரெக்: நீங்க இந்தப் பயிற்சிக்காக பிரத்யேகமான முறையில் அவர்களால் தேர்ந்தெடுக்கப்பட்டவர் என்று முன்னாடி சொல்லி யிருக்கீங்க... இது அந்த மாதிரியா?

ஸ்வாலி: ஆமாம். ஆனா, அவங்க எல்லார்கிட்டயும் இதைத்தான் சொல்லுவாங்க. அப்பதான் சின்னக் குழந்தைங்க தங்கள் வசம் கட்டுப்படுவாங்கனு அவங்களுக்குத் தெரியும். இந்த விஷயத்தை நான் வளர்ந்ததுக்கு அப்புறம் புரிஞ்சுக்கிட்டேன். நீங்க எந்தவொரு இல்லுமினாட்டியைச் சந்திச்சாலும் சரி, அவங்களோட சின்ன வயசுல அவங்க இந்த வார்த்தைகளைச் சொல்லித்தான் நிச்சயம் வளர்க்கப்பட்டிருப்பாங்க. 'நீங்க விசேஷமானவர், சிறப்பான, பிரத்யேக முறையில் தேர்ந்தெடுக்கப்பட்டவர். இந்த குடும்பத்துக்காக எதையும் செய்யத் துணிந்தவர்' என்று.

எனக்கும் அது சொல்லித் தரப்பட்டது. எனது குடும்பத்துக்காக நானும் பல காரியங்களைச் செய்துள்ளேன். குறிப்பாக இதை இங்கு சொல்ல ஒரு காரணம் இருக்கிறது. இந்த மாபெரும் குடும்பத்தில், இயக்கத்தில் நான் வகிக்கும் பொறுப்பு என்னவென்று எனக்குத் தெரியும். ஆனால், என்றுமே நான் சார்ந்த குடும்பத்தையோ, இயக்கத்தையோ வைத்து, அல்லது எனக்கு சொல்லித்தரப்பட்ட கருத்துகளை வைத்து என்னை ஒரு விசேஷமானவர் என்று நான் எடை போட்டதேயில்லை. மாறாக, நான் செய்த செயல்களே என்னை அப்படி நினைக்கத் தூண்டியது.

(ஸ்வாலி இதைச் சொல்லும்போது அவர் குரலில் ஒருவித குற்ற உணர்வு இருந்ததை உணர முடிந்தது. நிகழ்ச்சியின் ஆரம்பத்தில் அவர் குரலில் இருந்த உற்சாகம் இப்பொழுது சோகமாக மாற ஆரம்பித்திருந்தது)

கிரெக்: உங்க 12வது வயசுல, உங்க பெற்றோர் உங்களை ஓர் அறிமுகச் சடங்கு நிகழ்ச்சிக்கு வாடிகன் சிட்டிக்கு கூட்டிட்டு போனாங்க. அங்க என்ன நடந்தது?

ஸ்வாலி: (நீண்ட ஒரு பெருமூச்சு, பின் அழுத்தமான குரலில்) ஹூம்ம் ... அதைப்பற்றி பேசுவது அவ்வளவு எளிதல்ல. சடங்கு தினத்துக்கு கொஞ்ச நாள் முன்னாடியே என்னை 'ஜெர்மன் பாதிரியார் இல்லம்'னு சொல்ற ஓர் இடத்துக்குக் கூட்டிட்டு போனாங்க. ஒருசில முன்னேற்பாட்டுப் பணிகள் நடந்து கொண்டிருந்தன. என்னிடம் இதெல்லாம் ஒரு மிக முக்கிய ரகசிய சடங்குக்கான ஏற்பாடுகள் என்று சொல்லப்பட்டன. அந்த முக்கியச் சடங்கில் நான் என்னென்ன செய்ய வேண்டும், எப்படி நடந்துகொள்ள வேண்டும் என்பது பற்றியும் எனக்கு சொல்லித்தரப்பட்டன.

பின்னர் வாடிகனுக்கு அழைத்துச் செல்லப்பட்டேன். தலைமை தேவாலயத்தின் கீழே பாதாள தளத்தில் மிகப்பெரிய அறை ஒன்று உள்ளது. பொதுமக்களுக்கு இப்படியொரு தளம் இருப்பதே தெரியாது. ஏன், தேவாலய ஊழியர்களிலேயே பாதி பேருக்குத்

> வாடிகன் தேவாலயத்தின் பாதாள அறை

தெரியாது. அந்த அறைக்குச் செல்ல 13 அடி நிலக் கல்லறைகளை தாண்டிச் செல்ல வேண்டும். ஒவ்வொன்றும் சேம நிலவறை போன்றவை. அதாவது, பதப்படுத்தும் பணிக்காக பாறைகளை வெட்டிக் குடையப்பட்ட நிலக்குடைவு. 13 கல்லறைகளும் எதனைக் குறிக்கிறது என்பதைத் தனியாகச் சொல்லவும் வேண்டுமோ!

இந்தப் படிநிலைகளைத் தாண்டி சென்றதும் மிகப்பெரிய வட்ட வடிவ அறை வரும். 13 கல்லறைகளையும் இணைக்கும்படி இருக்கும் அந்த அறை. சடங்கு நடைபெறும் பொழுது, 13 சேம நிலவறையில் (கல்லறையில்) இருந்தும் பதப்படுத்தப்பட்ட பிணங்கள் (மம்மிகள்) ஒன்றன்பின் ஒன்றாகக் கொண்டுவரப்பட்டு ஒரு மேடையில் அருகருகில் வைக்கப்படும்.

இதன் மூலம் நமது மூதாதையர்கள் ஒவ்வொரு முறையும் இந்தச் சடங்கில் பங்குபெற்று நம்மை வாழ்த்துகின்றனர் என்பது நம்பிக்கை. அறையின் நடுவே தரையில் பிரம்மாண்ட வடிவில் தங்கத்தால் ஆன ஒரு 'பென்டாக்ராம்' அமைக்கப்பட்டிருக்கும். சடங்கு நடைபெறும் நாளில் மட்டும் மிகச்சரியாக அறையின் நடுவே, பென்டாக்ராம் வடிவத்தின் மேலே ஒரு மிகப்பெரிய மேசை வைக்கப்படும். அந்த மேசையில் தான் சடங்கு என்று சொல்லப்படும் அந்த நிகழ்ச்சி நடைபெறும்....

கிரெக்: அந்த இடத்துல உங்களை மாதிரி இன்னும் எத்தனை குழந்தைங்க, அதாவது இல்லுமினாட்டி குடும்பத்தைச் சேர்ந்த, புது சகாப்தத்தை உருவாக்கும் சடங்குனு அவங்க சொல்லிக்கிற இந்த நிகழ்ச்சியில பங்கு பெற்றார்கள்?

ஸ்வாலி: இன்னும் இரண்டு சிறுவர்கள். ஆனா, அங்க நிறைய பெரியவர்கள் இருந்தார்கள்.

கிரெக்: ஓகே, உங்க பெற்றோர்?

ஸ்வாலி: இல்லை. அவங்க இல்லை.

கிரெக்: சரி, மேலே சொல்லுங்க! அங்க என்ன நடந்துச்சு?

ஸ்வாலி: (சற்றே அமைதி, பின் மேலும் அழுத்தமான குரலில்) ஹூம்ம் ... அந்த மேசை. அது மேலே ஒரு கருப்பு கண்ணாடி போல இருந்துச்சு. வெறும் கற்களால் செஞ்ச மாதிரி, பயங்கர பளபளப்பு. அது ஒரு கோமேதகம் மாதிரியும் இருந்துச்சு, எரிமலையில் இருக்கிற கரும் பளிங்குப் பாறை போல ஜொலித்தது. அந்த மாதிரியான அபூர்வக் கல்லை அதுக்கப்புறம் வேற எங்கயும் நான் பார்க்கலை.

அந்த மேசை ஓரங்களைச் சுற்றி தங்கத்தால் முலாம் பூசப்பட்டிருந்தது. மேசையின் நடுவில் ஒரு சிறுவன் அரை மயக்கத்தில் எந்தச் சலனமும் இன்றிக் கிடத்தப்பட்டிருந்தான். அநேகமாக மயக்க மருந்து தரப்பட்டிருக்க வேண்டும். அக்கம் பக்கம் நகரவில்லை, ஒரு வார்த்தைகூட பேசவில்லை. ஆனால் எதையோ வெறித்துப் பார்த்துக் கொண்டிருந்தான்.

கிரெக்: அந்தச் சிறுவனுக்கு என்ன வயதிருக்கும்?

ஸ்வாலி: ஒரு மூன்று அல்லது நான்கு இருக்கும். ஆனால் அதன்பின் நடந்த சம்பவங்களை... ஒரு 12 வயது சிறுவர், சிறுமியர் எதைப் பார்க்கக் கூடாதோ அதைப் பார்த்தேன்...

கிரெக்: எதை?

ஸ்வாலி: அதைக் கண்ட எனக்கு பகீரென்று இருந்தது. அதை எதிர்பார்க்காத நான் திடுக்கிட்டு, அரண்டுவிட்டேன். சொல்லப்போனால் அதிர்ச்சியில் என் ரத்த நாளமெல்லாம் வெடித்துச் சிதறும் நிலையில், உடம்பெல்லாம் வியர்த்து நனைந்து விட்டேன்... நான் அந்தக் காட்சியைக் கண்டபோது எப்படி உணர்ந்தேன் என்பதை வார்த்தைகளால் சொல்வது அவ்வளவு எளிதல்ல....

சடங்கை நடத்திக் கொண்டிருந்த ஒருவரால் கண நேரத்தில் அந்தச் சிறுவன் பலி கொடுக்கப்பட்டான்.

(சற்றே அமைதி... பிறகு)

கிரெக்: ... அது நடந்தபோது அவர்கள் என்ன வார்த்தைகளை உதிர்த்தார்கள் என்று உங்களுக்கு நினைவிருக்கிறதா?

ஸ்வாலி: (யோசிக்கிறார்)... அந்த மனிதர் நல்ல சிவப்பு நிறத்தில் ஆடை அணிந்திருந்தார்... லத்தீன் மொழியைப் பேசிக்கொண்டிருந்தார். பொதுவாக அவர் கூறியது, 'இந்த நாளில் தரும் பலியை ஏற்றுக் கொள்ளவும்.. இந்தப் பலி இந்தச்சடங்கை

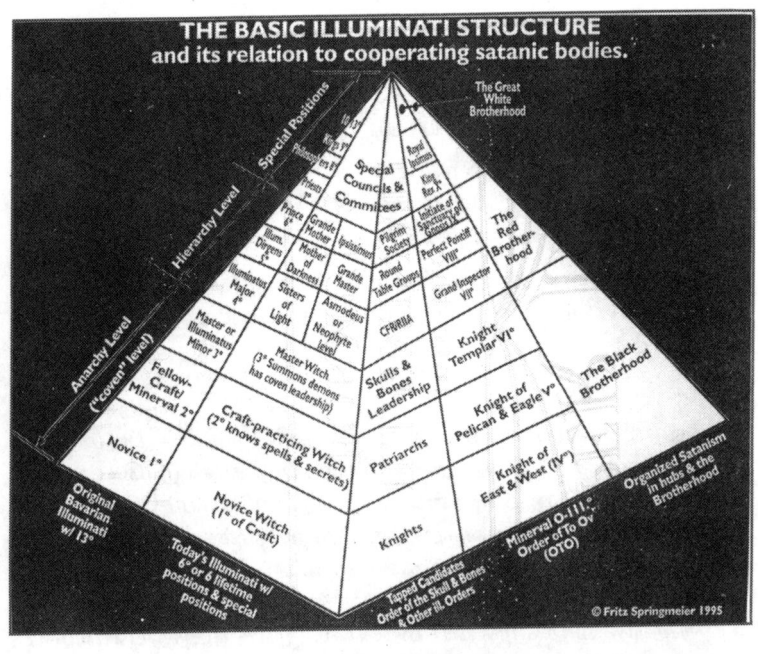

முழுமை பெறச் செய்யட்டும்'... இதையே திரும்பத் திரும்பச் சொன்னார். பின்னர் அதைச் செய்தேவிட்டார்.

என்னால் அந்த அதிர்ச்சியில் இருந்து நீண்ட நேரத்துக்கு வெளிவர முடியவில்லை. உங்கள் இதயத்துடிப்பு போர்க் குதிரையின் வேகத்தில் துடிக்கும்போது, உங்களால் எதுவுமே செய்ய இயலாமல் இருக்கும் சூழ்நிலையை யோசித்துப் பாருங்கள்... கண்ணில் அதிர்ச்சியுடன் வெறுமனே உட்கார்ந்திருந்தேன்.. எனக்குள் நானே மறைந்து, தொலைந்து கொண்டிருந்தேன் என்றுதான் சொல்லவேண்டும்.

கிரெக்: நீங்கள் வேறு எதுவும் செய்ய வில்லையா?

ஸ்வாலி: என்னுடைய இதயம் நொடிக்கு சுமார் 200 முறை துடித்திருக்கும்... பேரதிர்ச்சியில் நான் உறைந்திருந்தேன்... 'இது முடியும் வரை என்னால் இங்கு காத்திருக்க முடியாது' என்று எனக்குள் நானே சொல்லிக் கொண்டிருந்தேன்... எனக்கு வார்த்தைகள் வெளிவரவில்லை. மீண்டும் மீண்டும் எனக்குள் இந்த வார்த்தைகளைச் சொல்லிக் கொண்டே இருந்தேன்...'இது முடியும் வரை என்னால் இங்கு காத்திருக்க முடியாது'...

கிரெக்: பிறகு?

ஸ்வாலி: சிவப்பு நிற ஆடையில் இருந்தவர் தனது மணிக்கட்டில்

ஒரு மிகப்பெரிய தங்கக் காப்பு அணிந்திருந்தார். பலியிட்டு முடிந்ததும் அறையின் நடுவே வந்து நின்றார். சடங்கில் பங்கு பெற்று சத்தியப் பிரமாணம் மேற்கொண்டவர்கள் ஒவ்வொருவராக அவர் முன் வந்து மண்டியிட்டு, தங்கக்காப்பில் முத்தமிட்டுச் சென்றனர்..

கிரெக்: சத்தியப் பிரமாணமா? என்னவென்று சத்தியப் பிரமாணம் மேற்கொண்டனர்?

ஸ்வாலி: 'எனது வாழ்க்கையை உலகின் புதிய சகாப்தத்துக்கும்... புதிய சகாப்தம் படைப்பதற்கும் அர்ப்பணிக்கிறேன்... எனது மரணம் வரை'

கிரெக்: பிறகு?

ஸ்வாலி: என்னையும் அதே மாதிரி சத்தியப் பிரமாணம் மேற்கொள்ளச் செய்து, பின் வெளியே கொண்டு சென்றனர். சடங்கில் பங்குபெறும் அனைவரும் இதைக் கட்டாயம் மேற்கொள்ள வேண்டும்.. ஒவ்வொருவரும் இதை மேற்கொள்ளும்போது அந்தச் சிவப்பு நிற ஆடை மனிதர் ஒன்றை மட்டும் நமக்கு சொல்வார், 'உங்களுக்கு இந்த உலகின் சர்வ சக்தியும் கிடைக்கப் பெறும். சத்தியத்தை, வாக்குறுதியை மீறினால், இங்கு நடந்த பலியைவிட மோசமான நிலைக்கு ஆளாக்கப்படுவீர்'.

இதை அவர் ஆசிர்வதிப்பது போலத்தான் சொல்வார். ஆனால் அது ஒரு மிரட்டல்.

கிரெக்: ஹூம்ம்... அந்த வயசுல இந்த மாதிரி ஒரு சம்பவம்... நினைச்சாலே அடி வயிறு கொஞ்சம் கலங்குது... ஆனா, அந்தச் சடங்குல இத நீங்க எதிர்பார்க்கல, இல்லையா?? நீங்க இந்த மாதிரி ஒரு விஷயத்துக்கு உங்களைத் தயார்படுத்திக்கவும் இல்ல.. சரியா?

ஸ்வாலி: கண்டிப்பா! யாருதான் எதிர்பார்த்திருப்பாங்க? அதுக்கு அப்புறம் நான் இல்லுமினாட்டிகளோட இந்த மாதிரி நிறைய சடங்குகள், சம்பிரதாயங்கள் என ஏகப்பட்டது கலந்துகிட்டிருக்கேன்... ஆனால், இதுதான் இருக்கறதுலயே ரொம்ப மோசமான ஒன்று.. அந்த இடமே தீய சக்தியாலும் இருளாலும் சூழப்பட்டிருந்தது...

கிரெக்: ஸ்வாலி, நீங்க இதைச் சொல்லும்போது எனக்கு இன்னொரு சம்பவம் நினைவுக்கு வருது. சில வருஷங்களுக்கு முன்னாடி வாடிகன் சிட்டியோட சர்ச் பேங்க் ஊழல் புகார் சம்பந்தமா நான் செய்தி சேகரிக்க ரோம் நகரத்தோட வீதிகளில் சுத்திட்டு இருந்தப்ப இது நடந்துச்சு.

என்னைத் தேடி ஒரு பெண் வந்தாங்க. பெயர் மரியா வெண்டிட்டல், இத்தாலியைச் சேர்ந்தவங்க. நான் இல்லுமினாட்டிகள்

பற்றி செய்தி சேகரிக்கறவங்கறது எப்படியோ அவங்களுக்கு தெரிஞ்சுருக்கு போல. அவங்களும் இதே மாதிரி சில சம்பவங்கள் இங்க நடக்குதுனு சொன்னாங்க.. அதை சொல்லும்போதே அழ ஆரம்பிச்சுட்டாங்க.. அவங்களால இல்லுமினாட்டிகள், ரகசியக் குழுக்கள் இதையெல்லாம் விட்டு வெளிய வரவும் முடியலை, தற்கொலையும் பண்ணிக்க முடியலைனு ரொம்ப வேதனை பட்டாங்க... இதே மாதிரி ஒரு சடங்கை அவங்களும் ஒருமுறை எதிர்கொண்டாங்கன்னும் சொன்னாங்க...

இது நடந்து சுமார் 25 ஆண்டுகள் ஆகிடுச்சு. இன்னைக்கு 'ஸ்வாலி' நம்மகூட அவங்க அனுபவங்களை சொல்ல வராங்கனு சொன்னதும், நானும் இதை உங்ககிட்ட பகிர்ந்துக்கணும்னு தோணுச்சு... இது நூத்துக்கு நூறு உண்மையா நடந்துட்டு இருக்குற ரகசியங்கள்.. ஒகே, நாம மீண்டும் நம்ம விருந்தாளி ஸ்வாலி என்ன சொல்றாங்கனு கேட்போம்... ஸ்வாலி, நீங்க அந்த இடத்தை விட்டு வெளிய வந்துட்டீங்க... அப்புறம் என்ன ஆச்சு?

ஸ்வாலி: நாங்க ஜெர்மனியில் ஒருத்தர் வீட்ல தங்கியிருந்தோம்னு சொன்னேன் இல்லையா... அவரும் அந்தச் சடங்குல இருந்தாரு... வெளில வந்ததும் அவரு என்னை முதுகுல தட்டிக் கொடுத்து,'நீ உள்ளே ரொம்ப நல்லா நடந்துக்கிட்ட'னு ரொம்பவே பாராட்டுனாரு. ஏன்னா நான் அந்த இடத்துல அழல, சத்தம் போடலை, கத்தல....

கிரெக்: எனக்கு ஒரு கேள்வி.. இது கொஞ்சம் பெரிய விஷயம்தான்.. ஆனா, நியாயமா மக்கள் தெரிஞ்சுக்க வேண்டிய ஒருவிஷயம்.. அந்தச் சம்பவத்துக்கு அப்புறம் உங்களுக்கு எந்த மாதிரி பயிற்சி கொடுத்தாங்க.. பொதுவா எந்த மாதிரியான வேலைகளுக்கு இல்லுமினாட்டிகள் பயிற்சி கொடுக்குறாங்க?

ஸ்வாலி: மொத்தம் 12 நிலைகளில் பயிற்சி அளிப்பாங்க...

1. தேவைகளைத் தேடக் கூடாது.

2. ஆசைகளை நாடக் கூடாது

3. சொந்த விருப்பம் என்று எதுவும் இருக்கக்கூடாது

4. வல்லவனா இருக்கனும்

5. அமைதியா இருக்கனும்.

6. துரோகம் என்பது நல்லதே.

7. அன்பு என்பது போலி

8. ஆழ் மனத்தை அறியும் நிலை.

9, 10, 11 சிற்றின்ப இச்சை, ஒத்துழையாமை, உணர்வுகளை விட அறிவுதான் மேலானது.

12. சடங்கு, சம்பிரதாயங்கள் நடத்தும் மதகுருமார் பணி.

இதில் 9, 10, 11 ஆகியவை நீங்க எந்த மாதிரியான பொறுப்புக்கு தேர்ந்தெடுக்கப்படுகிறீர்களோ அதற்கேற்ப மாறும். அதாவது, உளவாளிகள், பயிற்சியாளர்கள், பாலியல் தொழில் செய்பவர், ஆபாசப் படம் தயாரித்தல், ஊடகவியல் துறை, பத்திரிகையாளர், மருத்துவம், மந்திரம் சொல்பவர், ஆன்மீகவாதிகள், நீதிபதிகள், ஆசிரியர்கள், குழந்தைகள் காப்பகம் நடத்துபவர்கள், தூதுவர்கள், அரசு அதிகாரிகள், அறிவியலாளர் இத்யாதி இத்யாதி...

கிரெக்: (ஆச்சர்யத்துடன்) அடக் கடவுளே! நீங்க சொல்றத வெச்சு பார்க்கும்போது எல்லாத் தொழில்லயும் இல்லுமினாட்டிகள் நிறைஞ்சு இருக்காங்கனு தெரியுது... ஒகே ஸ்வாலி, நாம பேசறதுக்கு நிறைய விஷயங்கள் இருந்தாலும், நேரம் குறைவா இருக்கறதால, நான் ஒண்ணு பண்றேன்... இந்த மைக்ரோ ஃபோனை உங்க கிட்ட கொடுக்கறேன்... நீங்க மக்களுக்குச் சொல்ல வேண்டிய, எச்சரிக்க வேண்டிய விஷயங்கள் என்னென்ன இருக்கோ அதை சொல்லலாம்...

ஸ்வாலி: ஹூம்... கிரெக், முதல்ல நான் உங்ககிட்ட ஒரு விஷயம் தெளிவு படுத்திக்கறேன். நான் இங்க வந்ததும், பேசுறதும் மக்களை பயமுறுத்தவோ, இல்லை ஒரு குறிப்பிட்ட பிரிவினரை மேன்மைப்படுத்தி பேசவோ இல்லை... இந்த உலகத்துல, நீங்க, நான் வாழுற அதே இடத்துல சில தீய எண்ணம் கொண்ட மக்களும் நமக்கு பக்கத்துலயே வாழ்ந்துகிட்டு இருக்காங்க... அவங்க ரொம்ப சக்தி வாய்ந்தவங்க.. இதை நான் மிகைப்படுத்தி எல்லாம் சொல்லலை, உண்மையிலேயே இந்த மாதிரி மக்கள் இருக்காங்கங்கறது சத்தியம்... நம்ம சராசரி எண்ணத்தைத் தாண்டிய சில விஷயங்கள் நமக்குத் தெரியாமலேயே நம்மைச் சுத்தி நடந்துட்டு இருக்கு...

எனக்குத் தெரியும்.. இந்த ரகசியக் குழுக்களில் தினமும் பயிற்சிங்கற பேர்ல குழந்தைகள் எவ்வளவு சித்திரவதை செய்யப்படறாங்கனு தினமும் பாக்கறேன், பிஞ்சு உள்ளங்களில் எப்படித் தீய எண்ணங்களைத் திணிக்கறாங்கன்னு நான் நேர்ல அனுபவிச்சுருக்கேன்.. உணர்ந்திருக்கேன்... இன்னைக்கு நான் பல ஆபத்துகளை மீறி இங்க வந்து பேசறதுக்கு முக்கியக் காரணமும் அதுதான்...

மக்கள் முன்னாடி என்னை காமிச்சுக்கறதுல, இந்த மாதிரி இன்டர்வியூ கொடுக்கறதுல எல்லாம் எனக்கு விருப்பம் இல்லை... ஆனால் என்னுடைய தனிப்பட்ட வாழ்வைத் தாண்டி, என்னுடைய பாதுகாப்பைப் பொருட்படுத்தாம நான் இங்க பேச வந்ததுக்குக் காரணம், இந்த ரகசியக் குழுக்கள் தடுத்து நிறுத்தப்படணும்.. இல்லுமினாட்டிகளை நிச்சயமா தடுத்து நிறுத்தணும்...

கிரெக்: ஒகே..

ஸ்வாலி: ஒகே?

கிரெக்: இல்லை, ஸாரி, மேலே சொல்லுங்க...

ஸ்வாலி: பொதுவா, இல்லுமினாட்டிகளா தேர்ந்தெடுக்க படுறவங்க அந்தக் குடும்பத்தைச் சேர்ந்தவங்களா மட்டுமே இருப்பாங்க... அவ்வளவு சுலபமா வெளி ஆட்களை அவங்க சேர்த்துக்கறது இல்லை... அப்பாவுக்கு பின் மகன்.. அம்மாவுக்கு பின் மகள், பிறகு குழந்தை... இது ஒரு குடும்பச் சொத்து, குடும்பத் தொழில், குடும்ப லட்சியம் எல்லாமே...

காலங்காலமா இந்த வழியில வந்த நிறைய பேர் இது பிடிக்காம தப்பிக்க, இதைவிட்டு வெளியேற பாத்துருக்காங்க. ஆனா, ஒவ்வொரு முறையும் அவங்க விஷம் கொடுக்கப் பட்டோ, இல்லை, திட்டமிட்ட ஒரு விபத்து மூலமோ கொஞ்சங்கூட கருணையே இல்லாம கொலை செய்யப்பட்டிருக்காங்க... இல்லுமினாட்டிகள் என்னைக்கும் அவர்களது ரகசியம் தெரிஞ்சவங்களை இதை விட்டு வெளியேற விட்டதில்லை (பெரிதாக சிரிக்கிறார், குரலில் இனம்புரியாத சோகம்)

சின்ன வயசுல இருந்தே வெறும் பயிற்சி, பயிற்சி, பயிற்சிதான் ... குழந்தையில ஆரம்பிக்கிற இந்தப் பயிற்சியும், அதை நிஜ வாழ்க்கைல நிறைவேற்றும் தேர்வும் வாழ்க்கை முழுக்க தொடர்ந்துகிட்டே இருக்கும்... இல்லுமினாட்டிகளோட சித்தாந்தங்களும் கோட்பாடுகளும் உங்களுக்கு போதிக்கப்பட்டுக்கிட்டே இருக்கும்... வேடிக்கை என்னன்னா, பெரும்பாலும் இதை செய்யறதே நம்மளோட பெத்தவங்கதான்..

என்னையும் என் அப்பா, அம்மாதான் ஒரு இல்லுமினாட்டியா வாழ வைச்சாங்க... அவங்களும் அப்படித்தான் வாழ்ந்தாங்க... ஒவ்வொரு இல்லுமினாட்டியோட நடவடிக்கையும் அவங்களுக்கு என்ன சொல்லித்தரப்பட்டதோ அதை நோக்கித்தான் இருக்கும்... அவங்க எல்லாரோட லட்சியமும் ஒன்றுதான்...

புதிய சகாப்தம்...

அமெரிக்காவை மட்டுமல்ல, உலகத்தையே உலுக்கிய இந்த வானொலி நேர்காணல் நிகழ்ச்சி பல எதிர்ப்புகளையும் சர்ச்சைகளையும் சந்தித்தது... வானொலி நிறுவனமும் மறைமுகமா பல இன்னல்களுக்கு ஆளானது... அதன் பிறகு இரண்டு ஆண்டுகள் கழித்து, 'ஸ்வாலி அமெரிக்காவில் இல்லை, வெளிநாட்டுக்குச் சென்று விட்டார், மறைமுக வாழ்க்கையை வாழ ஆரம்பித்துள்ளார்' என்று கிரெக் ஒரு பேட்டியில் சொல்லியுள்ளார்..

பல இல்லுமினாட்டி ஆராய்ச்சிகள், புத்தகங்கள், ஆதாரங்கள் என தனது பணியை கிரெக் தொடர்ந்து மேற்கொண்டு வந்தார்...

சரியாக ஆகஸ்ட் 2013ல் இருந்து கிரெக் பற்றிய எந்தத் தகவலும் இல்லை... திடீரென, அவர் என்ன ஆனார், அவரது ஆராய்ச்சிகள் என்ன ஆயின என்பதற்கான எந்த ஆதாரமும் இல்லை. அப்படி ஒருவர் இருந்தார் என்ற சுவடே இல்லாமல் போனது...

கூடவே, ஸ்வாலி பற்றியும் தான்!!!

10

ஐந்தாவது வேதம் கச்சா எண்ணெய்

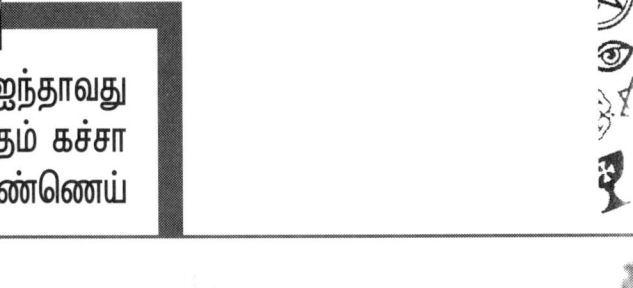

மிகப்பெரிய எண்ணெய் வியாபாரியானாலும் அவர் ஒரு கருமி என்ற கருத்து நிலவுகிறது. உண்மையில் அவர் ஒரு ஷாப்பிங் பிரியர். வித்தியாசம் என்னவென்றால் நம்மைப்போல துணி மணிகளை எல்லாம் வாங்கமாட்டார், போட்டி நிறுவனங்களை மட்டும்தான்.

திடீரென ஒருநாள், ஒரே இரவில், ஒரே அறிவிப்பில், ஒற்றை மனிதனால் இந்த உலக மக்களின் இயக்கத்தை நிறுத்த முடியுமா? நீர், உணவு, உடை, வேலை, அரசியல், தொழில் என எந்தத் துறையையும் இயங்கவிடாமல் அனைத்தையும் ஒருவனால் கட்டுப்படுத்த முடியுமா?

முடியும் அவர், ராக்ஃபெல்லராக இருந்தால்.

ராத்சைல்டுக்கு அடுத்து மிகவும் சக்தி வாய்ந்த, போர்க்குணம் மிகுந்த, மிக உயர்நிலையில் இருக்கும் பதின்மூன்று இல்லுமினாட்டி குடும்பங்களில் இரண்டாவது அதிமுக்கியமான வம்சாவளிதான் இந்த ராக்ஃபெல்லர்கள்.

உங்கள் வீட்டில் நீங்கள் சுடும் தோசையிலிருந்து, தீபாவளிக்கு ஏற்றும் விளக்கிலிருந்து, சாலையில் பெட்ரோல், டீசலால் இயங்கும் அத்தனை வாகனங்களிலிருந்து ஒட்டுமொத்த உலகுக்கும் தினம் தினம் சப்ளை ஆகும் எண்ணெய் சாம்ராஜ்யத்தின் மஹாராஜாதான் இந்த ராக்ஃபெல்லர். இவருடைய 'ஸ்டாண்டர்ட் ஆயில்' நிறுவனம் இன்னும் கால் வைக்காத நாடு என்று ஒன்று உண்டு என்றால் அது அண்டார்டிகா தான். ஒருவேளை பனிக்கட்டிகள் உருகி, மனிதர்கள் அங்கு வாழ ஆரம்பித்தால் அங்கேயும் தனது எண்ணெய் சாம்ராஜ்யத்தைப் பற்றி எரிய விடும் பலே வித்தைக்காரர்.

அமெரிக்கா என்ற வல்லரசு முழுவதுமாக எழுந்து நிற்க அதன் ஆரம்பகாலப் பொருளாதார வளர்ச்சிக்கு அந்த நாட்டின் எண்ணெய் வளமும் ஒரு முக்கிய காரணம். எண்ணெய் வளத்தை சரியாகப் பயன்படுத்தி ஒரு மாபெரும் தொழில் சாம்ராஜ்யத்தைத் தோற்றுவித்து, அதன்மூலம் அசைக்க முடியாத சக்தியாக வலம்வந்தவர்தான் ஜான் டேவிட் ராக்ஃபெல்லர். அமெரிக்காவின் வெற்றிச் சரித்திரமும், ராக்ஃபெல்லரின் வாழ்க்கை வரலாறும் ஒன்றோடு ஒன்று பின்னிப்பிணைந்தவை.

ஒரு காலத்தில் உலகமே இருளில் மூழ்கியிருந்தபோது மண்ணெண்ணெய் உற்பத்தி செய்து ஒளி கொடுத்தவர் ராக்ஃபெல்லர். திடீரென தாமஸ் ஆல்வா எடிசன் மின் விளக்கைக்

கண்டுபிடித்ததும் ராக்ஃபெல்லரின் அத்தியாயம் முடிவுக்கு வந்துவிட்டது என்றே எண்ணினர். ஆனால், விளக்கில் விழுந்து உயிரை விடுவதற்கு தான் ஒன்றும் விட்டில் பூச்சி அல்ல, எத்தனை முறை வீழ்ந்தாலும் மீண்டும் அதே உத்வேகத்துடன் பறந்து வரும் ஃபீனிக்ஸ் பறவை என்பதை நிரூபித்தவர் ராக்ஃபெல்லர். விஞ்ஞான வளர்ச்சிக் கடலில் எப்படி துடுப்பு போடுவது என்கிற பாலபாடத்தை ராக்ஃபெல்லரிடம் தான் கற்க வேண்டும்.

ஹென்றி ஃபோர்ட் காரைக் கண்டுபிடித்ததும், ரைட் சகோதரர்கள் விமானத்தைக் கண்டுபிடித்ததும், கச்சா எண்ணெயில் இருந்து பெட்ரோல், டீசல் பிரிக்கும் வித்தையை தொழிலாக மாற்றி, தான் என்றுமே ஒரு சாம்ராட் என்று மீண்டும் நிரூபித்தவர் ராக்ஃபெல்லர்.

அவர் ஒரு எண்ணெய் வியாபாரி மட்டும் அல்ல, ஷாப்பிங் செய்வதும் அவருக்கு மிகவும் பிடித்த பழக்கம். ஷாப்பிங் என்றால் நம்மைப்போல துணிமணிகளை எல்லாம் வாங்க மாட்டார். இது ஒரு மெகா ஷாப்பிங். மிகப்பெரியதாக் வளர்ச்சியடையும் எந்தவொரு கம்பெனியாக இருந்தாலும் அதை ஆரம்பத்திலேயே கண்டுபிடித்து வாங்கிப்போட்டு விடுவார்.

ராக்ஃபெல்லர் ஒரு கம்பெனியைக் கைகாட்டி, வாங்க வேண்டும் என்று விருப்பப்பட்டால் அதைக் கொடுத்துதான் ஆகவேண்டும். கொடுக்க மாட்டேன் என்றெல்லாம் அடம் பிடித்தால் அதோ கதிதான். அதிலும், எண்ணெய் மற்றும் அதன் சுத்திகரிப்பு ஆலைகள் என்றால் கேட்கவே வேண்டாம்.

இப்படி உலகத்தில் உள்ள அத்தனை எண்ணெய் சுத்திகரிப்பு ஆலைகளையும் தனக்குச் சொந்தமாக்கி, போட்டியே இல்லாத மன்னர்மன்னனாகப் பவனி வந்தவர். தாய் எட்டடி பாய்ந்தால் குட்டி பதினாறடி பாயும் என்பதைப்போல அவரது வாரிசுகள் அனைவரும் அவரைவிட சூரப்புலிகளாகத் திகழ்கின்றனர். இப்பேர்ப்பட்ட தொழில் சக்கரவர்த்தியான ராக்ஃபெல்லருக்கு சாத்தான் வழிபாட்டிலும், பில்லி, சூனியத்திலும் மிகுந்த ஈடுபாடு உண்டு.

இந்தப் புத்தகம் ராக்ஃபெல்லரின் தொழில் சாம்ராஜ்யங்கள் எவ்வளவு விரிவானது என்று விவரிக்கப் போவதில்லை. உலகை எப்படியெல்லாம் ஆட்டுவிக்கிறார் என்றெல்லாம் சொல்லப்போவதில்லை. அது கடல் நீரை கையில் அள்ளும் முயற்சிக்கு இணையானது. நமக்கெல்லாம் நன்கு தெரிந்த, நாம் அன்றாடம் உபயோகிக்கும் பொருட்களின் மூலகாரணியாகத் திகழும் ராக்ஃபெல்லர் வம்சத்தின் இன்னொரு முகத்தைத்தான் இங்கே பார்க்கப்போகிறோம்.

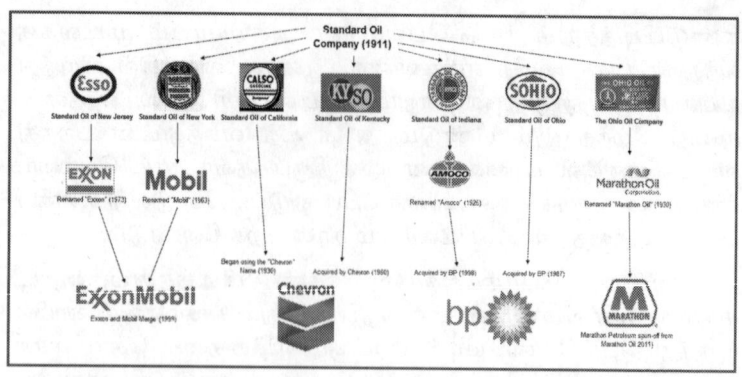

நம்ம ஊரில் பாரி வள்ளல் எப்படியோ அப்படித்தான் அமெரிக்காவில் ராக்ஃபெல்லர். உலகில் உள்ள பல அறக்கட்டளைகளுக்கு நிதியை வாரி வாரி வழங்கியுள்ளார். பல மதம் சார்ந்த ஆன்மீக, சமய அறநிலையங்களுக்கெல்லாம் போதும் போதும் என்கிற அளவுக்குக் கொடுத்துள்ளார். மருத்துவக் கல்லூரிகள், மருத்துவ மனைகள் என எங்கெல்லாம் சேவை செய்ய வாய்ப்பிருக்கிறதா அங்கெல்லாம் தேடிச்சென்று தனது சேவையை நிலைநாட்டியவர். உண்மையிலேயே அப்படியா என்றெல்லாம் கேட்கக்கூடாது. நம்பித்தான் ஆக வேண்டும்.

ஸ்டாண்டர்ட் ஆயில் தவிர வேறு எந்த நிறுவனமும், அறக்கட்டளையும் நேரடியாக அவரது பெயரில் இயங்காது. 'எதை எடுத்தாயோ அது இங்கிருந்தே எடுக்கப்பட்டது, எங்கு கொடுத்தாயோ அதுவும் இங்கேயே கொடுக்கப்பட்டது' என்ற வரிகளுக்கேற்ப, ராக்ஃபெல்லர் கொடுக்கும் நன்கொடைகள் அனைத்தும் அவரது ஒரு நிறுவனத்திலிருந்து எடுத்து இன்னொரு நிறுவனத்துக்குக் கொடுக்கப்படும். அறக்கட்டளைகளும் அப்படியே.

இதன் மூலம் அவர் அடைந்த சமூக அந்தஸ்தும், பலனும் சொல்லி மாளாது. நல்லவன் வேஷம் போட்டால் நாம் சாதிக்க முடியாதது என்ன இருக்கிறது?

18 ஆம் நூற்றாண்டின் இறுதிவரை அமெரிக்கா மட்டுமே மிகப்பெரிய எண்ணெய் வளம் மிக்க நாடாக அறியப்பட்டது. ஆனால், அது நீண்ட நாளைக்குக் கொடுத்துக்கொண்டே இருக்கும் அட்சய பாத்திரம் அல்ல என்பதை கொஞ்சம் கொஞ்சமாக உணர்ந்த டேவிட் ராக்ஃபெல்லர், இந்த உலகம் முழுக்க எண்ணெய் வளம் தேடும் பணியில் நூற்றுக்கணக்கான விஞ்ஞானிகளை ஈடுபடுத்தினார்.

ராக்ஃபெல்லரின் ஆட்கள் என்ற அடையாளம்போதும், உலக நாடுகள் அனைத்தும்சிகப்புக்கம்பளம்விரித்து வரவேற்கும். அவரது நிறுவனம் ஒரு நாட்டில் தடம் பதிக்கிறது என்றால் அந்த நிறுவனத்துடன் சேர்ந்து அந்த நாடே வளரும் என்பது நம்பவைக்கப்பட்ட உண்மை. அப்பேர்ப்பட்ட ராக்ஃபெல்லருக்கு ஒரே ஒரு நாடுதான் சிம்ம சொப்பனமாய் இருந்தது. அது, ரஷ்யா.

➤ லெனின்

தீவிர கம்யூனிசக் கொள்கைகளை உடைய ரஷ்யா அந்நியர் எவரையும் கிட்டே சேர்ப்பதில்லை. ஆனால், அப்போதைய ரஷ்யாவின் போல்ஷிவிக் என்ற இடத்தில் மாபெரும் எண்ணெய் வளம் இருக்கும் வாய்ப்பு இருக்கிறது என தன் உளவாளிகள் மூலம் அறிந்த ராக்ஃபெல்லர், ஒரு மெகா திட்டம் போட்டார். அதுதான் போல்ஷிவிக் புரட்சி.

ஏற்கெனவே ஐரோப்பாவின் முக்கால்வாசி நாடுகளுக்கு, குறிப்பாக, பிரிட்டனுக்கும் ஜெர்மனிக்கும் ரஷ்யா மீது ஒரு கண் இருந்தது. இதனைப் பயன்படுத்தி, தனது சகாக்களின் உதவியுடன் கொஞ்சம் கொஞ்சமாகப் புரட்சியை உண்டாக்கி, அதன்மூலம் ஆட்சி மாற்றத்தைக் கொண்டு வந்து, தான் சொல்வதைக் கேட்கும் அரசை அங்கு நியமித்தார் ராக்ஃபெல்லர்.

பின்னர் எண்ணெய் வளம் தொடர்பான ஆராய்ச்சிக்கும், எண்ணெய் சுத்திகரிப்பு நிலையம் அமைப்பதற்கும் தானாக அனுமதி கிடைத்தது. தன்னால் முடியாதது என்று எதுவும் இல்லை என்பதை மீண்டும் ஒருமுறை உலகுக்கு நிரூபித்தார் ராக்ஃபெல்லர்.

அவர் உருவாக்கிய இந்த வியூகத்தை பின்னர் ஓர் அரசியல் உத்தியாகவே மாற்றினர் இல்லுமினாட்டிகள். வளைகுடா நாடுகள் மீதான அமெரிக்க, ஐரோப்பாவின் தொடர் கண்காணிப்புக்கும், அளவுகடந்த பாசத்துக்கும் இந்த உத்திதான் முன்னோடி. இதையும் ரிப்பன் வெட்டித் தொடங்கி வைத்தவர் சாட்சாத் ராக்ஃபெல்லரேதான்.

ராக்ஃபெல்லரின் விஞ்ஞானிகள் குழு உலகம் முழுக்க அலசி ஆராய்ந்ததில் ஒன்றை உறுதியாகக் கண்டுபிடித்தனர். அது, பிரம்மாண்டமான எண்ணெய் வளம். வளைகுடா நாடுகளின் பூமியில் இருந்து கசியும் எண்ணெய் வள இருப்போடு ஒப்பிட்டால்,

அமெரிக்கா, ரஷ்யா போன்ற நாடுகளின் எண்ணெய் வளம் எல்லாம் ஒன்றுமே இல்லை எனும் அளவுக்குக் கச்சா எண்ணெய் சுரங்கமே இந்த வளைகுடா நாடுகளில் கேட்பாரற்றுக் கிடந்ததைக் கண்டுபிடித்தனர்.

பொதுவாக பாறையிலிருந்தும், அதிகபட்சம் பூமிக்கு மேலே கிடைக்கும் ஒரு சில தானிய வகைகளிலிருந்தும் மட்டுமே எண்ணெய் எடுத்துப் பழக்கப்பட்ட ராக்ஃபெல்லருக்கு அனாயாசமாக பூமியில் சுரக்கும் கச்சா எண்ணெய் வியப்பையும் சந்தேகத்தையும் அளித்தது. ஆயிரமாயிரம் வருடங்களாக அரேபியர்கள் தங்கள் பூமியில் சுரக்கும் இந்த எண்ணெயைக் காயங்களுக்கு மருந்தாகவும், துருப்பிடிக்காமல் இருக்க இரும்புக்கு ஊற்றும் திரவியமாகவும் மட்டுமே பயன்படுத்தி வந்தனர். அதற்கு மேல் அதனைத் தோண்டவும் அவர்களுக்கு விருப்பமில்லை. அப்படியே விட்டுவிட்டனர்.

முதன்முதலாக அமெரிக்கர்களின் துளையிடும் இயந்திரங்கள் வளைகுடா நாடுகளின் பாலைவனத்தைக் குடைய, வெறும் எண்ணெய்ப் பாறைகளை மட்டுமே எதிர்பார்த்திருந்தவர்களுக்கு அந்த இன்ப அதிர்ச்சி காத்திருந்தது. ஒரு குறிப்பிட்ட அடி ஆழத்துக்குக் கீழே இயந்திரம் பாறைகளிலிருந்து வழுக்கி ஒரு குழிவான பள்ளங்களில் துழாவி மிதக்க ஆரம்பித்தது. அந்த பள்ளம் வேறு ஒன்றுமல்ல, உலகம் இருக்கும் வரை மனித இனத்தின் தேவையை நிறைவேற்றும் அளவுக்கு வற்றாத வளத்தைக் கொடுக்கவல்ல 'எண்ணெய்க் கிணறுகள்'.

ஒன்றல்ல, இரண்டல்ல, அரேபியா, ஈரான், ஈராக் என ஒட்டுமொத்த வளைகுடா நாடுகள் முழுவதும் பூமிக்கடியில் வற்றாத ஜீவநதியாக ஆயிரமாயிரம் எண்ணெய்க் கிணறுகள் இருப்பது கண்டுபிடிக்கப்பட்டது. உலகமே அப்பொழுதுதான் தூங்கி விழித்ததைப் போல சுதாரித்தது, குறிப்பாக, இல்லுமினாட்டிகள். அமெரிக்கர்களுக்கும் ஐரோப்பியர்களுக்கும் இந்த வளத்தை முழுமையாகச் சுரண்ட ஒரு மிகப்பெரிய விஷயம் தடையாக இருந்தது. அது, வளைகுடா நாடுகளின் மதரீதியான கொள்கைகளும், சட்ட திட்டங்களும். அதுதான் இன்றைக்கும் இருக்கும் தடைக்கல்.

ஆனால், இல்லுமினாட்டிகள் அசரவில்லை, எவ்வளவோ பார்த்துவிட்டார்கள், இதையும் பார்க்க மாட்டார்களா? ஒரு நீண்ட நெடிய திட்டம் தயாரிக்கப்பட்டது. ரஷ்யாவில், போல்ஷிவிக்கில் பின்பற்றிய அதே வியூகம்தான். காலத்துக்கும் இடத்துக்கும் ஏற்ப சில மாற்றங்களுடன்.

அதாவது, ஏதேனும் ஒரு காரணம் காட்டி முதலில் புரட்சியை உண்டாக்குவது, பின் ஆட்சியாளர்களுக்கு எதிராக மக்களைத்

BROOKLYN DAILY EAGLE

And Complete Long Island News

LATE NEWS

NEW YORK CITY, THURSDAY, OCTOBER 24, 1929.

32 PAGES

WALL ST. IN PANIC AS STOCKS CRASH

Attempt Made to Kill Italy's Crown Prince

ASSASSIN CAUGHT IN BRUSSELS MOB; PRINCE UNHURT

Hollywood Fire Destroys Films Worth Millions

FEAR 52 PERISHED IN LAKE MICHIGAN; FERRY IS MISSING

PIECE OF PLANE LIKE DITEMAN'S IS FOUND AT SEA

High Duty Group Gave $700,000 to Coolidge Drive

STOCKS CRASH IN RUSH TO SELL: BILLIONS LOST

ATTEMPT MADE ON LIFE

FOR MORE LOBBYISTS

CARNEGIE CHARGE

HOOVER'S TRAIN

WARDER SOUGHT

SOMERS NAMED

தூண்டுவது, கொடுங்கோல் ஆட்சிக்கு எதிராக மக்களுக்கு உதவி செய்கிறேன் பேர்வழி என உலகப் பெருந்தகைகள் அனைவரும் ஆட்சி மாற்றத்துக்கு உறுதுணையாக நிற்பது, பின் நல்லாட்சி என்ற பெயரில் தாங்கள் சொல்லும் ஒரு பொம்மையை ஆட்சிக்கட்டிலில் அமரவைப்பது, பின்னர் தான் நினைத்தவற்றை எல்லாம் சாதிப்பது.

இதில் இடையில் எங்கேயேனும் பிசகினால், இருக்கவே இருக்கிறது நம் ராத்சைல்ட் உருவாக்கி வைத்த பணவீக்க, பொருளாதாரக் கொள்கைகள். எதிர்க்கும் நாட்டின் அன்றாடச் செயற்பாட்டையே ஸ்தம்பிக்க வைக்கும் அளவுக்கு அந்த நாட்டுக்கு நெருக்கடி அளிக்கப்படும். அப்பொழுதும் அசரவில்லையா? இறுதி ஆயுதம் கையிலெடுக்கப்படும் போர்!

அந்த நாட்டின் மீது போர் தொடுக்க உறுதியான, தக்க காரணத்தைத் தயார் செய்வர். இதனிடையில் இரு நாடுகளுக்கும் ஆயுதங்கள் நம் 'டூ பான்ட்' குடும்பத்தின் ஆயுதத் தொழில் நிறுவனங்கள் மூலம் (13 இல்லுமினாட்டிகளில் ஒருவர்) சப்ளை செய்யப்படும். ஆயுதம் வாங்க காசில்லையா? உடனடியாக ராத்சைல்ட்டின் வங்கிகள் கடன் கொடுக்க முன்வரும். அவ்வளவுதான், மிகச்சுலபமாக ஒரு போர் தொடங்கும். கண் துடைப்பு நாடகம் வெகு சீக்கிரத்தில் ஒரு முடிவுக்கு வந்து, போரில் ஈடுபட்ட அமெரிக்காவோ, இங்கிலாந்தோ அல்லது அவர்களின் ஆதரவு பெற்ற நாடோ இறுதியில் வெற்றிபெறும்.

தோல்வியடைந்த நாட்டின் பொருளாதாரம் அதல பாதாளத்துக்குச் சென்று வீழும். எங்கும் பசி, பட்டினி, பஞ்சம் தழைத்தோங்கும். பெரும்பாலான ஆண்கள் போரில்

கொல்லப்பட்டிருப்பர். அல்லது வேலை, வருமானம் இல்லாமல் அவதிப்படுவர். இந்த நிலையில் தான் ஆட்சி மாற்றம் நடக்கும். நாட்டின் வறுமை நிலையைக் கருத்தில் கொண்டு போருக்கு நிதியளித்த வங்கிகளும், வெற்றிபெற்ற நாடும், 'இதோ பணம், இதை வைத்துப் பிழைத்துக் கொள்ளுங்கள்' என ஒரு பெரும் தொகையை வளர்ச்சி நிதி என்ற பெயரில் நீண்டகாலக் கடனாக வழங்கும். அமெரிக்கா, ஐரோப்பாவின் பெரிய பெரிய வியாபார நிறுவனங்கள் போரினால் சிதைந்த நாட்டுக்குள் பொருளாதாரத்தைப் பெருக வைக்க அடியெடுத்து வைக்கும். அந்நிய முதலீடு என்ற பெயரில் மீண்டும் ஒரு பெருந்தொகை கடனாக கைமாறும். இதையெல்லாம் ஏன், எதற்கு என்று கேள்வி கேட்கத் திராணியற்ற பொம்மை ஆட்சியாளர்தான் அங்கு அமரவைக்கப் பட்டிருப்பார்.

எல்லாம் இப்பொழுதுதான் ஒழுங்காக நடப்பதைப் போன்ற ஒரு பாவனை உண்டாகும். அந்த நாடே இப்பொழுது இல்லுமினாட்டிகளின் கையில் இருக்கும். பிறகென்ன, நானே ராஜா, நானே மந்திரிதான்!!!

இன்று எண்ணெய் வளம் கொழிக்கும் நாடுகளில் என்ன நடந்தது, என்ன நடந்து கொண்டிருக்கிறது, பிற்காலத்தில் என்ன நடக்கும் என்ற நிதர்சனங்கள் எல்லாம் யாரும் சொல்லித் தெரியவேண்டியதில்லை.

சொல்ல மறந்துவிட்டேனே, நமது கச்சா எண்ணெய் சக்கரவர்த்தி ராக்ஃபெல்லரின் 'ஸ்டாண்டர்ட் ஆயில்' நிறுவனத்தின் சின்னம் என்ன தெரியுமா?

'நெருப்பு ஜுவாலைகளுடன் கொழுந்து விட்டு எரியும் தீப்பந்தம்'.

11
கனவுக்கன்னி மார்லின் மன்றோ

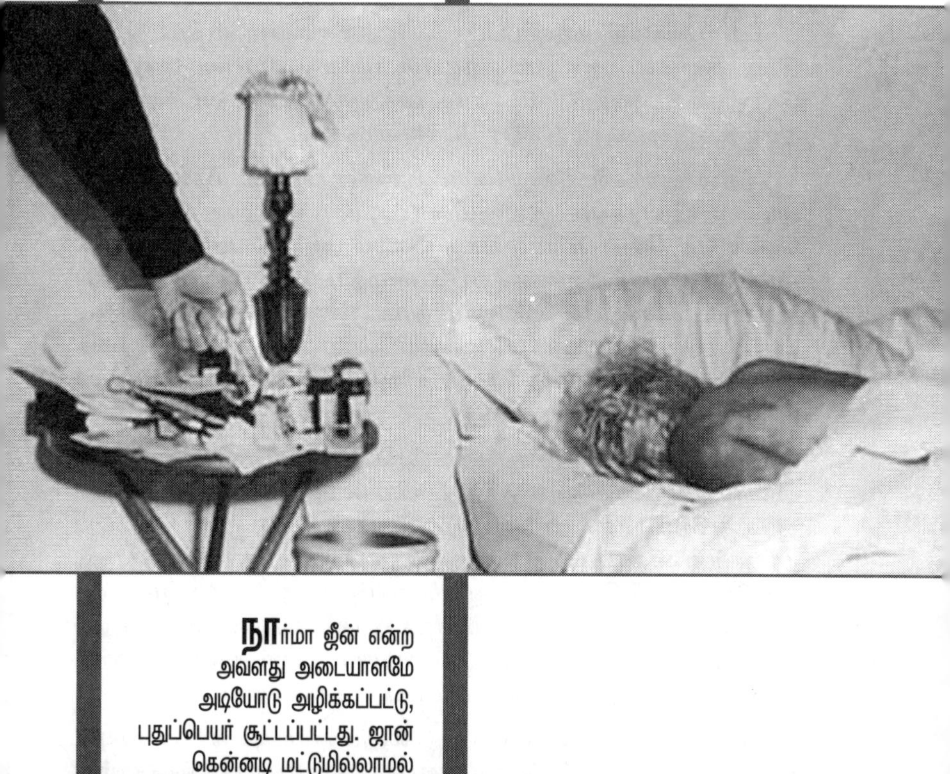

நார்மா ஜீன் என்ற அவளது அடையாளமே அடியோடு அழிக்கப்பட்டு, புதுப்பெயர் சூட்டப்பட்டது. ஜான் கென்னடி மட்டுமில்லாமல் அவரது சகோதரர் ராபர்ட் கென்னடியுடனும் நெருங்கிய தொடர்பில் இருந்தவள், திடீரென ஒரு நாள் தனது வீட்டில் யாரும் எதிர்பாராத வண்ணம் மர்மமான முறையில் இறந்து கிடந்தாள். அப்போது அவளுக்கு வயது 36.

பிரபலங்களின் தனிப்பட்ட வாழ்க்கை என்றுமே நிம்மதியாக இருந்ததில்லை... அதிலும் அரசியல், சினிமா பிரபலம் என்றால் சொல்லவே வேண்டாம்... சர்ச்சைகளுக்கும் சண்டைகளுக்கும் நிம்மதியின்மைக்கும் பெயர் போனவர்கள்...

இதில் இவர்கள் இல்லுமினாட்டிகளின் பிடியில் சிக்கியவர்கள் அல்லது இவர்களே இல்லுமினாட்டிகள் என்றால் கேட்கவா வேண்டும்? வெளிப்பார்வைக்கு மிகவும் ஆடம்பரமான சொகுசு வாழ்க்கை வாழ்பவர்கள், எப்பொழுதும் புகழ் வெளிச்சத்தில் திளைப்பவர்கள் என்றெல்லாம் நாம் எண்ணிக்கொண்டிருக்கும் ஒரு சிலரின் வாழ்க்கை உண்மையிலேயே அன்றைய தினத்தை நிம்மதியாகக் கழிப்பதே பெரிய விஷயம் என்கிற அளவில்தான் இருக்கிறது.

இல்லுமினாட்டிகளைப் பகைத்துக் கொண்டாலோ, அல்லது அவர்களது ரகசியத்துக்கு இந்தப் பிரபலங்களால் துரும்பளவுக்கு ஆபத்து நேரிடும் என்றாலோ, அந்த நொடியிலிருந்து இவர்களுடைய நாட்கள் எண்ணப்பட ஆரம்பித்துவிடுகின்றன. அது இவர்களுக்கும் தெரியும். ஒவ்வொரு நாளும், ஒவ்வொரு நொடியும் நரக வேதனைதான். எப்பொழுதும் எந்த ரூபத்தில் வேண்டுமானாலும் ஆபத்து வரலாம். வரும். அது இல்லுமினாட்டிகள் மூலம் என்றால், அதைத் தடுப்பது என்பது பிரம்மப்பிரயத்தனம்தான்.

'ஸ்வாலி' சொன்னதுபோல இல்லுமினாட்டிகள் யாரையும், எதற்காகவும், எந்த மாதிரியும், எந்த ரூபத்திலும் பயன்படுத்திக்கொள்ள தயங்க மாட்டார்கள். எதற்காகவும் கருணை காட்டமாட்டார்கள். இல்லுமினாட்டிகளில் ரகசியக் குழுக்களில் கனகச்சிதமாக மூளைச் சலவை செய்யும் திறமையான தந்திரக்காரர்கள் நிரம்பியுள்ளனர்.

இன்றைய அதிநவீன உலகில் அவர்கள் பின்பற்றும் மிக முக்கியமான தந்திரம் என்ன தெரியுமா? யுகம் யுகமாக முனிவர்களையும் அசுரர்களையும் வளைத்துப் போட நம் இந்திரலோகத்து தேவேந்திரன் பயன்படுத்திய 'ரம்பை, ஊர்வசி, மேனகை' எனும் படுபயங்கர சக்தி வாய்ந்த அழகிய அஸ்திரம். அதுதான், காமம்.

நைட்ஸ் டெம்ப்ளர்(Knights Templar) காலத்திலிருந்தே ரோமானியர்களும் பின்பற்றிய அதே அரதப் பழசான தந்திரம்தான். முழுமையாக, கச்சிதமாக காரியம் ஆற்றும் வல்லமை கொண்ட பிரம்மாஸ்திரம் அது. இதில் இல்லுமினாட்டிகள் ஒரு படி மேலே போய், ஆண், பெண்ணின் அந்தரங்க இச்சைகளையும் தாண்டி, ஒட்டுமொத்த ஊடகத்தையும், பொழுதுபோக்கு அம்சங்களையும் தனதாக்கிக் கொண்டு, சிறுவர், சிறுமியர் முதல் பல்லு போன கிழவன், கிழவி வரை தன் இஷ்டப்படி இந்த உலகத்தைச் சுழல விடுகின்றனர்... ஏதேனும் ஒரு இடத்தில் சொதப்புகிறது என சந்தேகம் வந்தாலே போதும், பிறகு என்ன நடக்கும் என்பதைத்தான் பார்க்கப் போகிறோம்.

இரண்டாம் உலகப் போருக்குப் பின், மிகச்சரியாகச் சொன்னால், சினிமா, டிவி போன்ற கவர்ச்சி ஊடகங்களின் கண்டுபிடிப்புக்குப் பிறகுதான் இந்த பிரம்மாஸ்திரம் தன் முழு வீச்சில் பாயத் தொடங்கியது. மக்களைத் திசைதிருப்பும், மூளையை மழுங்கடிக்கும் செயல்களை உன்னிப்பாகக் கவனித்துவரும் இல்லுமினாட்டிகள் இரண்டாம் உலகப் போருக்குப் பின் தேர்ந்தெடுத்ததுதான் காட்சி ஊடகம்.

அமெரிக்கா தான் உலகின் முதல் பன்னாட்டு கார்ப்பரேட் நிறுவனம்,இல்லுமினாட்டிகள் தான் முதல் கார்ப்பரேட் முதலாளிகள் என்பதையெல்லாம் ஏற்கெனவே பார்த்துவிட்டோம். ஆனால், அவர்கள் தங்குதடையின்றி இயங்க உருவாக்கிய மிகப்பெரிய துறைதான் நவீன உளவாளி இயக்கங்கள். அமெரிக்காவின் CIA என்பதே இவர்களின் மேற்பார்வையில் நடைபெறும் ஓர் உளவு நிறுவனம் என்று இல்லுமினாட்டிகளின் ஆராய்ச்சியாளர் மார்க் டைஸ் அடித்துச் சொல்கிறார். சாட்சியங்கள் இல்லாமல் இல்லை.

இரண்டாம் உலகப் போர் முடிவுக்கு வந்து, காட்சி ஊடகங்களின் வரவு பெருமளவு ஆதிக்கம் செலுத்த ஆரம்பித்த தருணத்தில், அமெரிக்கா ஒரு ரகசியத் துறையை உருவாக்கி MK ப்ராஜெக்ட்ஸ் என்று பெயரிட்டது.... இதன் கீழ் மூன்று உட்பிரிவுகள், 'MK Ultra', 'MK Naomi' மற்றும் MK Delta'. .

கடைசி இரண்டும் அவர்களின் உள்நாட்டுப் பாதுகாப்பு சம்பந்தப்பட்ட விஷயங்களைப் பார்த்துக்கொள்ளும். ஆனால் இந்த 'MK Ultra' ப்ராஜெக்ட்தான் சமுதாயத்தில் மிகக்கொடிய விஷத்தைப் பாய்ச்சி வருகிறது. முதலில் இந்த MK என்ற பெயர் எப்படி வந்தது என்று ஆராய்ந்தீர்கள் என்றால், அது எங்குமே அதிகார பூர்வமாகக் குறிப்பிடப்பட்டிருக்காது. அதுவே ரகசியமாகத்தான் வைக்கப்பட்டிருக்கிறது. ஆனால் விஷயம் தெரிந்தவர்கள் என்ன சொல்கிறார்கள் தெரியுமா?

'Meinung Kontrollieren' என்பதன் சுருக்கமே MK.ஜெர்மன் மொழியில் Meinung Kontrollieren என்றால் ஆங்கிலத்தில் Mind Control, அதாவது, 'மூளைச் சலவை' என்று அர்த்தம். அமெரிக்காவின் உள்நாட்டு அமைப்புக்கு எதற்காக ஜெர்மானிய மொழியில் பெயர் வைக்க வேண்டும் என்ற கேள்விக்கான பதில் சொல்லித் தெரிய வேண்டியதில்லை.

இதன் பெயரே "MK Ultra Mind Control' ப்ரோக்ராம் என்பதுதான். இதன் வேலை ஒன்றும் அவ்வளவு கஷ்டமில்லை. கைதேர்ந்த, சைக்காலஜி தெரிந்த நிபுணர்களையும், பேசியே கவிழ்க்கும் வித்தகர்களையும் தேடிப்பிடித்து வேலைக்குச் சேர்த்துக் கொள்வார்கள். அவர்களுக்குச் சில பணிகள் கொடுக்கப்படும். அவர்கள் அந்தப் பணிகளைச் செய்து முடிக்க வேண்டும். அவ்வளவே!

எந்த மாதிரியான பணிகள் என்றால், காட்சி ஊடகத்தில் இருப்பவர்களை, முக்கியமாக கொடிகட்டிப் பறப்பவர்களைத் தங்களது கையாட்களாக மாற்ற வேண்டும். இவர்கள் சொல்வதைத்தான் அவர்கள் செய்ய வேண்டும். சொல்லாததைச் செய்யக் கூடாது. தனிப்பட்ட விருப்பு வெறுப்பு என்றால் கிலோ எவ்வளவு என்று கேட்கும் அளவுக்கு அவர்களைப் பொம்மைகளாக மாற்ற வேண்டும். இது ஒரு வகை.

இன்னொரு வகை உண்டு. ஒரு சிலரை சிறு வயதிலேயே இவர்களே தேர்ந்தெடுத்து விடுவார்கள். அவர்களுக்கு முறையான பயிற்சி அளிப்பர். அதில் அவர்கள்தான் ஜாம்பவான் என்று சொல்லுமளவுக்குக் காட்சி ஊடகத்தில், பொழுதுபோக்கு அம்சங்களில் அவர்களைப் பெரியாளாக்கி அழகு பார்ப்பர். பின் அவர்களை வைத்தே தாங்கள் நினைத்த காரியங்களைச் சாதிப்பர்...

இது போக மூன்றாவது வகை ஒன்று உண்டு, மாஃபியா மயம். முதலில் சொன்ன இரண்டு வகையிலும் மூளைச் சலவை செய்யப்பட்ட ஆட்கள் சினிமா, டிவி எங்கும் வியாபித்திருப்பார்கள். ஆனால், அதை வைத்து என்ன செய்வது? பெரிதாக என்ன செய்து விட முடியும்? அதற்குதான் இந்த மூன்றாவது வகை, உருவாக்கப்பட்ட மாஃபியாக்கள்.

இவர்களது வேலையே இந்தக் காட்சி ஊடகப் பிரபலங்களைத் தங்கள் வசம் வைத்துக் கொள்வதுதான். இதில் பெரிதாக பாதிக்கப்படுவது பெண்கள்தான். அதிலும் குறிப்பாக ஹீரோயின்கள். இந்த மாஃபியாக்களால் ஆட்டுவிக்கப்படும் ஹீரோயின்களின் வேலை பெரும்பாலும் பெரிய பெரிய தொழிலதிபர்களையும், அரசியல்வாதிகளையும் பாலியல் ரீதியில் வசியப்படுத்தி, பிறகு ப்ளாக்மெயில் செய்வதுதான். இந்தப்

> நார்மா ஜீன், ஆண்டன் லாவே

பாலியல் வற்புறுத்தலுக்கென்றே பிரத்யேக ப்ரோக்கர்கள் உண்டு. இதில் அதே துறையைச் சார்ந்த சில பிரபலங்களும் அடக்கம், வெளி உலகுக்குப் பசுவைப் போல் இருக்கும் இவர்களுக்குள் பல புலிகளும் அடக்கம்.

ஆண்டன் லாவே (Anton LaVey) என்பவரைப் பற்றி கேள்விப்பட்டுள்ளீர்களா? எல்லோரையும்விட தான் ஒருபடி மேலே போய் இல்லுமினாட்டிகளின் இறைவனான சாத்தானுக்காக முதன் முதலில் பகிரங்கமாக கோயில் கட்டிய புண்ணியவான் இவர். 1966 இல் 'சாத்தானின் தேவாலயம்' (Church of Satan) என்ற ஒன்றை உருவாக்கி, அதன் முதல் பாதிரியாராகவே வாழ்ந்து இறந்த பெருமை 'லாவே'வையே சேரும்.

இதற்கென தனி பைபிள், தனிக் கொள்கைகள், கோட்பாடுகள் என இல்லுமினாட்டி கொள்கைகளுக்கு அச்சு பிசகாமல் உருவாக்கி, பட்டையைக் கிளப்பினார் மனிதர். சாத்தானின் தேவாயலத்தின் தலைமைப் பாதிரியாராகச் செயல்பட்டாலும், திரைமறைவில் பல தகிடுதத்தங்களை, மன்மத லீலைகளைச் செய்தவர் இவர்.

'நார்மா ஜீன்' என்றொரு சிறுமி. அமெரிக்காவின் கலிஃபோர்னியாவில் 1926ல் பிறந்தவள். ஏழ்மையின் காரணமாகத் தாய் இருந்தும் யாருமற்ற அனாதைபோல ஆதரவற்றோர் இல்லத்தில் வளர ஆரம்பித்தாள். அபரிமிதமான அழகுடன் இருந்த அவளைச் சிறுமியாக பார்த்தவர்களைவிட, அவளது அழகை

அனுபவிக்க நினைத்த கொடூர மிருகங்களே அதிகம். தனது ஏழு வயதிலேயே பல பாலியல் கொடுமைகளுக்கு ஆளானாள் நார்மா.

மிகக்கடினமான தருணங்களை மட்டுமே தனது சிறு வயதில் அனுபவித்தாள். அநாதை இல்லத்தில் பல பேரால் ஏற்பட்ட பாலியல் கொடுமைகளால் நிதானமில்லாத, நிலையற்ற மனநிலையை அடைந்தாள் நார்மா. தனது பதின்மப் பருவத்தைத் தொடும் வேளையில் கிட்டத்தட்ட புத்தி பேதலிக்கும் ஆரம்பகட்டத்தில் இருந்த நார்மாவை அடையாளம் கண்டது இந்த மூளைச்சலவை செய்யும் குழு. நார்மா மாதிரி பெண்கள்தான் இவர்களுடைய இலக்கு.

"MK mind control குழுவின் இலக்கே இந்த மாதிரி அநாதை இல்லத்தில் இருக்கும் குழந்தைகள்தான். தங்களுக்கு இடப்படும் உத்தரவுகளுக்கு மிகச்சுலபமாகக் கீழ்படிவர். நிலையற்ற மனநிலை கொண்டிருப்பர். எல்லாவற்றுக்கும் மேலாக, கேள்வி கேட்க ஆள் கிடையாது. இந்த மாதிரி குழந்தைகள்தான் மூளைச் சலவை மூலம் பாலியல் தொழிலுக்கும், உளவுத் தொழிலுக்கும் பொருத்தமானவர்கள் என்பது இல்லுமினாட்டிகளின் கணிப்பு. இவர்கள் உத்தரவுகளுக்கு அடிபணிந்து நடக்கும் பொம்மையாக MK Mind Control நிறுவனத்தாலும், சி.ஐ.ஏ போன்ற உளவு நிறுவனத்தாலும் உருவாக்கப்படுகின்றனர். இல்லுமினாட்டிகளின் அபாயகரமான அடிமைகள் இப்படித்தான் உருவாகின்றனர்' என்கிறார் இல்லுமினாட்டிகள் குறித்து ஆய்வு செய்யும் பிரபல ஆராய்ச்சியாளர் 'ஃபிரிட்ஸ் ஸ்பிரிங்மேயர்'.

இல்லுமினாட்டிகளின் இந்த ஃபார்முலா மூலம்தான் நார்மாவும் அடையாளம் காணப்பட்டாள். வளர வளர நார்மாவின் அழகு பலமடங்கு கூடிக்கொண்டே போனது. 16வது வயதில் ஸ்ட்ரிப் கிளப்பில் கவர்ச்சி ஆடல் அழகியாக, போகப் பொருளாக மாற்றப்பட்டாள் நார்மா. அதுமட்டுமல்லாமல் நார்மாவுக்கு நன்றாகப் பாடவும் வந்தது. அப்பொழுதுதான் ஆண்டன் லாவேவின் அறிமுகம் கிடைத்தது. லாவே ஒரு மூளைச்சலவை செய்யும் ஏஜென்ட், மாஃபியாவைச் சேர்ந்தவர் என்பதெல்லாம் பலருக்கும் தெரியாது.

நார்மாவின் பேரழகைக் கண்ட லாவே ஒரு முடிவுக்கு வந்தார். இவள் ஸ்ட்ரிப்கிளப்பில் ஆட வேண்டியவளே அல்ல, இவளுக்கான பணிகள் மிகப்பெரியவை. இந்த உலகையே தன் அழகாலும், குரலாலும், நளினத்தாலும், கவர்ச்சியாலும் கட்டிப்போடப் பிறந்தவள். பெரிய பெரிய சாம்ராஜ்யங்களை எல்லாம் தனது அசாதாரண அழகால் அனாயாசமாகக் கவிழ்க்க வல்லவள் என்று உணர்ந்தார்.

நார்மா ஜீன் முதன் முதலாக லாவேவால் வெள்ளித்திரைக்கு அறிமுகப்படுத்தப்பட்டாள். சிறு வயது முதல் கொடுமைகளை மட்டுமே அனுபவித்த நார்மாவுக்கு இந்தக் கனவுத் தொழிற்சாலையின் வசீகரமும், கைத்தட்டல்களும், பெயரும், புகழும் நிச்சயம் ஒருவித போதையை ஏற்படுத்தியிருக்க வேண்டும். திட்டமிட்டபடியே மாஃபியாக்களின் வலிமை வாய்ந்த செக்ஸ் ஆயுதமாக மாறினாள் நார்மா.

நார்மாவின் நடை, உடை, பாவனைகள் எல்லாம் மாற்றப்பட்டன. அழகுக்கு அழகு சேர்க்க சில அறுவை சிகிச்சைகள் நடத்தப்பட்டன. அவளது கூந்தல் கத்தரிக்கப்பட்டு, சுருட்டிவிடப்பட்டன. சிகப்பு நிறத்தில் இருந்த அவளது கேசத்துக்கு வெள்ளி நிற வர்ணம் பூசப்பட்டு, பிறகு அதுவே நிரந்தரமானது.

நார்மா ஜீன் என்ற அவளது அடையாளமே அடியோடு அழிக்கப்பட்டு, புதுப்பெயர் சூட்டப்பட்டது 'மார்லின் மன்றோ'.

உலகின் எந்த ஒரு பெண்ணுக்கும் கிடைக்காத பெயரும் புகழும் மார்லின் மன்றோவின் காலடிகளைத் தொட்டு மகிழ்ந்தன. மிடாஸின் கதை போல அவள் தொட்டதெல்லாம் பொன்னாக மாறியது. ஆனால் இந்த மாற்றங்கள் எல்லாம் ஒன்றை மட்டும் நன்றாக உணர்த்தியது. நார்மா என்ற பெயர், அடையாளத்துடன் தன் சுயத்தையும், உரிமையையும் சுதந்திரத்தையும் சேர்த்தே இழந்து விட்டிருந்தாள் மார்லின் மன்றோ.

மார்லின் மன்றோ என்பவள் வெறும் ப்ரோக்ராம் செய்யப்பட்ட ஓர் உயிருள்ள பொருளாகத்தான் வாழ்ந்தாள். 'அவர்கள்' மார்லினை என்னவாக மாற்ற நினைத்தார்களோ அதுவாகவே மாறி நின்றாள். மார்லின் மன்றோவின் பல சரிதைகள் சொல்வதைப்போல

அவளுக்கென்று தனிப்பட்ட வாழ்க்கை என்று ஒன்று கிடையவே கிடையாது. அவளது நெருங்கிய நண்பர்கள், குடும்பத்தினரை விட்டு அவளை எப்போதும் விலக்கியே வைத்திருந்தனர். சூழ்ச்சியால் அவள் மாற்றப்பட்டிருக்கிறாள், அவளது அழகையும், இளமையையும் அவர்கள் பயன்படுத்திக் கொண்டிருக்கிறார்கள் என்ற உண்மையை அவள் உணர்வதற்குத் துளியும் சந்தர்ப்பம் அளிக்கவில்லை.

அவளது நட்பு, நெருங்கிய வட்டம், தொடர்பு எல்லாமே ஒரு திட்டமிட்ட குழுவினருடன் மட்டுமே இருந்து வந்தது. அவளை அளவுக்கதிகமான போதைப் பழக்கத்துக்கும் அடிமையாக்கினார்கள். தினமும் போதை வஸ்து இல்லாமல் இருக்க முடியாது என்ற நிலைக்கு ஆளானாள். அவளை மூளைச் சலவை செய்தவர்கள் அந்த அளவுக்கு அவளை மாற்றி வைத்திருந்தனர்.

சரி, அப்படி என்னதான் செய்து சாதித்துவிட்டனர் மார்லின் மன்றோவை வைத்து?

நிறைய. நிறைய.. நிறைய...

அமெரிக்க ஏகாதிபத்தியத்தின் ஆணிவேரான உலக போலீஸ் என்ற பட்டத்தை நிலைநிறுத்த 'அவர்கள்' எந்த நிலைக்கும் இறங்கத் தயார். ஒரு சில நாடுகளின் வெளியுறவுக் கொள்கை விஷயங்களில் ஓரிரு பிரதிநிதிகளைச் சமரசம் செய்ய மார்லின் மன்றோ பயன்படுத்தப்பட்டுள்ளார். குறிப்பாக, அமெரிக்காவின் பரம வைரியான ரஷ்யாவுடனான ஒரு சில கொள்கை சமரசங்களில் மார்லினின் பங்கு பெருமளவில் இருந்திருக்கிறது என்றும் குறிப்பிடுகின்றனர்.

ஒருமுறை மார்லின் மன்றோவை வைத்து அப்போதைய ரஷ்ய அதிபரைக் கொலை செய்யும் திட்டமும், ரஷ்ய தாக்குதலுக்கான திட்டமும் சி.ஐ.ஏ மற்றும் மாஃபியாக்களால் தீட்டப்பட்டு, பிறகு ஏனோ கைவிடப்பட்டது.

அதுமட்டுமல்ல, மார்லின் மன்றோவுக்கும், அப்போதைய அமெரிக்க அதிபர் 'ஜான் எஃப் கென்னடி'க்கும் இருந்த காதல் உறவு உலகறிந்த ரகசியம். வேடிக்கை என்னவென்றால், கென்னடியே மிக முக்கியமான இல்லுமினாட்டி வம்சத்தை சேர்ந்தவர். ஆனால், கென்னடி அவர்களிடமிருந்து சில கோட்பாடுகளில் வித்தியாசப்பட்டு நின்றார். இல்லுமினாட்டிகளின் சில செயல்களை அவர் விரும்பவில்லை. அதை எதிர்க்க ஆரம்பித்தார். மக்களை விழிப்படையச் செய்யும் காரியங்களிலும் தொடர்ந்து ஈடுபட ஆரம்பித்தார்.

உடனே அவர்கள் விழித்தெழுந்தனர். சாதாரணமானவர் என்றால் முதல் தடவையே பலி கொடுக்கப்பட்டிருக்கும். ஆனால்,

> ஜான் கென்னடி, ராபர்ட் கென்னடி, மார்லின் மன்றோ

இவர் அமெரிக்க அதிபர் அல்லவா, அதிலும், 13 குடும்பங்களில் மிக மிக முக்கியமான இல்லுமினாட்டி குடும்பத்தை சேர்ந்தவர். எனவே பொறுத்திருந்து காரியம் ஆற்ற நினைத்தனர். அதற்கான முதல் அஸ்திரம் தயாரானது மார்லின் மன்றோ.

ஜான் கென்னடி மட்டுமில்லாமல் அவரது சகோதரர் ராபர்ட் கென்னடியுடனும் நெருங்கிய தொடர்பில் இருந்தவர் மார்லின் மன்றோ. பலதரப்பட்ட காரணங்களுக்காக இந்த இருவருடனும் உறவில் இருந்த மார்லின் மன்றோவின் நோக்கம், அதாவது, அவளை இயக்குபவர்களின் நோக்கம் என்னவென்று ஒரு கட்டத்தில் புரிய வந்த ஜான் கென்னடி உஷாராகியிருக்கக்கூடும். பதிலுக்கு அவரும் தன் பங்குக்கு மார்லினை ரகசியமாகக் கண்காணிக்க ஆரம்பித்தார்.

மார்லினைக் கண்காணிப்பதன் மூலம் அவளை ஆட்டுவிப்பவர்களின் அடுத்தடுத்த செயல்கள் என்னவென்பதை அறிவதே நோக்கமாக இருந்திருக்கக் கூடும். ஆனால், இந்த இரண்டு அசாதாரண பெரியவர்களின் போருக்கு மத்தியில் தான் என்ன செய்கிறோம் என்றே தெரியாமல், மிகப்பெரிய சதிவலையில் சிக்கியது மார்லின் மன்றோதான்.

இடைப்பட்ட காலங்களில் மூன்றுக்கும் மேற்பட்ட தடவை கருத்தரித்திருக்கிறாள் மார்லின் மன்றோ. ஒவ்வொரு முறையும் அந்த கருக்கள் வலுக்கட்டாயமாகக் கலைக்கப்பட்டிருக்கின்றன. ஒருமுறை, தடையை மீறி ஒரு குழந்தையைப் பெற்றெடுத்திருக்கிறாள் என்றும், ஆனால் அந்த குழந்தையின் முகத்தை அவள் பார்க்கும் முன்பே 'அவர்களால்' எடுத்துச் செல்லப்பட்டு நரபலி கொடுக்கப்பட்டது என்றும் குறிப்பிடுகிறார் ஆராய்ச்சியாளர் ஃபிரிட்ஸ் ஸ்பிரிங்மேயர்.

திரையில் சொர்க்க வாழ்க்கையும், திரைக்கு பின்னால் நரக வாழ்க்கையுமாக இரு துருவ வாழ்க்கையை வாழ்ந்து கொண்டிருந்த மார்லினின் நிலைதான் இல்லுமினாட்டிகளால் ஆட்டுவிக்கப்படும் ஒவ்வொருவருக்கும்.

திடீரென ஒரு நாள் தனது வீட்டில் யாரும் எதிர்பாராத வண்ணம் மர்மமான முறையில் இறந்து கிடந்தாள் மார்லின் மன்றோ. அப்போது அவளுக்கு வயது 36. கடந்த நூற்றாண்டின் ஈடு இணையற்ற கனவுக்கன்னி மார்லின் மன்றோ. அவளது உடல் அருகில் தூக்க மாத்திரை டப்பா. காலியாகக் கிடந்தது. போதைப் பழக்கம் அதிகமாகி, தூக்க மாத்திரைகளை விழுங்கி தற்கொலை செய்து கொண்டாள் என்றுதான் அவளது அத்தியாயம் அதிகார வர்க்கத்தினரால் முடிக்கப்பட்டது.

மார்லின் மன்றோ இறப்பதற்கு சில மணி நேரம் முன்பு ஜான் கென்னடி, ராபர்ட் கென்னடி இருவருடனும் இருந்ததாகவும், அவளது சாவுக்கும் ஜான் கென்னடிக்கும் நெருங்கிய தொடர்பு உண்டு என்றும் பல வதந்திகள் பரவின. ஜான் கென்னடி அப்போது அதிபர் என்பதால் பல உண்மைகள் மூடி மறைக்கப்பட்டிருக்கக்கூடும்.

ஒருவேளை, அந்த வதந்தி உண்மையாக இருந்தால், அவர்களின் உறவில் விழுந்த விரிசல் மட்டுமே அவளது சாவுக்குக் காரணமாக இருந்திருக்க முடியாது. ஒரு கொலையில் முடியும் அளவுக்கு அவ்வளவு பெரிய பிரச்சினை அவர்களுக்குள் இல்லை என்பதே அவர்களுடன் நெருங்கிப் பழகியவர்கள் சொல்லியிருக்கும் கருத்து. அப்படியென்றால் அதைத் தாண்டி என்ன காரணமாக இருக்கும்?

மார்லின் மன்றோவின் வீட்டை ஆராய்ச்சி செய்தவர்களும், அவள் இறந்து பல காலத்துக்குப் பிறகு வெளிவந்த சில உண்மைகளும் அவளது சாவில் உள்ள மர்மத்தை மேலும் மேலும் கூட்டிக்கொண்டேதான் செல்கின்றன. மார்லினின் வீட்டில் கிடைத்த முக்கியமான ஒரு பொருள், விஞ்ஞானி ஆல்பர்ட் ஐன்ஸ்டீன் கையெழுத்திட்ட ஒரு புகைப்படம். அதில் ஐன்ஸ்டீனே தன் கைப்பட எழுதியிருந்த வாசகம், 'மார்லினுக்கு அன்பும், மரியாதையும் கலந்த நன்றிகள்'. இதன் காரணமோ, பின்னணியோ என்னவென்று யாருக்குமே புலப்படவில்லை. மார்லினும் தன் வாழ்நாளில் இதைப்பற்றி ஒரு வார்த்தைகூட எங்குமே குறிப்பிட்டதில்லை.

மார்லின் இறந்தபோது இருந்தது வாடகை வீட்டில்தான். நீண்ட நாட்களுக்குப் பிறகு 1972இல் அதே வீட்டுக்கு வெரோனிகா என்ற நடிகை தன் குடும்பத்துடன் குடிவந்தார். வீட்டைச் சீரமைக்க ஆட்கள் கூரையைப் பிரித்தபோது சில அதிர்ச்சிகரமான

விஷயங்களைக் கண்டுபிடித்தனர். கூரை முழுக்க, பேசுவதை ஒட்டு கேட்கும் மைக்ரோசிப்களும், டெலிபோன் அழைப்புகளை ஒட்டுக்கேட்கும் கருவிகளும் ரகசியமாகப் பொருத்தப்பட்டிருந்தன.

கூரையை மட்டுமல்ல, ஒட்டுமொத்த வீட்டையும் சல்லடை போட்டு ஆராய்ந்ததில் குளியலறை உட்பட அனைத்து அறைகளிலும் இந்தக் கருவிகள் பொருத்தப்பட்டிருப்பது தெரியவந்துள்ளது. ஆச்சரியம் என்னவெனில், இந்தக் கருவிகள் அனைத்தும் அப்போது பொதுச் சந்தையில் புழக்கத்தில் இல்லாத, சி.ஐ.ஏ, ரா (CIA,RAW) போன்ற அரசு உளவு அமைப்புகள் மட்டுமே அதிரகசியமாகப் பயன்படுத்தும் கருவிகள். இதிலிருந்தே மார்லின் தனது கடைசி காலத்தில் கென்னடியாலும், மாஃபியாவாலும் தீவிரமாக கண்காணிக்கப்பட்டுள்ளார் என்பது வெளிப்படை.

ஒருவேளை இதை வைத்தவர்கள் மீண்டும் எடுப்பதற்கு மறந்துவிட்டார்களா? அல்லது எடுப்பதற்குள் அவர்களும் இறந்துவிட்டார்களா? வேறு யாருக்கும் தெரியாத ரகசியமா? (பின்குறிப்பு மார்லின் மன்றோ இறந்த ஒரு வருடத்துக்குள்ளாகவே ஜான் கென்னடி சுட்டுக் கொல்லப்பட்டார். இந்தக் கருவிகள் கண்டெடுக்கப்பட்டது 1972ல்). புதிதாகக் குடிவந்த வெரோனிகாவுக்கு இந்தக் கருவிகள் அனைத்தையும் அகற்றி, புதிய கூரை வேய்வதற்கே ஒரு லட்சம் டாலர்கள் செலவானது என்பது கூடுதல் தகவல்.

மார்லின் மன்றோவைத் தொடர்ந்து இல்லுமினாட்டிகளின் பார்வை முழுக்க முழுக்க ஜான் கென்னடியின் மீதே இருந்தது. அவரின் செயல்கள் இல்லுமினாட்டிகளுக்குத் திருப்தியளிக்கவில்லை. ஆரம்பத்தில் இருந்தே கென்னடியின் அரசியல் நிலைப்பாடும் சரி, இல்லுமினாட்டிகளைப் பற்றிய நிலைப்பாடும் சரி, சற்று முரண்பாடாகத்தான் இருந்தன. அவர்களுடைய விருப்பத்துக்கு இணங்கும் அமெரிக்க அதிபராக அல்லாமல், சுயமான, உலகை முன்னேற்றப் பாதையில் அழைத்துச் செல்லும் அதிபராக விளங்க ஆரம்பித்தார் கென்னடி. அதுதான் அவருக்கு வினையாக முடிந்தது.

அப்படி என்ன கோபம் கென்னடி மீது? அமெரிக்க அதிபரையே கொல்லத்துணியும் அளவுக்கு அவர்களுக்கு எதிராக கென்னடி செய்தது என்ன?

பெரிதாக ஒன்றுமில்லை. இல்லுமினாட்டி குடும்பத்தில் இருந்து வந்தவர், ஆனால் அதன் கொள்கைகளை ஆரம்பத்தில் ஏற்றிருந்தாலும், போகப்போக எதிர்க்க ஆரம்பித்தார். 'இல்லுமினாட்டிகளின் பிடியில்தான் இந்த உலகம் சிக்கியிருக்கிறது, அதிலிருந்து விடுபடாவிட்டால் இந்தப் பூமியே பேராபத்துக்கு உள்ளாகும்' என்று உலக மக்களுக்கு எச்சரிக்கை விடுத்தார்.

CIAவின் தன்னிச்சையான போக்கை, எதற்கும் அடங்காமல் தன் இஷ்டத்துக்கு முடிவெடுக்கும் உரிமையைத் தடுத்துநிறுத்த முயன்றவர் கென்னடி. நாட்டின் அதிபருக்கே கட்டுப்படாத ஓர் உளவு நிறுவனமாகத்தான் CIA இருந்து வந்துள்ளது. CIAவை ஆயிரம் துண்டுகளாக உடைத்து காற்றில் பறக்க விட வேண்டும் என்பதுதான் என் ஆசை என்று வெளிப்படையாகவே ஒருமுறை கூறியுள்ளார் கென்னடி. இதனால் முதலிலிருந்தே CIAவின் ஆத்திரத்துக்கு ஆளானார்.

மாஃபியாவின் நடவடிக்கைகளை உடனுக்குடன் கண்டித்து தடுத்து நிறுத்த முயன்றதோடு, தனது சகோதரர் ராபர்ட் கென்னடியின் மூலம் மாஃபியாவின் ஒருசில மூத்த தலைவர்களையும் என்கவுண்டர் செய்த பெருமை கென்னடியைச் சாரும். ஜான் கென்னடியின் ஆட்சியில் ராபர்ட் கென்னடிதான் நாட்டின் அட்டர்னி ஜெனரலாக இருந்தவர். (இதை நினைவில் கொண்டே ஜான் கென்னடிக்குப் பிறகு அமைச்சரவை உறுப்பினராக மாறிய ராபர்ட் கென்னடியும் இதே முறையில் சுட்டுக்கொல்லப்பட்டார்)

இதுபோக, இல்லுமினாட்டிகள் அவரைத் தடுத்து நிறுத்த இன்னொரு முக்கியமான காரணமும் உள்ளது. உலகில் நடக்கும் பெரும்பாலான போர்களுக்குக் காரணமான இல்லுமினாட்டிகள்தான் அமெரிக்க வியட்நாம் போருக்கும் காரணம். வழக்கம்போல, இதை வழிநடத்தியதும் இல்லுமினாட்டிகளும், அவர்களது இடைத்தரகர்களும்தான். ஆனால், இந்தப் போரை கென்னடி விரும்பவில்லை. அத்தோடு, போரைத் தடுத்து நிறுத்தவும் பெருமுயற்சி எடுத்தார். இதனால் இல்லுமினாட்டிகளின் மிக முக்கியமான சதியான கிழக்கு நாடுகளின் மீதான ஆதிக்கத்தை வலுப்படுத்தும் திட்டம் பாதியிலேயே நிலைகுலைந்தது. அதுமட்டுமல்லாமல், பல ஆயிரம் கோடிகள் பணப் பரிவர்த்தனையும் பாழாய்ப்போனது.

இல்லுமினாட்டிகள் விழித்தெழுந்தனர். கென்னடியிடம் ஒரு கெட்ட பழக்கம் இருந்தது. பெண்கள் விஷயத்தில் கொஞ்சம் பலவீனமானவர். இதன் காரணமாகவே மார்லின் மன்றோ உள்ளே வந்தார். அதுமட்டுமல்லாது, கென்னடியின் மனைவியான ஜாக்யூலினும் இல்லுமினாட்டிகளின் கையாள் என்றும், கென்னடியின் படுகொலைக்கு அவரும் ஒரு காரணமாக இருக்கலாம் என்ற கோணத்தில் குற்றப் பத்திரிகையில் ஜாக்யூலின் பெயரும் சேர்க்கப்பட்டது. ஆனால், அவசரம் அவசரமாக இந்த விவாதம் இருட்டடிப்பு செய்யப்பட்டு, மறக்கடிக்கப்பட்டது. கொஞ்ச நாட்களிலேயே ஜாக்யூலின் கிரேக்கத்தைப் பூர்விகமாக கொண்ட தென் அமெரிக்கத் தொழிலதிபரான 'அரிஸ்டாட்டில்

> ஜான் கென்னடியுடன் அவர் மனைவி ஜாக்யூலின் ஒனாசிஸ்'ஸைத் திருமணம் செய்துகொண்டார்.

இந்த அரிஸ்டாட்டில் ஒனாசிஸ் என்பவர் வேறு யாருமல்ல, இல்லுமினாட்டிகளின் முக்கியமான 13 குடும்பங்களில் ஒருவர்தான். இவரது இறப்புக்குப் பிறகு, இவரது சொத்தில் ஒரு மிகப்பெரிய பங்கு ஜாக்யூலினுக்கு எழுதி வைக்கப்பட்டது. ஆனால், மனைவி என்ற அந்தஸ்து இருக்கும்போதே அப்படிச் செய்வதன் அவசியம் என்ன என்றுதான் ஆய்வாளர்கள் புருவம் நெறிக்கிறார்கள். ஒருவேளை, ஒனாசிஸின் இறப்புக்கு பின் ஜாக்யூலின் வேறு திருமணம் செய்துகொள்ள முடிவு எடுத்தால், அவரது ரகசியங்கள் பலவற்றோடு, கென்னடியின் ரகசியங்களும் வெளிவந்துவிடக் கூடும் என்ற அச்சத்தினால் இது நடந்திருக்கும் என்றும் கூறப்படுகிறது.

கென்னடியின் படுகொலையில் முக்கியக் குற்றவாளியாக அறியப்பட்ட 'லீ ஹார்வே ஓஸ்வால்ட்'டுக்கு (Lee Harvey Oswald) FBI யுடன் நெருங்கிய தொடர்பு இருந்துள்ளது விசாரணையில் தெரியவந்துள்ளது. ஆனால், இந்த உண்மை பெரிய அளவில் வெளிவராமல் மறைக்கப்பட்டுவிட்டது.

கென்னடியின் படுகொலையை விசாரிப்பதற்காக அமைக்கப்பட்ட 'வாரன் கமிஷன்' (Warren Commission) எனும் தனிப்படையே கொதிப்பில் இருந்த மக்களை அமைதிப்படுத்தவும்,

➤அரிஸ்டாட்டில் ஒனாஸிஸ் ஜாக்யூலின் திருமணம்

உலக நாடுகளின் கண்களில் மண்ணைத் தூவவும் உருவாக்கப்பட்ட ஒரு கண்துடைப்பு நாடகம்தான். ஏரல் வாரன் (Earl Warren) பெயரால் அமைக்கப்பட்ட விசாரணைக்குழு இது. கவனிக்கப்பட வேண்டிய விஷயம் என்னவென்றால், ஏரல் வாரன் ஒரு ஃப்ரீமேசன் குழுவின் உறுப்பினர்.

இது இன்று நேற்று ஆரம்பித்ததல்ல.. மார்லின் மன்றோ, ஜான் கென்னடி போன்றோர் எல்லாம் ஒரு பானைச் சோற்றுக்குப் பதம் பார்க்கும் பருக்கைச் சோறுகள்தான். இவர்களைப்போல தினம், தினம் ஒருவர் பல நூற்றாண்டுகளாகப் பலியாகிக் கொண்டேதான் இருக்கிறார்கள். எந்தக் காரணத்துக்காக கென்னடி கொல்லப்பட்டாரோ, அதே காரணத்துக்காக, அதே முறையில் நூறு ஆண்டுகளுக்கு முன்பும் ஒரு மிகப்பெரிய அமெரிக்க அதிபர் கொல்லப்பட்டார். அவர்தான் ஆபிரகாம் லிங்கன்.

மார்லின் மன்றோ எந்தக் காரணத்துக்காக உருவாக்கப்பட்டு பின் கொல்லப்பட்டாரோ, அதே காரணத்துக்காக சர்ச்சைக்குரிய முறையில் இறந்தவர்களின் எண்ணிக்கை மிகப்பெரிது, முக்கியமாக

பிரையன் ஜோன்ஸ், ப்ரூஸ் லீ, பிராண்டன் லீ *(ப்ரூஸ் லீயின் மகன்)*, பிரிட்டனி மர்ஃபி, மைகேல் ஜாக்சன், டியூபாக் ஷாகுர், லிசா லோபெஸ், பால் வாக்கர் என்று இன்னும் பலர்.

உலக அரங்கில் நடந்த அரசியல் படுகொலைகள் என்று எடுத்துக்கொண்டால் இளவரசி டயானா, மார்ட்டின் லூதர் கிங் ஜூனியர், இந்திரா காந்தி, பெனாசீர் பூட்டோ, போப் முதலாம் ஜான் பால், லீ ஹார்வே ஓஸ்வால்ட் *(கென்னடியின் கொலையில் குற்றம் சாட்டப்பட்டவர்)*, ரசல் ஜோன்ஸ், வில்லியம் மெக்கின்லி, சே குவேரா, ஹீத் லெட்ஜர், ஜான் லெனான், விட்னி ஹோஸ்டன் என பட்டியல் நீளும்.

இல்லுமினாட்டிகளின் மறைமுகத் தலையீட்டில் நடந்த இந்த மர்மமான, திட்டமிட்ட, வெளிப்படையான, சர்ச்சைக்குரிய எனப்பல இயற்கையல்லாத முறைகளில் இறந்தவர்களின் எண்ணிக்கைக்கும், அதன் பின்னணிக்கும் தனியாக ஒரு புத்தகமே போடலாம்.

இவர்கள் அனைவருமே ஏதோ ஒரு கட்டத்தில் தங்களைப் பற்றியும், இல்லுமினாட்டிகள் பற்றியும் இந்த உலகுக்கு எடுத்துரைக்க முயன்றார்கள் என்று வரலாற்று ஆராய்ச்சியாளர்கள் சொல்கின்றனர். ஆனால், அவர்கள் சொல்லி முடிப்பதற்குள், அல்லது சொன்னதற்கான பலன் என்னவென்று அறிவதற்குள் மர்மமான முறையில் மரணித்துப் போனவர்கள்.

இதைச் செய்து முடிப்பதற்குப் பொதுவாக இல்லுமினாட்டிகள் தேர்ந்தெடுக்கும் வழிகள் என்னென்ன தெரியுமா?

அளவுக்கு அதிகமான போதை மருந்து, தூக்க மாத்திரைத் தற்கொலை, திட்டமிட்ட சாலை விபத்து பெரும்பாலும் கார் அல்லது விமானம், நேரடித் துப்பாக்கிச் சூடு *(சுட்டவன் பின்னர் தற்கொலை செய்துகொள்வான்)*... அவ்வளவுதான்!!!

12
உலகம் கூறு எவ்வளவு ரூபாய்?
பாகம் -1

ஒருவனுக்கு உணவும் கேளிக்கையும் கொடுத்துவிட்டால் போதும். இந்த ஃபார்முலா தான் அவர்களை முதலாளியாகவும், நம்மில் சிலரை முதலாளி போன்ற தோற்றத்தில் இருக்கும் தொழிலாளியாகவும், சிலரை நிஜத்திலும் தொழிலாளியாகவும், இன்னும் சிலரை நிரந்தர அடிமைகளாகவும் வைத்திருக்க உதவுகிறது.

பீடிகை போதும் நீண்ட நேரமாக '13 இல்லுமினாட்டி குடும்பங்கள்' என்ற வார்த்தைகள் மட்டும் கேட்டுக்கொண்டே இருக்கிறது, ஆனால் யார் அவர்கள், அவர்களின் சக்தி என்ன, இந்த உலகத்தில் அவர்கள் என்னதான் செய்து கொண்டிருக்கிறார்கள், இல்லுமினாட்டி கொள்கைகளுக்கும் அவர்களுக்கும் எந்த வகையில் தொடர்பு எனப் பல கேள்விகள் நிச்சயம் உங்களுக்குள் எழுந்திருக்க வேண்டும். நீண்ட நேரம் உங்களது ஆவலை தூண்டிக்கொண்டே செல்லாமல், யார் அவர்கள் என்பதை கொஞ்சம் சுருக்கமாக, அதே சமயம் ஆழமாகப் பார்த்துவிடுவோம்.

இந்த உலகத்தின் வரலாறு என்பதே இந்த இல்லுமினாட்டிகளின் வரலாற்றுச் சுருக்கம்தான். இவர்களின் வரலாறு என்னவென்று புரிந்து கொண்டால் நீங்கள் பார்க்கும் இன்றைய உலகத்தின் இயக்கம் என்னவென்று இன்னும் நன்றாக உணர்ந்து கொள்வீர்கள். 13 குடும்பங்களாக தனித்தனியே அறியப்படும் இவர்கள் அனைவரையும் ஒருங்கிணைத்த பெருமை வேண்டுமானால், ஆதம் வேஸ்ஹாப்த்தைச் சேரலாம், ஆனால் இவர்களின் நதிமூலம், ரிஷிமூலம் எல்லாம் ஆயிரம், இரண்டாயிரம் வருஷத்து வரலாறு. இவர்கள் அனைவரும் அப்போதிலிருந்தே உலகாளும் எண்ணத்துடன் பல மாய மந்திர தாந்திரீகங்களில் தழைத்தவர்கள்.

தாங்கள் அனைவரும் ஒரே ரத்தத்தில், ஒரே வம்சத்தில் உதித்தவர்கள் என்பது இவர்களின் நம்பிக்கை. பண்டைய நாகரீகமான எகிப்தின் பாபிலோன்தான் இவர்களின் பூர்வீகம். எகிப்திய ராஜ வம்சத்தின் நேரடி ரத்த வழி உறவுகள்.(அதனால்தான் இவர்களின் பிரதான சின்னமாக பிரமிட் இருக்கிறது) பின்னர் தனித்தனியே சாம்ராஜ்யங்கள், ஸ்தாபனங்கள் அமைக்கும் கொள்கைகளுடன் உலகெங்கும் பிரிந்து சென்றவர்கள். ஆனால், மதம், நம்பிக்கை, உயர்குடி ரத்த பந்தம் என அனைத்திலும் ஒன்றாக ஒரே மாதிரி இருப்பவர்கள். நீண்ட நெடிய வரலாற்றுப் பக்கங்களில் எப்பொழுதும் கொடுக்கல், வாங்கல், திருமணம், உறவு, என தொடர்ந்து நெருங்கிய தொடர்பில் இருப்பவர்கள், இன்று வரை!

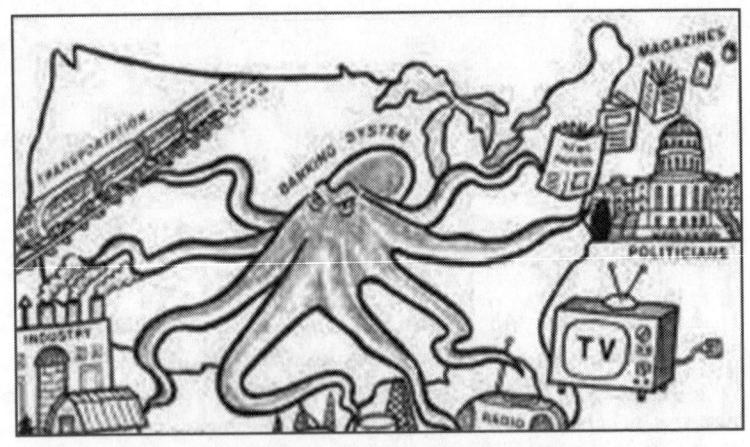

நீங்களும், உங்கள் நண்பர்கள் அல்லது குடும்பத்தினரும் சேர்ந்து ஒரு நிறுவனம் ஆரம்பிக்கிறீர்கள் என்று வைத்துக் கொள்வோம். முதலில் என்ன செய்வீர்கள்? யார் யாருக்கு என்னென்ன பதவி, யார் யார் எந்தெந்த துறைகளைக் கவனிக்க வேண்டும், எப்பொழுதெல்லாம் சந்தித்து, தொழிலைப் பற்றி விரிவாகத் திட்டமிட வேண்டும், ஒருவரது துறையில் ஏற்படும் நெளிவு சுழிவுகளை மற்றவர் உதவியுடன் எப்படி சமாளிக்க வேண்டும் என்றெல்லாம் வேலைகளைப் பிரித்துக் கொள்வீர்கள் அல்லவா? இதைத்தான் இல்லுமினாட்டிகளும் செய்தார்கள்.

இல்லுமினாட்டிகளைப் பொறுத்தவரை இந்தப் பூமியே ஒரு மிகப்பெரிய தொழில் நிறுவனம். உலகநாடுகளும், அதன் அன்றாட செயல்பாடுகளும் இவர்களுக்கு விதவிதமான துறைகள். அனைத்தையுமே தனித்தனியாக பிரித்து 13 பேரும் யார் யாருக்கு என்னென்ன வருமோ அதை ஆளுக்கு ஒன்று என்றும், சிலருக்கு ஒன்றுக்கும் மேற்பட்ட துறைகள் என்றும் பிரித்துக் கொண்டனர். ஒருவருக்கான துறையில் மற்றவர் தேவையில்லாமல் குறுக்கிட மாட்டார்.

தேவை ஏற்படும் பட்சத்தில், மற்றவர்கள் மூலம் வேண்டிய உதவிகள் வழங்கப்படும். அவ்வப்பொழுது சிலபல சந்திப்புகள் நடத்தி, தங்களுக்குள் நடந்தவற்றை, நடப்பவற்றை, நடக்கப்போவதைப் பற்றி விவாதித்துச் செயல்படுவர். இவர்களை வழிநடத்தும் தலைவர்தான் இந்தச் சந்திப்புகளையும், அதன் அம்சங்களையும் முடிவெடுத்து அரங்கேற்றுவார். அந்தந்த குடும்பங்களின் மூத்த ஆண் வாரிசுதான் அந்தந்த குடும்பத்துக்குத் தலைவர். காலத்துக்கேற்ப இந்த விதிகளில் ஒரு சில விதி விலக்குகள், மாற்றங்கள் நடக்கும்.

இவர்கள் உலகத்தைக் கூறுபோட்டு, பங்கு பிரித்த விதம் இப்படித்தான்...

- நிதித்துறை, வங்கி மற்றும் பணப்புழக்கம் (ராத்சைல்ட் குடும்பம்)
- எண்ணெய் வளம் (ராக்பெல்லர்)
- மதம், நம்பிக்கை சார்ந்த விஷயங்கள், மதகுருமார்கள் (காலின்ஸ்)
- கேளிக்கை மற்றும் பொழுதுபோக்கு (டிஸ்னி குடும்பம்)
- மாய, மந்திர, தாந்திரீகங்கள் (ஆஸ்டர், காலின்ஸ்)
- புகையிலை, போதை வஸ்து மற்றும் நிழல் உலக குற்றங்கள் என்கிற மாஃபியா (ஓனாசிஸ், லீ குடும்பங்கள்)
- மது (கென்னடி)
- உணவுப்பொருட்கள் (மெரோவிஞ்ஜியன்)
- ரகசிய குழுக்கள், உளவுத்துறை (பண்டி)
- ஆயுதங்கள், வெடிமருந்துகள், ஏவுகணைகள் (டூ பாண்ட்)
- உலக அரசியல், அரசியல்வாதிகள் (இங்கிலாந்து ராஜ வம்சம்)

இந்தப் பட்டியலில் பில் கேட்ஸையோ, அம்பானிகளையோ, ஏன் நேற்று முளைத்து ஒரே இரவில் கோடீஸ்வரர்களான புதுப்பணக்காரர்களையோ நீங்கள் எதிர்பார்த்திருந்தால், உங்களுக்கு ஏமாற்றம்தான் மிஞ்சும். ஏனெனில், இந்த 13 குடும்பங்களும் உலகப் பணக்காரர் யார் என்பது போன்ற சின்னச் சின்ன போட்டிகளிலெல்லாம் பங்கெடுப்பதில்லை. உலகின் மிகப்பெரிய பணக்காரரான பில் கேட்ஸின் மொத்தச் சொத்து மதிப்பையும் கூட்டிப் பார்த்தாலும், இவர்களது ஒரு மாத வருமானத்துக்கு இணையாகாது. ஏனென்றால், ஒரு வகையில் பில் கேட்ஸ் கூட தெரிந்தோ, தெரியாமலோ இவர்களுக்காக வேலை செய்பவர்தான்.

நீங்கள் இந்த உலகில் எந்தத் துறையை எடுத்துக் கொண்டாலும் மேலே இருக்கும் ஏதேனும் ஒன்றுக்குள் அடங்கிவிடும். நீங்கள் வேலை பார்ப்பது, அல்லது தொழில் செய்வது என இவற்றில் எந்தத் துறையாக இருந்தாலும் உங்களது ஒவ்வொரு அசைவையும் முடிவு செய்வது அந்தந்த துறைகளுக்கான முதலாளிகள்தான்.

மிக முக்கியமான பிரிவான 'நிதித்துறை, வங்கி மற்றும் பணப்புழக்கம்' திருவாளர் ராத்சைல்ட்டிடம் இருப்பதை ஏற்கனெவே பார்த்துவிட்டோம். பணத்துக்கு அடுத்தபடியாக உங்கள் தலையெழுத்தைத் தீர்மானிக்கும், உங்கள் வீட்டு ஃபிரிட்ஜில் இருக்கும் தக்காளியும், வெங்காயமும் நாளை என்ன விலை விற்க வேண்டும் என்று முடிவு செய்யக்கூடிய, அடுத்த மிக முக்கியத்

➤அரிஸ்டாட்டில் சாக்ரடீஸ் ஓனாஸிஸ்

துறையான 'எண்ணெய் வளம்', இல்லுமினாட்டியின் அதிமுக்கிய தலைவர்களுள் ஒருவரான, ராத்சைல்ட்டுக்கு ஈடான செல்வாக்கு கொண்ட ராக்ஃபெல்லரிடம் எப்படி கட்டப்பட்டிருக்கிறது என்பதையும் விரிவாகப் பார்த்தோம்.

மீதமுள்ளோர் யார் யார்? சுவாரஸ்யமான கதைச் சுருக்கம் இதோ:

அரிஸ்டாட்டில் சாக்ரடீஸ் ஓனாசிஸ் *(19/06/1975):*

ஒரு காட்டில் எத்தனை மிருகங்கள் இருந்தாலும், சிங்கத்தை விடவும் வலிமையான விலங்குகள் ஒன்றிரண்டு இருந்தாலும், நாம் சிங்கத்தைத்தான் காட்டு ராஜா என்கிறோம். காரணம், சிங்கத்தின் கம்பீரம், சீற்றம், கவர்ச்சி, குணாதிசயம் எல்லாம் அப்படியானவை. அதுபோல, ராத்சைல்ட், ராக்ஃபெல்லர் போன்ற ஜாம்பவான்கள் இருந்தாலும் 'அரிஸ்டாட்டில் சாக்ரடீஸ் ஓனாசிஸ்' என்பவரைத்தான் 'இல்லுமினாட்டிகளின் மன்னன்' என்று அழைப்பர்.

தான் வாழ்ந்த காலத்தில் நிஜமாகவே ஒரு சக்கரவர்த்தியாக வாழ்ந்தவர் 'அரிஸ்டாட்டில் சாக்ரடீஸ் ஓனாசிஸ்'. கிரீஸ்தான் இவரது பூர்விகம் என்பது பெயரிலேயே தெரிந்திருக்கும். தனக்கான சாம்ராஜ்யத்தை திடமாக உருவாக்கியவர். சாக்ரடீஸ் என்பது இவரின் தந்தை பெயர். 'அரிஸ்டாட்டில் ஓனாசிஸ்' என்றே

இவரை அழைப்போம். மிகப்பெரிய வியாபார காந்தம் (குறிப்பாக கப்பல், ஏற்றுமதி இறக்குமதி), அதிபுத்திசாலி, நினைத்த காரியத்தை முடிக்காமல் விட்டதில்லை, பல மொழிகள் அறிந்தவர், பெருங் கோடீஸ்வரர்.

எல்லாவற்றையும் விட முக்கியமாக,இவரை 'இல்லுமினாட்டிகளின் மன்னன்' என்று அழைப்பதற்கு உண்மையான காரணம், இவர் உண்டாக்கிய அசைக்க முடியாத, சக்தி வாய்ந்த புகையிலை, போதை, விபச்சாரம், மாஃபியா கூட்டு ஸ்தாபனம்தான்.

இல்லுமினாட்டிகளின் மாய மந்திர நம்பிக்கைகளில் தவறாமல் பங்கெடுத்தாலும் அதில் இவர் பெரியளவில் ஆர்வம் காட்டியதில்லை. இவரது பலமே, இல்லுமினாட்டிகளின் திட்டத்தில் யாராவது குறுக்கிட்டால், தடையாக இருந்தால், அவர்களைத் தடயமே இல்லாமல் அழித்தொழிப்பதுதான். தான் உருவாக்கிய மாஃபியாவை வைத்து இவர் சாதிக்காத காரியமே இல்லை.

ராத்சைல்ட், ராக்ஃபெல்லர் குடும்பங்களுடன் மிக நெருங்கிய தொடர்புடையவர். இரண்டாம் உலகப் போருக்கு பின் அர்ஜென்டினாவில் குடியேறினார். இவரது மைத்துனர் 'ஸ்டாவ்ராஸ் நியார்கோஸ்' கிட்டதட்ட ஒனாசிஸுக்கு நிகரான பெயரும் புகழும் பெற்றவர். ஒரே குடும்பத்தில் இருந்தாலும் இருவரும் சிறுவயது முதலே பரம வைரிகள். ஆனால், பிற்காலத்தில் இல்லுமினாட்டி குடும்பத்தில் சேர்ந்த பின் இணைந்த கைகளாக மாறியவர்கள். இல்லுமினாட்டிகளின் ரகசியக் குழுக்களிலேயே மிகவும் பலம் வாய்ந்த 'பில்டர்பர்க்'கின் முக்கியத் தலைவர்கள்.

பிராங்கிளின் ரூஸ்வெல்ட், ஜான் கென்னடி போன்ற பல அமெரிக்க அதிபர்களிடம் நெருக்கமாக இருந்தவர்கள். தான் வாழ்ந்த காலத்தில் ஒனாசிஸ் பல அதிபர்களை ஆட்டிப்படைத்தவர். கென்னடி படுகொலையைத் திட்டமிட்டுச் செயல்படுத்தியதில் ஒனாசிஸுக்கும் அவரது மாஃபியாவுக்கும் பெரும்பங்கு இருப்பது ஊரறிந்த ரகசியம். கென்னடி மறைவுக்கு பின் அவரது மனைவி ஜாக்லினை ஒனாசிஸ் மறுமணம் செய்துகொண்டார் என்பதையும் இங்கே நினைவு கூறவும்.

உலக நாடுகளிலேயே அதிகளவு மதங்களின் சங்கமமாக இருக்கும் நாடு துருக்கி. போதை வஸ்துக்கள் அதிகம் தயாரிக்கப்பட்டு, புழங்கும் இடமும் அதே துருக்கிதான். மதம், போதை என்ற இரண்டுக்கும் சம்பந்தம் இல்லையென்றாலும், இவற்றை இங்கே சங்கமிக்கச் செய்த்தவர்கள் இல்லுமினாட்டிகள், குறிப்பாக ஒனாசிஸ். ஏனெனில், மதத்தின் பெயரால் நடந்தால்தான் அவ்வளவு எளிதாக யாரும் தடுத்து நிறுத்தவோ, கைவைத்துவிடவோ முடியாது.

துருக்கியில் இருந்து அர்ஜென்டினாவுக்குப் போதைப்பொருட்கள் ஏற்றுமதி செய்யப்பட்டு, அங்கிருந்து உலக நாடுகளுக்கு விநியோகம் செய்வர்.

கிட்டத்தட்ட துருக்கியை தனது இரண்டாவது தாய்நாடாகவே பயன்படுத்தினார் ஒனாசிஸ். இதன்மூலம் கிடைக்கும் லாபம் என்பது வெறும் பணம் மட்டுமல்ல. மிகப்பெரிய அதிகாரம். அதைத் தம்வசம் வைத்திருந்தார். அத்தனை அரசாங்கங்களும், ராஜ வம்சங்களும் தன் சொல்லுக்குக் கீழ்படியும்படி செய்தார். துருக்கியில், எகிப்தில் இருந்த சதுர ஸ்தூபிகளை (Obelisk) ஃபிரீமேசன் குழுவின் மூலம் அமெரிக்காவுக்கும் , லண்டனுக்கும், ரோமுக்கும் இல்லுமினாட்டிகளின் அடையாளமாகக் கொண்டுவந்து சாதித்ததில் இவரது பங்கு முக்கியமானது.

அமெரிக்க அதிபர் மாளிகையில் அவரது அறையில் இருந்து பார்த்தால் இல்லுமினாட்டிகளின் அடையாளமான இந்த ஸ்தூபிதான் முதலில் கண்ணுக்குத் தெரியும். தினமும் தூங்கி எழுந்து, சோம்பல் முறித்தபடி ஜன்னல் வழியாக வெளியில் பார்க்கும் அதிபருக்கு அமெரிக்கா என்பது யாருடைய கட்டுப்பாட்டில் இருக்கிறது என்பதை அனுதினமும் உணர்த்தும் விதத்தில்தான் இந்த ஸ்தூபி அமைக்கப்பட்டிருக்கிறது.

அரிஸ்டாடிலைப் போல, சாக்ரடிஸைப் போல இவரும் ஒரு தத்துவவாதிதான். ஆனால் இவர் உண்டாக்கிய தத்துவம் உலக நன்மைக்கான தத்துவம் அல்ல. மாறாக, உலகை எப்படிச் சீரழித்து, அழிப்பது என்ற தத்துவம்.

ஆஸ்டர் குடும்பம் (Astor Bloodline):

ஜான் ஜேக்கப் ஆஸ்டர் *(1763-1884)* என்பவர்தான் ஆதாரபூர்வமாக அறியப்படும் மூத்த ஆஸ்டர். யூத இனத்தைச் சேர்ந்த இவர் ஜெர்மனியில் பிறந்தவர். வால்டார்ஃப் என்னும் ஊரில் இருக்கும் ஆலயங்களில் மந்திரம் ஓதுவதுதான் இவர்களின் குடும்பத்தொழில். இவர் மந்திரம் ஓதும் விதமும், அதன் பலனும் அசாத்தியமானவை. தீவிர மாய, மந்திர வித்தைகளில் கற்றுத்தெளிவதற்காக அரசாங்கத்துக்கு தெரியாமல் பல காரியங்களில் மறைமுகமாக ஈடுபட்டிருந்தார். ஆஸ்டர் என்கிற பெயருக்கான காரணமும் அதுதான். 'ஆஸ்டார்த்' என்பது ரோமானிய மாந்திரீக தேவதையின் பெயர். 'அஸ்டார்கா' என்பது அந்த தேவதையின் வம்சாவளியைச் சேர்ந்தவர்கள் என்று பொருள்.

அதுமட்டுமில்லாமல், ஜேக்கப் ஆஸ்டர் ஒரு கசாப்புக்கடைக்காரர். ஜெர்மனியில் வசித்துவிட்டு, பிறகு லண்டன் சென்றவர், அங்கிருந்து எப்படியோ அமெரிக்கா சென்றுவிட்டார். விசித்திரம்

> ஆஸ்டர் வம்சாவளி

என்னவென்றால், ஜேக்கப் ஆஸ்டர் ஒன்றும் அவ்வளவு சுலபமாக நாடுவிட்டு நாடு செல்லும் அளவுக்குப் பணக்காரர் கிடையாது. ஊரை விட்டுச் செல்வதற்கே யோசிக்கும் ஓர் ஏழை. எல்லாவற்றுக்கும் மேலாக இவருக்கு ஆங்கிலம் அறவே வராது. தாய்மொழியான ஜெர்மன் மட்டுமே தெரியும். அப்படியிருக்க, லண்டனுக்கும், பிறகு அமெரிக்காவுக்கும் சர்வசாதாரணமாகச் சென்றது எப்படி என்பது இன்று வரை கேள்விக்குறியே... ஆனால் அரசல் புரசலாக இவரது அமானுஷ்ய சக்தியையும், மாந்திரீக வித்தைகளையும் பற்றி அறிந்த பிரிட்டானிய அரச குடும்பம் இவருக்கு உதவியதாக ஒரு செய்தி இருக்கிறது.

இதனை புரிந்துகொள்ள ஓரளவுக்கு ஐரோப்பாவின் அன்றைய சூழ்நிலை எப்படியிருந்தது என்பதை அறிய வேண்டியது அவசியம். பணக்காரர்கள் அனைவரும் தனியாகவும், ஏழை எளியோர்கள் தனியாகவும் வாழ்ந்து வந்த காலகட்டம் அது. அதாவது, ஒருவனால் எவ்வளவு பிரம்மப்பிரயத்தனம் செய்தாலும் சமுதாயத்தின் இந்தக் கட்டமைப்பை அவ்வளவு எளிதாக உடைத்துவிட முடியாது. இதனாலேயே தனது சொந்த நாட்டில் தன்னுடைய லட்சியத்துக்குப் பல தடைகள் வரும் என்பதையறிந்து லண்டன் சென்று பின்னர் அமெரிக்கா அடைந்தார் ஆஸ்டர்.

விலங்கின் தோல்களை உரித்துச் செய்யப்படும் ஆடைகளுக்கும், கம்பளிகளுக்கும் உலகம் முழுக்க, குறிப்பாக, அமெரிக்காவில் அப்போது ஏகத்துக்கும் கிராக்கி இருந்தது. இயல்பாகவே கசாப்புக்காரர் என்பதால் இந்தத் தொழிலில் கால் பதித்த ஆஸ்டர், பிறகு மின்னல் வேகத்தில் வளர்ச்சியடைந்தார். உலக நாடுகள் அனைத்துக்கும் இவரது தொழிற்சாலையில் இருந்துதான் கம்பளி ஏற்றுமதி நிகழ்ந்தது. அதுபோக, நிழல் உலகில் போதைப் பொருட்களையும், கள்ளக் கடத்தல் தொழிலிலும் ஜாம்பவானாக

விளங்கியவர் ஆஸ்டர். அதிலும் கிழக்கு நாடுகளான சீனா மற்றும் அதைச் சுற்றியுள்ள நாடுகளில் போதைப்பொருள் பழக்கத்தைக் கொண்டுவந்து நிலைநிறுத்தியது ஆஸ்டர்தான்.

இதன்மூலம் இவரது செல்வாக்கு உயர்ந்தது. அன்றைய காலகட்டத்தில் அமெரிக்காவில் வானளவு உயர்ந்து நிற்கும் கட்டடங்கள் பெரும்பாலானவற்றை எழுப்பிய பெருமை இவரையே சேரும். இன்றும் பல பெயர்களில் இயங்கும் அந்தக் கட்டடங்கள் அனைத்தும் இவரது குடும்பத்துக்குத்தான் சொந்தம். இந்தக் குறுகிய கால அபார வளர்ச்சிக்கு இவரது மாய மந்திர வித்தைகளே காரணம் என்றும் ஒரு நம்பிக்கை உண்டு. ஆனால், அப்போதைய அமெரிக்க அதிபரின் மறைமுக ஆதரவு முழு அளவில் இவருக்கு இருந்ததையும் மறுப்பதற்கில்லை.

அமெரிக்காவின் முதல் ஃபிரீமேசன் குழுவில் இணைந்தவர் ஆஸ்டர். பிறகு அசுர வளர்ச்சியடைந்து மிக முக்கிய உறுப்பினராக உயர்ந்தார். ராத்சைல்ட் குடும்பத்தைப் போலவே இவரும் தனக்கென ஒரு தொழில்முறை அமைத்து, படு ரகசியமாகத் தனது சொத்துகளை மறைத்து வருகிறார். இவரைப்பற்றிய பல புத்தகங்கள், ஆய்வுகள், கதைகள், கட்டுக்கதைகள் வேண்டுமென்றே கசியவிடப்பட்டு, உண்மை எது?, பொய் எது? என்று பிரிக்க முடியாதவாறு செய்துவிட்டார். இதிலிருந்தே இவரது வல்லமையைப் புரிந்து கொள்ளலாம்.

ஜேக்கப் ஆஸ்டர் பற்றி ஒரு பிரபலமான கூற்று இருக்கிறது. 'கொஞ்சம்கூட ரசனையே இல்லாத, நகைச்சுவை உணர்வு இல்லாத, கருணையே இல்லாத ஒரு மனிதர்'. இதை கூறியது வேறு யாருமல்ல, இவரது உறவுமுறை நண்பரும், இல்லுமினாட்டி உறுப்பினருமான டு பாண்ட் (Du Pont) எழுதிய ஆஸ்டரின் வாழ்க்கை வரலாற்றில்தான் இப்படி எழுதப்பட்டிருக்கிறது.

வால்ட் டிஸ்னி : பொய், பகட்டு, வஞ்சகத்தின் கலை வடிவம், சிற்றின்ப மன்னன்:

ஒருவனுடைய அடிப்படைத் தேவை என்னவோ அதைச் சுற்றித்தான் அவனுடைய உலகம் சுழலும். ஒரு சாதாரண நடுத்தர ஆணுக்கோ, பெண்ணுக்கோ அதிகபட்ச கவலை என்பது தங்களது பிள்ளைகளுக்கு பள்ளிக் கட்டணம் கட்டுவது, வீட்டுக் கடனை அடைப்பது, கல்விக்கடனை அடைப்பது மட்டுமாகத்தான் இருக்கும். இல்லையென்றால், மாதாந்திர மளிகைச் சாமான் செலவு, வார இறுதி கேளிக்கைக்கான செலவு ஆகியனவே அவர்களுடைய அன்றாடத் தேவையாக இருக்கும்.சில பேருக்கு இதுவே வாழ்க்கை லட்சியமாக இருக்கும். ஒரு சில விதிவிலக்குகள் உண்டு. எதையாவது சாதிக்க வேண்டும் என்ற எண்ணத்தில் அனுதினமும் எதையாவது

➤வால்ட் டிஸ்னி வம்சாவளி

முயன்று கொண்டே இருப்பர். ஆனால், அதுவும் அவர்களது முன்னேற்றத்தையும், குடும்பத்தையும் சார்ந்தே இருக்கும்.

இல்லுமினாட்டிகளின் துருப்புச் சீட்டே நம்முடைய இந்த பலவீனம் தான். பொதுவாக ஒரு சொலவடை உண்டு "Bread & Circus'. அதாவது, ஒருவனுக்கு உணவும் கேளிக்கையும் கொடுத்துவிட்டால் போதும், நாம் என்ன செய்கிறோம் என்பதைப் பற்றிய கவலை அவனுக்கு இருக்கப்போவதில்லை. நாம்தான் அவனுக்கு எஜமானன். இந்த ஃபார்முலா தான் அவர்களை முதலாளியாகவும், நம்மில் சிலரை முதலாளி போன்ற தோற்றத்தில் இருக்கும் தொழிலாளியாகவும், சிலரை நிஜத்திலும் தொழிலாளியாகவும், இன்னும் சிலரை நிரந்தர அடிமைகளாகவும் வைத்திருக்க உதவுகிறது.

இந்த 'Bread & Circus' ஃபார்முலாவைக் கொஞ்சம் கூட பிசகு இல்லாமல் நிறைவேற்றியவர் வேறு யாருமல்ல, சாட்சாத் மிக்கி மவுஸ் புகழ் 'வால்ட் டிஸ்னி'தான். சென்ற நூற்றாண்டின் 'இல்லுமினாட்டி சாதனையாளர்' விருது யாருக்கு என்று ஒரு விழா நடத்தினால், போட்டியே இன்றி அனைத்து விருதுகளையும் அள்ளிச் செல்வார் வால்ட் டிஸ்னி.

வால்ட் டிஸ்னியும் ஓர் இல்லுமினாட்டி உறுப்பினர் என்பது உங்களுக்கு நிச்சயம் ஆச்சரியமாக இருக்கும். ஏன், நம்பக்கூட மறுப்பீர்கள். 'எப்பேர்ப்பட்ட மனிதர், கலை மாமேதை, குழந்தைகள்

முதல் பெரியவர்கள் வரை அனைவரையும் தனது சுட்டித் திறமையால் கட்டிப்போட்டவர், எப்பேர்ப்பட்ட நகைச்சுவை உணர்வாளர், அவரைப் போய் இப்படிச் சொல்கிறாயே,?' என்று உங்கள் உள்மனம் சொல்வது கேட்கிறது. ஆனால், எல்லா நாணயத்துக்கும் மறுபக்கம் என்று ஒன்று உண்டு. வால்ட் டிஸ்னியின் மறுபக்கம் என்ன?

'மூளைச்சலவை'' (MK Ultra & Mind Control) எனும் ரகசிய ப்ராஜெக்ட் பற்றி நமக்குத் தெரியும். ஆனால் அந்த நயவஞ்சகச் செயல்கள் நடைபெறுவதும், நிறைவேறுவதும் முக்கால்வாசி வால்ட் டிஸ்னியின் மேற்பார்வையில்தான். கேளிக்கை என்னும் ஒற்றை மந்திரத்தைக் கேடயமாகப் பயன்படுத்தி, அதன் பின்னால் மறைந்திருந்து பல நிழல் உலகச் செயல்களைப் புரிவதுதான் இவரது வழக்கம்.

ஹாலிவுட்டின் தன்னிகரற்ற ராஜா என்ற பெயர் எடுத்த பின் அவரைக் கேள்வி கேட்க ஆள் இல்லாமல் போனது. டிஸ்னிக்குச் சொந்தமான இடங்களில், கட்டடங்களில், குறிப்பாக, டிஸ்னியின் ஹாலிவுட் ஸ்டூடியோ, டிஸ்னி லேண்ட், டிஸ்னி வேர்ல்ட் போன்ற இடங்களில் கேளிக்கைகளைத் தாண்டி, ரகசியமாக மூளைச்சலவை செய்யும் பணிகள்தான் நடைபெறுகின்றன. இந்தப் பணிகளுக்காகப் பலியாக்கப்படுபவர்கள், தேர்ந்தெடுக்கப்படும் அடிமைகள், அனாதைகள் அனைவருக்கும் 'பயிற்சி' கொடுக்கப்படுவது இங்குதான்.

பெரும்பாலானவர்கள் டிவி, சினிமாவுக்காகவும், கேளிக்கை நிகழ்ச்சிகளுக்காகவும் பயன்படுத்தப்படுவதால் இங்கு உண்மையில் நடப்பது என்னவென்று அவ்வளவு எளிதாகக் கண்டுபிடிக்க முடிவதில்லை. அதுமட்டுமல்லாமல், குழந்தைகளை அடிமையாக்கி ஆதாயப்படுத்திக் கொள்வதும், வெளிநாடுகளுக்கு விபச்சாரத்துக்கும், அடியாள் தொழில்களுக்கும், உடல் உறுப்புத் திருட்டுகளுக்கும் அவர்களை விற்பதும் இந்த மூளைச்சலவை மையத்தின் வெளியுலகப் பார்வைக்குத் தெரியாத அன்றாட நடவடிக்கைகள்.

டிஸ்னிலேண்ட் என்பது இல்லுமினாட்டிகளின் உலகளாவிய மூளைச்சலவை மையத்தின் அறிவிக்கப்படாத ஒரு தலைநகரம். அதையும் மீறி இங்கு நடப்பதை அறிந்து, விஷயத்தை வெளியில் கசியவிட முற்பட்டால் விளைவு என்ன என்பது உங்களுக்கே தெரியும்!

ஒரு நாட்டின் கலாசாரத்தையும் அடையாளத்தையும் அழிக்க வேண்டுமென்றால் அவர்களது அடுத்த தலைமுறையினரின் எண்ண ஓட்டத்தை மாற்றி, திசை திருப்பிவிட்டால் போதும். 1940 களில்

இந்த உத்தியைத்தான் கையிலெடுத்தார்கள் இல்லுமினாட்டிகள். அடுத்த தலைமுறை குறிவைக்கப்பட்டது. அறிவுதான் நம்முடைய மிகப்பெரிய சக்தி. உண்மை எது, பொய் எது, சரி எது, தவறு எது என்று பகுத்தறியும் ஞானத்தை அறிவுதான் நமக்கு வழங்கும். ஆனால், திட்டமிட்டுப் பரப்பப்படும் பொய்யான தகவல்களாலும், வதந்திகளாலும், மூளையை மழுங்கடிக்கும் கேளிக்கைகளாலும் நமது அறிவைப் பயன்படுத்தாமலேயே பத்திரமாக வைத்திருக்கவும் முடியும். அப்படி வைத்திருப்பதன் மூலம் விஷயங்களைப் பகுத்தறியும் திறனே இல்லாமல் போய், வெறும் பொம்மலாட்ட பொம்மைகளாக மாறிவிடக் கூடும் அபாயம் இருக்கிறது. அத்தகைய அபாயகரமான காரியம்தான் கடந்த 60 ஆண்டுகளாக டிஸ்னியின் மூலம் நடந்து கொண்டிருக்கிறது.

கார்ட்டூன் என்ற மாபெரும் சக்தியின் மூலம் திரைப்படத் துறையையும், தொலைக்காட்சியையும் வியாபித்து, பிறகு நம் வீட்டின் நடுக்கூடத்துக்கே வந்து நம் அறிவின் மேல் கால் மேல் கால் போட்டு உட்கார்ந்தார் டிஸ்னி. ஒரு மிகப்பெரிய அறிவியல் ஆய்வு சொல்கிறது, குழந்தைகளுக்கு நான்கு வயதில் அவர்களுடைய அறிவுச்சுரங்கம் விரிவடைய ஆரம்பிக்கும். பதின்மூன்று வயது வரை அது மிகப்பிரகாசமாக ஜொலிக்கும். இந்தப் பத்து வருட இடைவெளியில் உங்கள் குழந்தைக்கு நீங்கள் போதிக்கும் கல்வி, ஞானம், அறிவு என அனைத்தையும் அவர்கள் கற்பூரம் போலப் பற்றி, நங்கூரம் போலக் கெட்டியாகப் பிடித்துக் கொள்வார்கள் என்று.

நாள் முழுவதும் அவர்களது அறிவில் லட்சக்கணக்கான விஷயங்களை நீங்கள் தாராளமாகப் புகுத்தலாம். எந்தவிதமான பிரச்னையும் இல்லாமல், அவை அனைத்தும் அவர்களது மனத்தில் பதியும். சரியான நெறிகளைக் கற்றுத் தந்தீர்களானால் மிகச்சிறந்த குடிமகன்களை உங்களால் உருவாக்க முடியும். கொஞ்சம் பிசகினால்கூட சமுதாயச் சீர்கேடுகள்தான் மிஞ்சும். இதைத்தான் நம் முன்னோர்கள் ஐந்தில் வளையாதது ஐம்பதிலும் வளையாது என்றனர்.

நாம் நன்றாக வளைத்தோமோ இல்லையோ, வால்ட் டிஸ்னி மிக நன்றாக முந்திக் கொண்டார். அவர் ஆற்றிய வினையால் எந்த வயதில் குழந்தைகள் ஊர்ச் சுற்ற வேண்டுமோ, அந்த வயதில் வீட்டுக்குள் அடங்கிக் கிடக்க ஆரம்பித்தார்கள். எந்த வயதில் பொம்மைகளுடனும், விலங்குகளுடனும் விளையாட வேண்டுமோ அந்த வயதில் டிவியின் முன் பொம்மைப் படங்களையும், விலங்குப் படங்களையும் தூக்கத்தைத் தொலைத்துப் பார்க்க ஆரம்பித்தனர். எந்த வயதில் பாட்டியிடமும், தாத்தாவிடமும் சமூக நீதிக் கதைகள்,

வரலாற்றுக் கதைகள் கேட்டு சிந்தனையை வளர்த்துக்கொள்ள வேண்டுமோ, அந்த வயதில் வெறும் சினிமா, பொம்மைப்படம், நாடகம் என்ற வெற்றுக் தொட்டியில் நீச்சல் அடித்தனர். எந்த வயதில் தேடித்தேடி அறிவைப் பெற வேண்டுமோ, அந்த வயதில் அறிவு என்றால் ஆழாக்கு எவ்வளவு என்று கேட்கும் நிலைக்குத் தள்ளப்பட்டனர்.

கால மாற்றத்தைக் குறைசொல்லும் முன் அந்த மாற்றம் இயல்பாக நிகழ்ந்ததல்ல, திட்டமிட்ட சதி என்பதை நாம் உணர்வதற்குள்ளேயே அதன் சுகமான பிடியில் சிக்கிச் சின்னாபின்னமாகிக் கொண்டிருக்கிறோம்.

போகட்டும், டிஸ்னியின் அந்தரங்க வாழ்க்கை அவரது கார்ட்டூன்கள் போல இதமானதா என்றால், அதுவும் இல்லை. அவரது வட்டாரத்தில் அவருக்கு என்ன பெயர் தெரியுமா? 'சிற்றின்ப மன்னன்' (Porn King). ஒரு பாலினச் சேர்க்கையிலும், சிறுவர் மீதான பாலியல் கொடுமையிலும் நிறைய ஈடுபடுபவர், சுயநலவாதி, மூர்க்கத்தனம் நிறைந்தவர். இப்படி அடுக்கிக் கொண்டே போகலாம். தனது கார்ட்டூன் பயிற்சிப் பள்ளியில் பயின்ற ரோஸ் மேரி என்ற ஆறு வயது குழந்தையைப் பலாத்காரம் செய்த வழக்கு இவர் மீது பாய்ந்தபோது, அதனை ஒன்றுமே இல்லாமல் செய்த வித்தகர். FBI, CIA உள்ளிட்ட அனைத்தும் இவரது கட்டுப்பாட்டில்.

இரண்டாம் உலகப் போர் நடந்த சமயத்தில், அமெரிக்க அரசுக்காக பிரத்யேக கார்ட்டூன் படங்களை வெளியிட்டு பகிரங்க மூளைச் சலவையில் ஈடுபட்டவர் டிஸ்னி. இதற்காகப் பெரும் பணம் கைமாறியது. டிஸ்னிலேண்டின் நிலத்துக்கு மேலே இருக்கும் அழகிய கேளிக்கைப் பொருட்காட்சி நம் எல்லோருக்கும் தெரியும். ஆனால் அதன் பூமிக்கடியில், பல ரகசிய குகைகளும், சுரங்க வழிகளும், நிலவறைகளும் இருக்கின்றன.

மாலை 6 மணிக்கு மேல் பொருட்காட்சியை மூடியதும், இந்தச் சுரங்கங்கள் வேலை செய்ய ஆரம்பிக்கும். மூளைச்சலவை செய்யும் வேலைகள் (Mind& Control Programming) நடக்க ஆரம்பிக்கும். பொருட்காட்சியில் வேலை செய்யும் பல பேர் டிஸ்னியின் அந்தரங்க உளவாளிகளாகத்தான் இருப்பார்கள். இந்த ரகசிய சுரங்க விஷயங்கள் வெளியுலகுக்குத் தெரியாமல் பார்த்துக் கொள்வதுதான் இவர்களின் பிரதான வேலை.

1956 இல் அமெரிக்கரஷ்யா மறைமுக யுத்தம் உச்சகட்டத்தில் இருக்கும்பொழுது ரஷ்யாவின் தூதுவர் 'நிகிதா குருசேவ்' அமெரிக்காவிடம் பேச்சுவார்த்தை நடத்த ஓர் அரசியல் சுற்றுப் பயணம் செய்தார். அப்போது டிஸ்னி லேண்டுக்குச் சுற்றுலா செல்ல விருப்பம் தெரிவித்தபோது, அமெரிக்க அரசும், வால்ட்

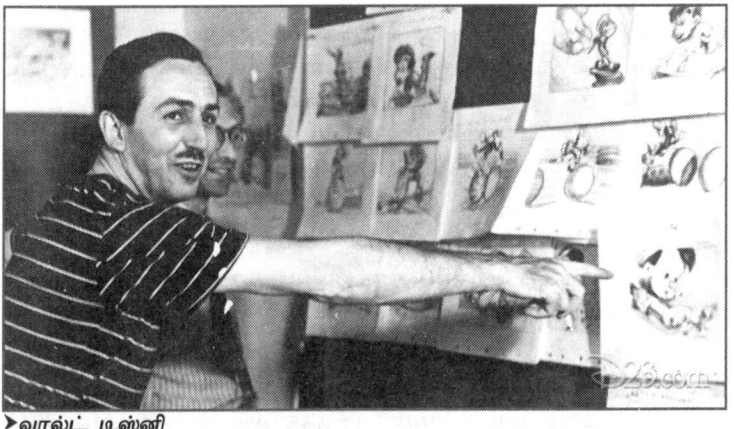

▶வால்ட் டிஸ்னி

டிஸ்னியும் அதற்குக் கடுமையாக மறுத்தனர்.

அதற்கு அவர்கள் சொன்ன காரணம் என்ன தெரியுமா? 'பாதுகாப்பு நலன் கருதி இந்த விருப்பம் நிராகரிக்க படுகிறது'.

யாருடைய பாதுகாப்பு என்றுதான் தெளிவாகச் சொல்லவில்லை!!!

'காலின்ஸ்' வம்சாவளி

இல்லுமினாட்டி குடும்பத்தில் இருக்கும் மற்ற வம்சாவளிகளுக்கும் காலின்ஸ் வம்சத்துக்கும் ஒரு பெரிய வித்தியாசம் இருக்கிறது. கொஞ்சம் சிரமப்பட்டால் மற்ற குடும்பங்களின் முழுமையான தகவல்களைச் சேகரித்துவிட முடியும். ஆனால் காலின்ஸ் பரம்பரை அப்படியல்ல. இல்லுமினாட்டியின் உறுப்பினர்கள் பலருக்கு காலின்ஸ் குடும்பத்தைப் பற்றி அவ்வளவாகத் தெரியாது. பயங்கர ரகசியமாக இருந்துவரும் இவர்களின் பின்னணியை அறிந்தால் இவர்கள் ஏன் இவ்வளவு ரகசியமாகப் பாதுகாக்கப்படுகிறார்கள் என்பது புரியும்.

இல்லுமினாட்டியின் தலைவர்களுக்குக்கூடக் கிட்டாத பல மாய மந்திர தந்திரங்கள் அனைத்தும் கிடைக்கப் பெற்றவர்கள் இந்த காலின்ஸ் வம்சத்தினர். இவர்களை செல்லமாக சூனியக்காரர்கள் என்றுதான் அழைப்பர். பண்டைய எகிப்தில் சடங்குகள் செய்யும் உரிமை பெற்ற சமய குருமார்கள் இவர்களது வம்சத்தினர்தான் என்பது நம்பிக்கை. இன்றும் அந்த முறை தொடர்ந்து கொண்டே இருக்கிறது. இல்லுமினாட்டிகளின் அத்தனைச் சடங்குகளிலும் இவர்கள்தான் முன்னின்று வழிநடத்தும் சூத்திரதாரிகள்.

இல்லுமினாட்டிகளின் ரகசிய ஆலோசனைக் கூட்டங்கள் வருடத்துக்கு இரண்டு முறை வெறும் 13 குடும்ப உறுப்பினர்களும், தேவைப்பட்டால் வேறு சில முக்கியஸ்தர்களும் பங்குபெறும் வகையில் நடைபெறுவது வழக்கம்.

கிட்டத்தட்ட ஓர் அரசவையின் ரகசிய மந்திராலோசனை போன்றுதான் அந்த ஆலோசனைக் கூட்டங்கள் நடக்கும். முழுவதும் தங்கத்தால் ஆன வளர்பிறை போன்ற தோற்றம் கொண்ட சிம்மாசனம் ஒன்று போடப்பட்டிருக்கும். அதில் உட்கார ஒருசிலரைத் தவிர யாருக்கும் அனுமதி கிடையாது.

13 குடும்பங்களில் இதுவரை மூன்று நான்கு குடும்ப உறுப்பினர்கள்தான் அதில் உட்கார்ந்து, கூட்டத்தை வழிநடத்தும் தகுதி பெற்றிருக்கின்றனர். ராத்சைல்ட், ராக்பெல்லர் போக காலின்ஸ் மட்டும்தான் அதில் உட்கார்ந்திருக்கின்றனர்.

பொதுவாக இந்த மாதிரி சந்திப்புகளில் பெண்களுக்கு இடம் கிடையாது. என்னதான் அவர்கள் இல்லுமினாட்டியின் அதிமுக்கியமான உறுப்பினராக இருந்தாலும் சரி. ஆனால், 1955 இல் நடந்த ஒரு கூட்டத்தில் பங்கு பெற்ற ஒரே பெண் காலின்ஸ் குடும்பத்தின் மூத்த பெண்மணிதான். அதிலும் ராத்சைல்ட், ராக்பெல்லர் போன்ற ஜாம்பவான்கள் இருக்கும்போதே, நேராக தங்க சிம்மாசனத்தில்தான் உட்கார வைக்கப்பட்டார். 50களின் ஆரம்பத்தில் இருந்த அந்த பெண்மணியின் கணீர் குரலும், அதிகார தோரணையும், நிதானமான உடல்மொழியும் உலகின் சக்தி வாய்ந்த பெண்மணியின் முன்னால் தான் உட்கார்ந்திருக்கிறோம் என்ற உணர்வையே ஏற்படுத்தியதாக அந்தக் கூட்டத்தில் பங்குபெற்ற ஓர் இல்லுமினாட்டி உறுப்பினர் தெரிவித்திருக்கிறார்.

13 குடும்பங்களைச் சேர்ந்த, தேர்ந்தேடுக்கப்பட்ட ஏழு சிறுவர்கள் புத்தம் புதிய வெண்ணிற ஆடையில் காலின்ஸின் மூத்த பெண்மணி அமர்ந்திருந்த அரியணைக்கு அருகில் அழைத்துவரப்பட்டு, அவரை வணங்கும் விதத்தில் மண்டியிட வைக்கப்பட்டனர். காலின்ஸ் பெண்மணியின் கையில் ஒரு செங்கோல் இருந்தது. அதனை, 'சம்மதம் தெரிவிப்பது' போன்ற தோரணையில் தரையில் ஓங்கி அடித்தார். உடனே இல்லுமினாட்டி உறுப்பினரல்லாத வேறு ஏழு சிறுவர்கள் அழைத்து வரப்பட்டனர்.

முன்னர் வந்த சிறுவர்களை அழைத்து வந்த விதத்துக்கும் , இவர்களை அழைத்து வந்த விதத்துக்கும் நன்றாகவே வித்தியாசம் தெரிந்தது. சிறிது நேரம் ஏதோ மந்திரம் சொல்வது போல கண்ணைமூடி ஏதோ ஜபித்த அந்தப் பெண், பிறகு ஏதோ ஆணையிட்டார்.

கன நொடிதான் தாமதம். பின்னால் அழைத்துவந்த ஏழு சிறுவர்களும் கண் சிமிட்டும் நேரத்தில் பலியிடப்பட்டனர். பின்னர், ஒவ்வொரு சிறுவனுடைய ரத்தத்தையும் மயிலிறகால் தோய்த்து, அரியணையின் முன் மண்டியிடப்பட்டிருந்த சாத்தானின் வம்சாவளி வந்த சிறுவர்கள் ஒவ்வொருவரது

➤ காலின்ஸ் வம்சாவளி

உடலிலும் சம்பிரதாயமாகப் பலியிடப்பட்ட சிறுவர்களது பெயர் எழுதப்பட்டது.

பின்னர், உரத்த குரலில் சொன்னார், 'இவர்கள்தான் தேர்ந்தெடுக்கப்பட்ட வருங்கால சந்ததியினர். இந்தப் பூமியை ஆளப்போகிறவர்கள்'

13

உலகம் கூறு எவ்வளவு ரூபாய்? பாகம் 2

ஆணாதிக்க உலகத்தில் திளைத்திருக்கும் அத்தனை உயிர்களையும் ஆட்டிப்படைக்கும் அந்த பெண், இந்த அகிலத்தின் தலைவியாகவே தன்னைப் பிரகடனப் படுத்திக்கொள்ள முயலும் ராஜகுலத்தின் ஆணி வேர்!

லீ குடும்பம்:

கிழக்கு நாடுகளில் சீனாவைத் தவிர்த்துவிட்டு எந்தவொரு உலக வரலாற்றையும் எழுதிவிட முடியாது. இதற்கு இல்லுமினாட்டிகளும் விதிவிலக்கல்ல. மேற்கத்திய நாடுகளுக்கும், கிழக்கு நாடுகளுக்கும் இருக்கும் ஒரே வித்தியாசம், ஏதேனும் ஒரு மிகப்பெரிய மாற்றம் நடக்கிறது என்றால் மேற்கில் அது நடக்கும்பொழுதே நம்மால் உணர முடியும். அவர்களது உலகம் அந்த மாற்றத்துக்குத் தயாராகி விடும். ஆனால், கிழக்கிலோ அது நடந்து முடிந்து ஆண்டு விழா கொண்டாடும்போதுதான் மக்கள் அதனை உணர ஆரம்பிப்பர். கடந்த 500 ஆண்டு கால வரலாறு சொல்லும் உண்மையும் அதுதான்.

இல்லுமினாட்டிகளும் அப்படித்தான். மேற்கில் இப்படி ஒரு விஷயம் நடக்கிறது என்ற ஆராய்ச்சி நீண்ட நாட்களாக நடந்து கொண்டிருக்கிறது. பெரும்பாலான மக்கள் அதிலிருந்து விடுபட்டு, தங்களைத் தயார் நிலைக்கு கொண்டு செல்லும் நேரத்தில் கிழக்கில் நம்மைச் சுற்றி இப்படி ஒரு மாயவலை பின்னப்பட்டு வருவதே தெரியாமல், அதேசமயம் அதன் முதல் பலியாடாகப் போய் நிற்பதும் நாம்தான்.

இது கிழக்கு நாடுகளின் குற்றமும் அல்ல. ஏனெனில் மேற்கின் வியாபாரச் சந்தையாக கிழக்கு மாறிவிட்டது. மேற்கில் உள்ளவர்கள்தான் நம் தொலை தூரத்து முதலாளிகள் என்ற எண்ணத்தை நாமே அறியாமல் நம் ஆழ்மனத்தின் உள்ளே சென்று எழுதி வைத்துவிட்டனர். இதுவே இல்லுமினாட்டிகளுக்குப் பாதி வெற்றிதான்.

கிழக்கில் அவர்கள் இந்த வெற்றியை எட்ட முக்கியக் காரணம் என்ன தெரியுமா? பதில் ஒரே எழுத்துதான் 'லீ அல்லது 'லி' (Lee or Li)

ராத்சைல்ட்டும் ராக்பெல்லரும் ஆதிக்கம் செலுத்தினால் அது வெட்ட வெளிச்சம். அதுவே கிழக்கில், நம் பக்கத்து வீட்டில் வாழும் ஒரு லீ ஆண்டாண்டு காலம் கோலோச்சினாலும் நம்

➤லீ வம்சாவளி

கண்களுக்கு அது தெரிவதில்லை. அவ்வளவும் சத்தமே இல்லாமல் வேலை நடக்கும்.

லீ குடும்பத்தைப் பற்றி நாம் வெறும் மேலோட்டமாகத்தான் பார்க்கப்போகிறோம், நூறு கோடிக்கும் மேற்பட்ட சீன மக்கள் தொகையில் வெறும் 6000 பேருக்கு மட்டுமே இந்த 'லீ' என்ற குடும்பப்பெயர் இருக்கும். சீனர்கள் தங்களது குடும்பப்பெயரைத் தமது பெயருக்கு பின்னால் மட்டுமல்ல, முன்னாலும் சேர்த்துக்கொள்ளும் வழக்கம் உள்ளவர்கள். ஆகையால் லீ முன்னால் வந்தாலும் சரி, அல்லது பின்னால் வந்தாலும் சரி, கொஞ்சம் ஜாக்கிரதையாக இருங்கள்.

'லீ' குடும்பம் இரண்டாயிரம் காலத்துப் பழமை வாய்ந்தது. 'ஜிங் சுவான்' என்ற சீன ஆராய்ச்சியாளர் எழுதிய 'சீன வரலாறு' எனும் புத்தகத்தின்படி, பேரரசன் 'சுவான்ஸூ லீ' தான் இப்போதைக்கு ஆதாரபூர்வமான லீ குடும்பத்து மூத்த முப்பாட்டன். இவர்களைப் பற்றி பலப்பல கதைகள் சீனாவில் சொல்லப்படுவது உண்டு. 'லீ ஷிமின்' என்ற அரசன்தான் முதன்முதலில் கி.மு. 700 இல் தமது நாணயத்தை காகிதக் காசாகவும், அதன் அச்சுத் தொழிலையும் அறிமுகப்படுத்தியவன் என்பது செவி வழி வரலாறு. (ஆக, ராத்சைல்டுக்கு முன்பே ஒரு இல்லுமினாட்டி அதைச் செய்துகாட்டிவிட்டார். ஒருவேளை இந்த வரலாற்றை பின்பற்றிதான் ராத்சைல்ட் காகித கரன்சியைக் கொண்டுவந்தாரோ.. தெரியவில்லை!)

அப்பொழுது அரசாளும் பரம்பரையான அவர்கள் இன்றும் அப்படித்தான். என்ன ஒரே வித்தியாசம், இப்போது கொஞ்சம் மாஃபியா, ட்ரியாட் போன்ற நிழல் உலக தாதா வேலைகளின் மூலம் சீனா, திபெத், சிங்கப்பூர், தைவான் என ஒட்டுமொத்த கிழக்காசிய பிராந்தியமும் இவர்களின் கைப்பிடிக்குள் அடக்கம்.

(இந்தியா கிடையாது. ஏனெனில், அது பிரிட்டிஷ் அரச குடும்பத்தின் மறைமுகக் கட்டுப்பாட்டில் இயங்குகிறது). மேற்கில் எப்படி ஒனாசிஸ், பண்டி போன்றவர்கள் ஆளுகின்றனரோ அப்படி கிழக்கில் 'லீ'.

நிழல் உலக மாஃபியா என்றதும் பின் லேடனுடனோ, தாவூத் இப்ராஹிமுடனோ ஒப்பிடாதீர்கள். 'லீ'யுடன் ஒப்பிட்டால் தாவூத் எல்லாம் 'தம்பி, ஓரமா போய் விளையாடு' எனும் அளவுக்குச் சுண்டைக்காய்தான். கிழக்கில் கஞ்சா, அபின், ஓபியம், கோக்கைன் என சகலவித போதைப் பொருட்களையும் அவ்வளவு பெரிய சீனாவில் பரவவிட்டுப் பரவச நிலைக்குக் கொண்டு செல்வதும் இவர்கள்தான். பாக்கெட் மணிக்காக கொஞ்சம் சிங்கப்பூர், மலேஷியா, தாய்லாந்து, இந்தியா என பட்டியல் நீளும். இவர்களது மாஃபியாவை 'ட்ரியாட்' என்றுதான் அழைப்பர். ஃப்ரீமேசன் போன்ற மகா மனிதர்களின் குழுவையும், மாஃபியா போன்ற பக்கா வில்லன்களையும் ஒன்றாகச் சேர்த்து சமைத்த கலவைதான் இந்த ட்ரியாட்.

இது வெறும் அண்டர்கிரவுண்ட் வேலைதான். இதுபோக லீ குடும்பத்துக்கென்று உலகளாவிய அளவில் ஒரு பொருளாதாரப் பேரரசே இருக்கிறது. கண்ணுக்குத் தெரியாமல் ஒரு ராஜ்யமே நடத்துகிறார்கள். நியூயார்க்கில் இருக்கும் ஒலிம்பியா மற்றும் யார்க் கட்டிடத்தின் பெரும்பகுதி பங்கு லீ குடும்பத்தின் வசம் இருக்கிறது. அதன் மதிப்பு மட்டுமே கிட்டத்தட்ட நூறு மில்லியன் டாலர்கள். அதுபோக, ஆசியா, வளைகுடா நாடுகளில் ஒளிபரப்பாகும் ஸ்டார் குழுமத்தின் மொத்த வருவாயும் லீக்குத் தான் சொந்தம். இதன் மதிப்பு ஆண்டுக்கு சுமார் முந்நூறு மில்லியன் டாலர். ஹஸ்கி எண்ணெய் நிறுவனம், கனடாவின் இம்பீரியல் வங்கிகள், ஆசியாவின் பல கட்டடங்கள், சிங்கப்பூரின் சன்டெக் சிட்டி என தொழில்கள் மூலம் கிடைக்கும் வருமானம் மட்டுமே ஆண்டு ஒன்றுக்கு 500, 600 கோடி ரூபாய்க்கு மேல்.

ஆனால் இந்த லீ குடும்பத்துக்கும், கராத்தே மன்னன் 'ப்ருஸ் லீக்கும் சம்பந்தம் இருக்கிறதா என்றால் தெரியவில்லை. ஆனால், ப்ருஸ் லீயின் மரணத்துக்கும், லீ குடும்பத்துக்கும், இல்லுமினாட்டிகளுக்கும் நிச்சயம் ஒரு தொடர்பு இருக்கிறது என்கின்றனர் ஆய்வாளர்கள்.

எது எப்படியோ, லீ வம்சம் ஆளுமைக்கும், ஆதிக்கத்துக்கும் பெயர் பெற்றவர்கள் மட்டுமல்ல, முரட்டுத்தனத்துக்கும், அகந்தைக்கும், ஆணவத்துக்கும் பிரபலமானவர்கள். மிகச்சிறந்த உதாரணம் ஒன்று உண்டு.

> வான் டைன் வம்சாவளி

1950களில் சிங்கப்பூரை ஆண்டது லீ குடும்ப இல்லுமினாட்டி உறுப்பினரான 'லீ குவான் யூ'. அவருக்கு ஒரு கெட்டப் பழக்கம். ஆண்கள் நீளமாக முடி வளர்ப்பது பிடிக்காது. என்ன செய்தார் தெரியுமா? நாட்டில் உள்ள நீள முடி வளர்த்திருந்த அத்தனை ஆண்களையும் வலுக்கட்டாயமாக சலூனுக்கு அனுப்பி, முடி வெட்டி விட்ட பெருமை பெற்ற ஒரே மனிதர் மிஸ்டர் லீ.

இதுகூட பரவாயில்லை. சொந்த நாட்டுக்காரர்கள். அங்கே பிறந்த பாவத்துக்கு அனுபவித்தார்கள் என்று வைத்துக்கொள்ளலாம். ஆனால் சிங்கப்பூருக்கு வரும் வெளிநாட்டுக்காரர்களுக்காகப் புதிய சட்டம் ஒன்றை இயற்றினார் லீ. அதன்படி, விமான நிலையத்தில் ஒரு தனிக்குழு அமைக்கப்பட்டது. அந்தக் குழுவினர் சிங்கப்பூருக்கு வருகின்ற நீள முடி வைத்த அத்தனை வெளிநாட்டு ஆண்களையும் கண்காணித்து, விமான நிலையத்திலேயே வைத்து, வம்படியாக அவர்களது பாஸ்போர்ட்டைப் பறிமுதல் செய்து ஒரு நிபந்தனை விதித்தனர்.

அந்த நிபந்தனை என்ன தெரியுமா?

'ஒழுங்காக முடிவெட்டிக்கொண்டு சிங்கப்பூருக்குள் நுழைகிறீர்களா? இல்லை, சிங்கப்பூர் சிறைச்சாலைக்குச் செல்கிறீர்களா?'

வான் டைன்: (Van Duyn Family):

இல்லுமினாட்டிகளைப் பற்றிய ஆராய்ச்சியில் ஈடுபட்டிருக்கும் அத்தனை வரலாற்றாளர்களுக்கும் சவாலாக விளங்குவது இந்த 'வான் டைன்'கள்தான்.

ஹாலந்து (டச்சு) நாடுதான் இவர்களது பூர்விகம். அமெரிக்காவில் குடியேறியிருந்தாலும், ஹாலந்து, ஜெர்மனி, பெல்ஜியம்

நாடுகளுடனான தங்களது நெருங்கிய தொடர்பை இன்றும் மறக்காதவர்கள். மேற்கு அமெரிக்காவில் மிகப்பிரபலமான இவர்கள், 13 இல்லுமினாட்டி குடும்பங்களில் முக்கியமானவர்கள்.

இல்லுமினாட்டிகளின் அத்தனை ரகசியச் சடங்கு, சம்பிரதாயங்களிலும் வான் டைன் குடும்பத்தைச் சேர்ந்த ஒரு நபர் நிச்சயம் பங்குபெறுவார். ஃபிரீமேசன், ஸ்கல் போன்ஸ் தொடங்கி அத்தனை ரகசியக் குழுக்களிலும் வான் டைன் குடும்பத்தினர் உறுப்பினர்கள். ராத்சைல்ட், ராக்பெல்லர், ஆஸ்டர், கென்னடி போன்ற பல குடும்பங்களில் பெண் கொடுத்துப் பெண் எடுத்தவர்கள். மிகப்பெரும் பணக்காரர்கள். சமுதாயத்திலும், அரசியலிலும் மிகப்பெரிய சக்தி வாய்ந்தவர்கள். FBI, CIA, MI6, Mossad என அத்தனை நாட்டு உளவு இயக்கங்களின் முக்கியப் பிரமுகர்களுடனும் தொடர்பில் இருப்பவர்கள். ஆனால், இவர்களின் இலைமறைவு காய்மறைவுச் செயல்களைப் பற்றி எந்த ஒரு துப்பும் இதுவரை யாருக்கும் கிடைக்கவில்லை. மிகவும் உறுதியான, பாதுகாப்பான ரகசியக் குடும்பம் என்றால் அது வான் டைன்தான்.

மெரோவிஞ்ஜியன்:

ஒரு மளிகைக்கடைக்கு சென்று அங்கு கோணிப்பையில் நிரப்பப்பட்டிருக்கும் அத்தனை அரிசி வகையிலும் ஒரு கைப்பிடி அள்ளிப்போட்டு, ஒன்றாகக் கலந்து எடைக்கு போட்டு ஒரு பானை சோறு வடித்தால் எப்படி இருக்கும்? அந்த மாதிரியான ஒரு கலவை தான் மெரோவிஞ்ஜியன் வம்சாவளி. மிக மிகப் பழமையான ஒரு ராஜ வம்சம். இல்லுமினாட்டிகளில் பலர் ராஜ வம்சம்தான் என்றாலும், மெரோவிஞ்ஜியன் கொஞ்சம் மாறுபட்டவர்கள். எந்தவித சமரசமுமின்றி கடைசி வரை ராஜாக்களாகவே வாழ்பவர்கள்.

பண்டைய எகிப்து, பாபிலோனின் நேரடி அரச குடும்பத்தினர். சாத்தானின் ரத்த வழி சந்ததியர்கள் என்ற பெருமை பெற்றவர்கள். அதுமட்டுமல்ல, இயேசு கிறிஸ்துவுக்கு 1000 வருடத்துக்கு முன் வாழ்ந்த யூத இறைத்தூதர் தாவீத்தின் (டேவிட்/ David) குலத்தில் தோன்றியவர்கள்தான் இந்த மெரோவிஞ்ஜியன் வம்சாவளி யினர். இதனால், சாத்தானின் ரத்தமும், தாவீது, இயேசு கிறிஸ்துவின் ரத்தமும் கலந்த உயர்குடி பரம்பரை என்ற பெருமை கொண்டவர்கள் இவர்கள்.

இந்தக் குலப்பெருமையினாலேயே அடுத்த இறைத்தூதனும், பைபிளில் சொல்லப்பட்டுள்ள கிழக்கில் பிறக்கப்போகும் மூன்றாவது கிறிஸ்தவ எதிர்ப்பாளனும், சாத்தானின் அடுத்த அவதாரமும்

பிறக்கப் போவது இந்த மெரோவிஞ்ஜியன் வம்சத்தில்தான் என அத்தனை இல்லுமினாட்டிகளும் ஆணித்தரமாக நம்புகின்றனர். இதன் காரணமாகவே இவர்கள் குடும்பம் பன்னெடுங்காலமாக மிக ரகசியமாகப் பாதுகாக்கப்பட்டும் வருகின்றது. ஜார்ஜ் புஷ், ஜார்ஜ் வாஷிங்டன் போன்ற அமெரிக்க அதிபர்கள் பலர் மெரோவிஞ்ஜியன் வம்சாவளியினர்தான்.

வான் டைன் குடும்பம் போலவே இவர்களைப் பற்றியும் பெரிய அளவில் தகவல்கள் இன்னும் கிடைக்கப் பெறவில்லை. ஆனால் ஒன்று மட்டும் உறுதி, வெவ்வேறு பெயர்களில், வெவ்வேறு நாடுகளில் சிதறுண்டு வாழும் இவர்களின் அடையாளம் என்றைக்கு வெளியுலகுக்கு அறிவிக்கப்படுகிறதோ அப்பொழுது இல்லுமினாட்டிகளின் ஆட்சி முழுவதுமாக இந்த உலகத்தில் வியாபித்துவிட்டது என்று அர்த்தம். உலகை ஆளப்போகும் அந்த மூன்றாம் கிறித்தவ எதிர்ப்பாளனும் பிறந்துவிட்டார் என்று அர்த்தம். அந்த நாளுக்காகத்தான் ஒட்டுமொத்த இல்லுமினாட்டி உலகமும் காத்துக் கொண்டிருக்கிறது.

கென்னடி குடும்பம்: (Kennedy Family)

வரலாற்று ஆய்வாளர்கள், கிரைம் நாவல் எழுத்தாளர்கள், ஹாலிவுட் இயக்குநர்கள், சாதாரண பிரஜைகள் என்று பல தரப்பு மக்களுக்கும் கென்னடி என்ற பெயர் மீது ஓர் அலாதிப் பிரியம் உண்டு. கென்னடி குடும்பத்தைப் பற்றித் தெரிகிறதோ இல்லையோ, 50 ஆண்டுகள் தாண்டியும் தொடரும் ஒரு தலைசிறந்த முன்னாள் அமெரிக்க அதிபரின் திட்டமிட்ட படுகொலையும், அதனைச் சுற்றியுள்ள மர்மமும், அதனால் ஏற்பட்ட ஒரு வெற்றிடத்தை நிரப்ப அவரவர் விருப்பத்துக்குப் புலன் விசாரணை மேற்கொள்வதும் அன்றாட வாழ்வில் தவிர்க்க முடியாத ஒன்றாகக் கலந்துவிட்டது.

ஒருவேளை முன்னாள் அதிபர் ஜான் கென்னடிக்கும், கனவுக் கன்னி மார்லின் மன்றோவுக்கும் காதல் இருந்திருக்காவிட்டால், அதன் நிமித்தமாக மார்லின் மன்றோ அகால மரணம் அடைந்திருக்காவிட்டால், அதிபர் கென்னடி தனது ஒவ்வொரு மேடையிலும் ஏதோ ஒரு ரகசியத்தைப் பற்றி மக்களுக்கு அவ்வப்போது சூசகமாக சில கருத்துகளைக் கூறியிருக்காவிட்டால், மார்லின் மன்றோ இறந்த அடுத்த வருடமே கென்னடியும் பட்டப்பகலில், பொதுவெளியில், அவ்வளவு பாதுகாப்புகளையும் மீறி சுட்டுக் கொல்லப்பட்டிருக்காவிட்டால், கென்னடி என்ற பெயருக்கும், அதன் முந்தைய, பிந்தைய தலைமுறைகளுக்கும் இல்லுமினாட்டிகளுக்குமான நெருங்கிய தொடர்பு என்ன என்பது பற்றி எந்த ஒரு குறிப்போ, தடயமோ கடைசி வரை கிடைக்காமலேயே போயிருக்கும்.

➤கென்னடி வம்சாவளி

கென்னடி குடும்பம் பற்றிய இல்லுமினாட்டி ஆராய்ச்சி என்பது வைக்கோற்போரில் தொலைந்து போன குண்டூசியைத் தேடுவது போல. ஏனெனில், அமெரிக்காவில் மட்டுமே இரண்டு லட்சத்துக்கும் மேற்பட்டோருக்குக் கென்னடி என்ற குடும்பப் பெயர் உண்டு. இதுபோக, அயர்லாந்தில் பதினேழு கென்னடி குடும்பங்கள் உள்ளன. ஆனால், இந்த வைக்கோற் போரில் ஒளிந்துள்ள குண்டூசியை அடையாளம் கண்டுபிடிக்க உதவியர்கள் வேறு யாருமல்ல, ஜான் கென்னடியும், அவரது உறவினர்களும், கொஞ்சம் மர்மங்களும்தான்.

கென்னடி குடும்பத்தின் பூர்விகம் அயர்லாந்து. 16ஆம் நூற்றாண்டில் மிகப்பெரிய அதிகாரம் படைத்த பரம்பரையாக வலம் வந்தவர்கள். பின்னர் பல கிளைகள் பெற்றுப் பிரிந்தாலும் கென்னடி என்ற பெயரை மட்டும் அவர்கள் மாற்றிவிடவில்லை. சொல்லப்போனால் அந்த இரண்டு லட்சம் கென்னடிகளும் ஒருவகையில் உறவினர்கள்தான் என்கிறது ஜீன்களின் ஆய்வறிக்கை (Geneology report). அரசியல், மாஃபியா, கள்ளக் கடத்தல், போதை, விபச்சாரம் என சமூகத்தின் அத்தனைச் சீர்கேடுகளையும் உலகம் முழுக்கப் பரப்பும் அதி முக்கியமான பணியைக் கையிலெடுத்த சகலகலா வம்சாவளிதான் இந்தக் கென்னடியர்கள். அதிலும் இவர்களது முக்கியத் தொழில், மதுபானம் தயாரிப்பு மற்றும் விற்பனை. நீங்கள் அருந்தும் அத்தனை உள்நாட்டு, வெளிநாட்டு மது வகைகள் அனைத்துக்கும் ஏதோ ஒரு வகையில் கென்னடி குடும்பம் தார்மீகப் பொறுப்பேற்கும்.

இதில் விதிவிலக்காக உதித்தவர்தான் ஜான் கென்னடி. ஒட்டுமொத்த இல்லுமினாட்டிகளுக்கும் சிம்ம சொப்பனமாக விளங்கினார். ஆனால், யானைக்கும் அடி சறுக்கும் என்பதுபோல மனிதர் பெண்கள் விஷயத்தில் கொஞ்சம் பலவீனம். சுதாரித்த

இல்லுமினாட்டிகள் மார்லின் மன்றோவைக்கொண்டு கென்னடியை வீழ்த்தினர். பின்னர் அதே ஆயுதம் தம்மைத் திருப்பித் தாக்கத் தொடங்கியதும், வேறு பல அஸ்திரங்கள் கொண்டு இரண்டு பேரையும் உலகை விட்டே அனுப்பிவிட்டனர்.

டியூ பான்ட் வம்சம் (DU Pont Dynasty):

'ஜான் கோல்மன்' என்பவர் டென்மார்க்கின் ராணிகள் பற்றிய ஆராய்ச்சியில் ஈடுபட்டிருந்தபோது ஃபிரான்ஸின் அரச குடும்பம் யாருக்கும் தெரியாமல் அடிக்கடி ரகசியச் சடங்குகளில் ஈடுபடுவதைக் கண்டுபிடித்தார். அந்தச் சடங்குகளில் இவர்களுடன் ஐரோப்பாவின் பல முக்கிய ராஜ குடும்பத்தைச் சேர்ந்தவர்கள் பலர் பங்கெடுப்பதையும் தெரிந்துகொண்டார். அவர்களில், இங்கிலாந்து இளவரசர் சார்லஸும் அடக்கம். அத்துடன் ஃபிரான்ஸ், டேனிஷ் ராஜ வம்சத்தின் ஐந்து அரசர்கள் டென்மார்க்கின் ஃபிரீமேசன் குழுவுக்குத் தலைமைத் தாங்கியவர்கள் என்பதும், இரண்டு ராணிகள் முக்கியப் பதவிகள் வகித்ததையும் குறிப்பிடுகிறார். ஃபிரான்ஸின் அத்தகைய பாரம்பரிய அரச குடும்பம் தான் டியூ பான்ட் வம்சம். பத்திரிக்கை உலகத்தால் நெருங்க முடியாத பல அரச பரம்பரைகளில் பிரிட்டிஷ் ராஜ குடும்பத்தைவிட ஒருபடி மேலான கட்டுப்பாடு உடையவர்கள் இந்த டியூ பான்ட்கள்.

1737இல் பாரிஸ் நகரத்தில் ராஜ குடும்பத்தை சேர்ந்த சாமுவேல் டியூ பான்டுக்கும், அன்னா அலெக்சாண்ட்ரினாவுக்கும் கோலாகலமாகத் திருமணம் நடைபெற்றது. அதற்கு முன்பு வரை இவர்களுக்கும், இல்லுமினாட்டிகளுக்கும், சாத்தான் வழிபாடுகளுக்கும் துளியும் சம்பந்தமில்லை. அன்னா அலெக்சாண்ட்ரினா (அன்னா என்றே வைத்துக்கொள்வோம்) என்றைக்கு அந்தக் குடும்பத்தில் தனது வலது காலை எடுத்து வைத்தாரோ, அன்றைய தினமே சாத்தானும் தனது இடது காலை கூடவே எடுத்து வைத்து உள்ளே நுழைந்தது.

அன்னா என்பவர் ஒரு மீடியம். ஊடகம். அதாவது, ஆவி, பேய், பிசாசு போன்றவற்றுடன் உரையாடும் ஒரு நபர். நம்மூரில் சூனியக்காரி என்போமே, அவர்தான். அதைவிட முக்கியம், இவர் மெரோவிஞ்ஜியன் வம்சத்தை சேர்ந்தவர், தாவீதின் நேரடி வம்சாவளி. சாத்தானின் குலவிளக்கு. இது தெரியாமல் டியூ பான்ட் வம்சம் அப்பாவி சாமுவேலை அவருக்குக் கட்டிவைத்து அழகு பார்த்தது. ஆரம்பத்தில் பிரச்னை எதுவும் இல்லை, பியர் (Pierre) என்ற அட்டகாசமான ஆண் குழந்தை பிறந்தது. அடுத்த அரசன் பிறந்து விட்டான் என்று அனைவரும் கருதிய சமயத்தில், சாத்தானின் அடுத்த குழந்தை பிறந்து விட்டது என்று உச்சி குளிர்ந்தார் அன்னா. அதேபோல பியரை ஒரு சாத்தானின் குழந்தையாக, பில்லி, சூனியம் போன்ற அமானுஷ்யங்களின் அடையாளமாகவே வளர்க்க ஆரம்பித்தார்.

➤டியூ பாண்ட் வம்சாவளி

அதேசமயம், புத்திசாலியாகவும் வளர ஆரம்பித்தான் பியர் டியூ பான்ட். 12 வயதிலேயே கிரேக்க, லத்தீன் இலக்கியங்களை மொழிபெயர்க்கும் அளவுக்கு ஞானம் பெற்றிருந்தான். பியரின் 16வது வயதில் அன்னா உயிரிழந்தார், ஆனால் அவரது எண்ணங்கள் மரணிக்கவில்லை. தனது மகனை என்னவாக வளர்க்கவேண்டும் என்று ஆசைப்பட்டாரோ அப்படியே வளர்ந்து நின்றான் பியர். எல்லாவித அமானுஷ்ய சங்கதிகளையும் பயின்று, சடங்கு சாஸ்திர சம்பிரதாயங்கள் அனைத்தையும் கற்று, ஃபிரீமேசன் உறுப்பினராக உயர்ந்து, முக்கியமான இல்லுமினாட்டியாக உயர்ந்தான். அன்னாவின் மகன் என்பதாலும், சாத்தானின் ரத்தம் என்பதாலும் ஃபிரெஞ்சுப் புரட்சிக் காலங்களில் தனது அந்தரங்கப் பாதுகாவலர்கள் மூலம் ஆதம் வேஸ்ஹாப்த்தாலேயே நேரடியாகப் பாதுகாக்கப்பட்டார் பியர்.

தன்னைப்போலவே தனது வம்சம் முழுவதையும் இல்லுமினாட்டிகளாகவே உருவாக்கினார் பியர். டியூ பான்ட் ராஜ வம்சம் ஒரு முக்கிய இல்லுமினாட்டியாக, ரகசியங்களின் உறைவிடமாக மாறியது. இந்த பியர் சாமுவேல்தான் தமது அடுத்த தலைமுறையை அடிமையாக்க அமெரிக்காவிலும், ஐரோப்பாவிலும் ஃபிரீமேசன் இல்லுமினாட்டிகளின் புதுவிதக் கல்விமுறையைப் புகுத்தியவர். பின்னர் இதே பாணிதான் பிரிட்டிஷ் ராஜ வம்சத்தின் இல்லுமினாட்டி அலுவலகமான ஈஸ்ட் இந்தியா கம்பெனியும், காலனி ஆதிக்கமும் சிறு சிறு மாற்றம் செய்து மெக்காலே கல்வி முறை என்று மாறியது.

பின்னர் அன்று முதல் இன்று வரை நேரடியாகவோ, மறைமுகமாகவோ உலகில் உள்ள முக்கியமான கல்வி நிறுவனங்களையும், அங்கு வழங்கப்படும் கல்வி முறையையும் தமது கட்டுப்பாட்டில் வைத்திருக்கிறது டியூ பான்ட் குடும்பம். இது உபரித் தொழில்தான். பிரதானத் தொழில் என்ன தெரியுமா? உலகின் பல நாடுகளுக்கு ஆயுதம் வழங்குவதும், வெடிப்பொருட்கள் தயாரிப்பதும், ஏவுகணை, துப்பாக்கி, குண்டுகள் தயாரிப்பதும்தான். உலகில் எங்கு யுத்தம் நடந்தாலும், அங்கு டியூ பாண்ட்டின் பங்களிப்பு இருக்கும் என்பது நிச்சயம். ஆக, கல்வியும், வெடிப்பொருட்களும் டியூ பான்ட் குடும்பத்தின் வசம். என்ன மாதிரியான சேர்க்கை பார்த்தீர்களா?

ரஸல் வம்சாவளி: (Russel Bloodline)

ரஸல் குடும்பம் என்பது இல்லுமினாட்டிகளிலேயே கொஞ்சம் புத்திசாலி பரம்பரை. மற்றவர்கள் எல்லாம் கிடைத்ததை வைத்துப் பணம் செய்பவர்கள். இவர்களோ பணத்தை வைத்து பணம் பண்ணும் வித்தைக்காரர்கள். உட்கார்ந்த இடத்திலேயே போவோர் வருவோருக்கெல்லாம் இலவச ஆலோசனை வழங்கிய வம்சம் இது.

பொதுவாக இந்த மாதிரி குணாம்சம் கொண்டவர்கள் ஒரு வங்கி ஆலோசனை நிறுவனமாகவோ, காப்பீட்டு நிறுவனமாகவோ, தனியார் முதலீட்டு ஆலோசனை நிறுவனமாகவோ, ஆடிட்டர்களாகவோதான் இருப்பர். குறைந்த பட்சம் வட்டிக்கடை வைத்துப் பிழைப்பை ஓட்டுவர். இவை அனைத்தும் ராட்சத உருவம் கொண்டால் என்ன வருமோ, அதுதான் ரஸல் வம்சாவளி.

உலகின் மிகப்பெரிய நிறுவனங்கள் பெரும்பாலானவற்றில் இவர்கள்தான் அந்தரங்க ஆடிட்டர்கள், ஆலோசகர்கள். பல வங்கிகளும் இவர்களுடைய கட்டுப்பாட்டில்தான் இயங்குகின்றன. இதனுடன் கூடுதல் தகுதியாக கொஞ்சம் மாய மந்திர அமானுஷ்ய சம்பிரதாயங்களிலும் அபார நம்பிக்கை கொண்டவர்கள். எல்லா நாடுகளிலும் தங்களுக்கென்றே பிரத்யேகமாகப் பல கல்லறைத் தோட்டங்களைச் சொத்தாகக் கொண்டுள்ளனர். இல்லுமினாட்டிகளின் இருள் வழிபாடுகளுக்கு இந்த கல்லறைத் தோட்டங்களில் இருந்துதான் மண்டை ஓடுகள், இடது கை எலும்புகள் என அனைத்தும் விநியோகம் செய்யப்படுகிறது.

தி பண்டி வம்சம் (The Bundy bloodline):

எகிப்திய, ரோமானிய பின்புலம் என்பதால் இல்லுமினாட்டிகள் சில அற்புத (?!) தத்துவங்களையும் இந்த உலகுக்குத் தந்துள்ளனர். அதில் முக்கியமானது, ஹீகலியன் தத்துவம் (Hegelian Philosophy). அவர்களுடைய அன்றாட வாழ்வில் பிண்ணிப் பிணைந்துள்ள

➤ ரஸல் வம்சாவளி

இந்தத் தத்துவத்தின் அடிப்படை என்ன தெரியுமா?

'வெற்று நம்பிக்கைகளையெல்லாம் தகர்த்தெறி! பகுத்தறிவின் மூலம் எது உன்னை ஆட்கொள்கிறதோ அதுவே சத்தியம்...'

இல்லுமினாட்டிகளின் சாத்தான் கொள்கைகளுக்கு சற்று முரணான இந்தத் தத்துவம் எப்படி அவர்களிடம் நிரம்பியது என் வியப்படைய வேண்டாம். அவர்கள் எப்பொழுதும் எதிலும் தங்களுக்கு எது தேவையோ, அதை மட்டுமே பயன்படுத்துவர். இந்த ஹீகலியன் தத்துவத்தின்படி ஒரு கோட்பாடு (Thesis) இருக்கும். அதற்கு மாறாக எதிர்க் கோட்பாடு (Anti Thesis) ஒன்று இருக்கும். இரண்டையும் தொகுத்தால் கிடைப்பது இறுதிக் கட்டளை (Synthesis). உண்மையிலேயே இந்தத் தத்துவம் கண்டுபிடிக்கப்படுவதற்குப் பல ஆண்டுகளுக்கு முன்பே இல்லுமினாட்டிகள் இதனைப் பயன்படுத்தத் தொடங்கி விட்டனர்.

அதாவது, ஒரு பெரிய தொழிலதிபர் இருக்கிறார் என்றால் இல்லுமினாட்டிகள் முதலில் தங்களுக்குத் தேவையான பணம், பொருளை அமைதியான முறையில் அவரிடம் கேட்டு ஒரு சமாதானக் கடிதம் அனுப்புவர். அத்துடன் அந்தத் தொழிலதிபர் இல்லுமினாட்டிகளிடம் ஒத்துழைத்து, அடிபணிந்து போக வேண்டும் என்ற அன்புக் கட்டளையும் போகும். கடிதத்தின் மேல் ஒரு கருப்புக் கை போன்ற சின்னம் பொறிக்கப்பட்டிருக்கும், இல்லுமினாட்டிகளின் செய்தித் தொடர்பு அடையாளம். இதுதான் அவர்களின் நேரடிக் கோட்பாடு (Thesis). (பிளாக்மெயில் என்கிற சொல்லாடல் அறிமுகமானதும் இப்படித்தான்).

தொழிலதிபர் பணிந்துவிட்டால் அங்கேயே எல்லாம் சுமூகமாக முடிந்துவிடும். ஒருவேளை, பணிய மறுத்தால், தொழிலதிபரின் தொழில் சாம்ராஜ்யம் முதலில் அழிக்கப்படும். சிலசமயம், தொழிலதிபரே தாக்கப்படுவார். ஆனால் தாக்கியது யார்

என்றெல்லாம் தெரியாது. இங்குதான் மாஃபியா உள்ளே வரும். தங்களை அந்தத் தொழிலதிபரின் பாதுகாவலர் என்றும், பிளாக் மெயில் குழுவிடமிருந்து தொழிலதிபரைப் பாதுகாக்கும் பொறுப்பு இனி மாஃபியாவுடையது என்றும் அறிமுகப்படுத்திக் கொள்ளும். இதுதான் எதிர் கோட்பாடு (Anti Thesis)

தன்னைப் பாதுகாக்கும் பொறுப்புக்காகத் தொழிலதிபர் அந்த மாஃபியாவுக்கு ஒரு தொகை செலுத்தியே ஆக வேண்டும். இதுதான் இறுதிக்கோட்பாடு (Synthesis). அதுமட்டுமல்லாமல், தனது தொழிலின் மூலம் சில சலுகைகளும் செய்து தர வேண்டும். இல்லாவிட்டால் டீல் ரத்து செய்யப்படும். மீண்டும் பிளாக்மெயில் காட்சிகள் ஆரம்பமாகும். ஆனால் இந்த இரண்டையும் செய்வது ஒரே குழுதான் என்று பலருக்குத் தெரியாமலே போய்விடும்.

ஒருசில தொழிலதிபர்களுக்கு உண்மை தெரியும், இரண்டையும் செய்வது ஒரே உறைக்குள் இருக்கும் இரண்டு கத்திகள்தான் என்று. ஆனாலும், எதிர்த்து எதையும் செய்ய முடியாது. வேறு வழியின்றிச் சரணடைவர். இப்படியே கொஞ்சம் கொஞ்சமாக அவர்களது தொழில் சாம்ராஜ்யத்தில் இல்லுமினாட்டிகளின் கொடி பறக்கும். இல்லுமினாட்டிகளின் இந்த நரித் தந்திரம் எல்லா நாடுகளிலும் நீக்கமற நிறைந்திருக்கிறது. ஒட்டுமொத்த உலகத்தையும் முட்டாளாக்கும் முயற்சியில் அவர்களின் வெற்றி நடை தொடர்கிறது.

இதனை முன்னின்றுச் செயல்படுத்தும் தளபதிகள்தான் பண்டி குடும்பத்தினர். இதன் காரணமாகவே ஓனாசிஸ் குடும்பத்துடனும், லீ குடும்பத்துடனும் எப்பொழுதும் நெருங்கியத் தொடர்பில் இருப்பவர்கள். ரகசியக் குழுக்கள், உளவுத் துறைகள், துப்பறியும் நிறுவனங்கள் என அனைத்தையும் ஆட்டிப் படைப்பது இந்த பண்டி வம்சாவளியினர்தான். அமெரிக்காவில் பெரும்பாலும் பண்டி என்ற குடும்பப்பெயர் தாங்கியவர்களைக் காண்பது அரிது. ஏனெனில் நேரடி மாஃபியா தொழிலில் ஈடுபட்டுள்ள இவர்கள் எப்பொழுதும் நிழல் உலக வாழ்க்கை மட்டுமே வாழ்பவர்கள்.

ஜான் எஃப் கென்னடியின் படுகொலையில் முக்கியக் குற்றவாளிகள் பட்டியலில் ஒரு பண்டியின் பெயரும் உள்ளது. பண்டி குடும்பத்தினர் பற்றி வெளியில் தெரியவந்த ஒரு கடத்தல் சம்பவம்தான் மிகவும் வரலாற்று முக்கியத்துவம் வாய்ந்தது. இல்லுமினாட்டிகளின் ஆதிக்கம் எந்த அளவுக்கு வேரூன்றியுள்ளது என்பதற்கு ஆதாரமாக, ஆராய்ச்சியாளர்களின் சோம்பலை முறித்த அந்தச் சம்பவம், மிகப்பெரிய கோடீஸ்வரரும், பத்தொன்பதாம் நூற்றாண்டின் தொழில் மாமேதை என்று அறியப்பட்டவருமான 'ஹோவர்ட் ஹியூஸி'ன் (Howard Hughes) கடத்தல் சம்பவம்.

➤தி பண்டி வம்சாவளி

ஹோவர்ட் ஹியூஸ் என்பவர் 1940 - 50 களில் மருத்துவமனை, விமான நிறுவனம், பொறியியல் சாதனங்கள், உள்நாட்டுப் பாதுகாப்புச் சாதனங்கள் தயாரித்தல், திரைப்படத் தயாரிப்பு எனப் பல தொழில்களில் கால் பதித்தவர். நேர்மையான முறையில் ஒரு தொழில் சாம்ராஜ்யமே நடத்தியவர். இது போதுமே! இல்லுமினாட்டிகளின் கழுகுப் பார்வைக்கு இலாக்கானார். பிளாக் மெயில், மாஃபியா என அவர்களுடைய அனைத்து அம்புகளும் இவரை நோக்கி வீசப்பட்டன. ஆனால் இல்லுமினாட்டிகளின் எந்தவொரு கோட்பாட்டுக்கும் அடங்க மறுத்த சிங்கம் ஹோவர்ட் ஹியூஸ்.

'அரிஸ்டாட்டில் ஒனாசிஸ்' தலைமையில் ஒரு மிகப்பெரிய ரகசியத் திட்டம் ஒன்று தீட்டப்பட்டது. ஹோவர்ட் ஹியூஸின் கடத்தல். மிகப்பெரிய தொழிலதிபர். அவரைக் கடத்தி விட்டால் சும்மா தூங்கும் சிறுத்தையைச் சுரண்டிவிட்ட கதையாகி விடுமே. ஒட்டுமொத்த உலகும் சேர்ந்து அவரைத் தேட ஆரம்பிக்கும். பன்னாட்டு நெருக்கடி நிலவும். இதனைத் தவிர்க்க இன்னொரு திட்டம் தீட்டப்பட்டது. சினிமாக்களில் டூப் போடுவது போல ஹோவர்ட் ஹியூஸின் டூப்பாக இரண்டு பேரைத் தயார் செய்தனர்.

நல்ல ஒரு முகூர்த்த நாளாகப் பார்த்து 'அரிஸ்டாட்டில் ஒனாசிஸி'ஸின் ஆணைப்படி 'எரிக் பண்டி'யால் ஒனாசிஸின் பெவர்லி ஹில்ஸ் மாளிகைக்கு ஹோவர்ட் ஹியூஸ் வெற்றிகரமாகக் கடத்தப்பட்டார். 'போலி ஹியூஸாக' இன்னொரு இல்லுமினாட்டி உறுப்பினர் பொறுப்பேற்றார். ஒனாசிஸ் தலைமையில் ஹியூஸின் தொழில் சாம்ராஜ்யம் கனஜரூராக நடைபெற்றது. அவரது குடும்பமும் ஒனாசிஸின் மிரட்டல் மேற்பார்வையில்தான் இயங்கியது. டூப்பாக இருக்கும் நபர் முக்கிய வேலையாக வெளியில் செல்லும்போது மாட்டிக்கொள்ளாமல் இருக்க, உளவாளிகள், மீடியாக்களின் கவனத்தைத் திசை திருப்ப இரண்டாம் டூப்பாக பண்டியால் தயார் செய்யப்பட்ட ஹாலிவுட் துணை நடிகர் (ப்ரூக்ஸ் ராண்டல் (Brooks Randall) ஒருவர் எந்நேரமும் தயார் நிலையில் வைக்கப்பட்டிருந்தார்.

கடத்தப்பட்ட ஹியூஸ் கடைசி வரை பண்டியின் மேற்பார்வைக்குக் கட்டுப்படாமல் 1972 இல் இறந்துபோனார் என்று 'விவரமறிந்தவர்கள்' சொல்கின்றனர். ஆனாலும் தயவு தாட்சண்யமே பார்க்காமல் போலி ஹியூஸை வைத்தே தொடர்ந்து காரியம் சாதித்தனர். ஆனால், அந்த போலி ஹியூஸ் 1975 இல் இறந்து போக, அதுவே ஹோவர்ட் ஹியூஸின் அதிகாரபூர்வ மரண நாளாக அறிவிக்கப்பட்டது.

அவரது இறப்புக்கு பின் இந்த உண்மைகள் அரசல் புரசலாக வெளிவந்தாலும், ஒனாசிஸ், பண்டியை மட்டுமல்ல, அவர்களது மாஃபியாவின் ஒரு துரும்பைக் கூட யாராலும் அசைக்க முடியவில்லை. ஆனானப்பட்ட அமெரிக்க முன்னாள் அதிபர் கென்னடியின் கொலையிலேயே ஒனாசிஸ், பண்டி உட்பட யாரையும் எதுவும் செய்துவிட முடியவில்லை. ஹோவர்ட் ஹியூஸ் வெறும் சாதாரண தொழிலதிபர்தானே !!!

இல்லுமினாட்டிகளை எதிர்த்தால் கருணையே இல்லாமல் அவர்கள் எந்த எல்லைக்கும் செல்வார்கள் என்பதற்கு இது ஓர் உதாரணம். நீங்கள் யாராக வேண்டுமானாலும், எதுவாக வேண்டுமானாலும், உலகத்தின் எந்த மூலையிலும் இருக்கலாம், இந்த 13 குடும்பத்துக்கு நேரடியாகவோ, மறைமுகமாகவோ கட்டுப்பட்டே தீர வேண்டும். இதுதான் இவர்களின் அடிப்படைத் தத்துவம்.

சரி, அதென்ன சரியாக 13? ஏன் அதற்கு மேல் இருக்கக்கூடாது, ஏன் குறையக்கூடாது?

பதில் மிகவும் எளிது. நிச்சயம் இல்லுமினாட்டிகளின் மூத்த முக்கியஸ்தர்களின் பட்டியலில் இன்னும் ஒருவர் கூடுதலாக இணையலாம், அதற்கான தகுதிகள் என்று அவர்கள் வரையறுத்து வைத்திருப்பவற்றைப் பூர்த்திசெய்தால் அது சாத்தியம். ஒருவரது குலம் ராஜ பரம்பரையாக இருக்க வேண்டும், உலகத்தின் கணிசமான பகுதியை விலைக்கு வாங்கும் அளவுக்குப் பணக்காரனாக இருக்க வேண்டும், சமுதாயத்தின் மீது முழுமையான ஆளுமை இருக்க வேண்டும், நீண்ட நெடிய வரலாறு இருக்க வேண்டும், முக்கியமாக, சாத்தானின் மீதும், பில்லி, சூனியம் போன்ற அமானுஷ்ய நடவடிக்கைகளில் அபார நம்பிக்கை இருக்கவேண்டும்.

இதெல்லாம் இருந்து, இல்லுமினாட்டி கொள்கைகளை ஒருவன் ஏற்றுக்கொண்டால் முதல் 13 குடும்பங்களுடன் 14வதாக அவனும் ஒரு மாபெரும் சக்தி வாய்ந்த இல்லுமினாட்டியாக முடிசூடப்படுவான். ஏற்க மறுத்தால் அடுத்த ராகு காலத்திலேயே 'ஹீகலியன் தத்துவம்' அவனை ஆட்கொள்ளும். ஹோவர்ட் ஹியூஸுக்கு ஏற்பட்ட நிலைதான்.

> ஹோவர்ட் ஹியூஸ்

சாதாரண ஆட்டு மந்தையை மேய்ப்பதற்கே ஒரு மேய்ப்பாளன் தேவை. நீங்கள் பணிபுரியும், தொழில் செய்யும் நிறுவனம் என எல்லா இடத்திலும் மேனேஜர், இயக்குநர், தலைமை அதிகாரி, தலைவர் என்று ஒருவர் இருப்பார். இருந்தே ஆக வேண்டும். இல்லையெனில் ஒரே அலைவரிசையில் இயங்காமல், ஆளுக்கொரு வேலை செய்கிறேன் பேர்வழி என முற்றிலும் கோணலாகத்தான் முடிப்பர். கொஞ்ச காலத்திலேயே சிதறியும் போய்விடுவர். அப்படியிருக்க, இந்த பதின்மூன்று பேர், அவர்களின் கீழ் ஒரு 6000 குடும்ப உறுப்பினர்கள், அவர்களின் கீழ் கோடானுகோடி மக்கள். எப்படி சிதறிவிடாமல் இருக்கிறார்கள் என்று புதிராக இருக்கிறதா?

இந்த 13 இல்லுமினாட்டிகளுக்கும் ஒரு தலைவர் இருக்கிறார். இவர்களைக் கட்டுக்குலையாமல் தன் கட்டுப்பாட்டில் வைத்திருக்கும் உலகின் மாபெரும் சக்தி வடிவம், சிந்தாமல் சிதறாமல் காய் நகர்த்தும் சூத்திரதாரி, ஒட்டுமொத்த உலகையும் தன் விரலசைவில் ஆட்டுவிக்கும் பிரம்மாண்ட ஆற்றல் படைத்த, பலம் பொருந்திய அந்தத் தலைவன் யார் தெரியுமா?

சொல்லப்போனால் அது தலைவன் அல்ல, தலைவி. ஆணாதிக்க உலகத்தில் திளைத்திருக்கும் அத்தனை உயிர்களையும் ஆட்டிப்படைக்கும் அந்த பெண், இந்த அகிலத்தின் தலைவியாகவே தன்னைப் பிரகடனப் படுத்திக்கொள்ள முயலும் அந்த பெண்மணி வேறு யாருமல்ல,

'பிரிட்டிஷ் அரியணையின் நாயகி, ஐரோப்பாவின் ராஜமாதா இங்கிலாந்து மகாராணி'

14
கடவுள் பாதி, மிருகம் மீதி

மக்கள் மீது நான் அன்பு செலுத்துகிறேன், மக்கள் என் பின்னால் நிற்கிறார்கள். என்னுடைய இந்த தைரியமும், சக்தியும்தான் ஒரு சிலருக்குக் குழப்பத்தையும் பயத்தையும் உண்டாக்குகின்றன. 'அவர்கள்' ஒரு திட்டமிட்ட விபத்தின் மூலம் என்னைக் கொல்ல நினைக்கிறார்கள்.'

அது ஒரு புகழ்பெற்ற பாரசீகத் தத்துவக் கதை.

ஒரு கண் சொன்னது, 'இந்தப் பள்ளத்தாக்குகளைத் தாண்டி ஒரு பனிமலை இருக்கிறது. என்ன அற்புதமான அழகிய மலை?'

இதைக்கேட்ட காது, தன்னைக் கொஞ்சம் தீட்டிக்கொண்டு, உற்றுக் கவனித்துக் கேட்டது. பின்னர், 'மலையா? எனக்கு ஒன்றும் கேட்கவில்லையே' என்றது.

அடுத்து கை பேசியது. 'மலையா? எங்கே மலை, நான் தொடுவதற்கோ, உணர்வதற்கோ முயல்கிறேன், ஆனால் ஒன்றும் தென்படவில்லையே?'

தொடர்ந்து மூக்கு பேசியது. 'மலையா? எங்கே மலை, என்னால் அதன் வாசனையை நுகர முடியவில்லையே. அப்படியென்றால், மலை என்ற ஒன்று இல்லையென்றுதானே அர்த்தம்?'

இவை பேசுவது பிடிக்காமல் தன் பார்வையைத் திருப்பிக் கொண்டது கண். காது, கை, மூக்கு எல்லாம் தமக்குள்ளே பேசிக்கொண்டன, 'இந்தக் கண், இல்லாத ஒன்றை இருப்பதாகச் சொல்லி நம்மை ஏமாற்றப் பார்க்கிறது, எக்காரணத்தைக் கொண்டும் நாம் ஏமாந்துவிடக் கூடாது.' என்று.

இந்தக் கதையில் வரும் மலைதான் இல்லுமினாட்டிகளின் தலைமைப் பீடத்தில் இருக்கும் இங்கிலாந்து மகாராணி. அந்தக் கண்தான் இல்லுமினாட்டிகளின் ஆய்வாளர்கள். கை, காது, மூக்கு போன்றவைதான் பெரும்பாலான இந்த உலக மக்கள்.

உண்மையில், வெகுஜன மக்களுக்கு தங்களது எல்லையைத் தாண்டிய சிந்தனையோ, ஞானமோ இருப்பது அரிது. இந்த அறியாமைதான் இல்லுமினாட்டிகளின் துருப்புச் சீட்டு. உண்மையில் இங்கிலாந்து ராணி என்பவர் பழைய ராஜ வம்சத்தைச் சேர்ந்த ஒரு முக்கிய பிரமுகர் என்ற அளவில் மட்டுமே நமது கற்பனை இருக்கும். ஆனால் உண்மையில் இங்கிலாந்து ராணியின் சக்தி எல்லையற்றது. உலகின் எந்தவொரு ராஜவம்சத்துக்கும்

இல்லாத அதிகாரங்கள் பிரிட்டிஷ் ராஜ வம்சத்துக்கு மட்டும், அதுவும் பட்டத்து ராணிக்கு மட்டும் இருப்பதன் ரகசியம் என்ன?

உலகின் எந்த நாட்டுச் சட்டத்துக்கும், பிரிட்டிஷ் உட்பட, அவர்மீது வழக்கு தொடுக்கும் அதிகாரம் கிடையாது. ஏதேனும் குற்றச்சாட்டு எழுந்தால் அது வெறும் வாய் வார்த்தையாக மட்டுமே எழுப்பப்படும். அதுவும், அவரது குடும்பத்தாராலேயே தனிப்பட்ட முறையில் விசாரிக்கப்படும். யாருக்கும் எந்தவொரு ஆதாரத்தையோ, தடயத்தையோ அளிக்க வேண்டிய அவசியம் ராணிக்கு இல்லை.

தனது பாதுகாவலர்களை மட்டுமல்ல, பிரிட்டிஷ் பிரதமர் உட்பட ஆட்சியில் உள்ள எவரையும் நியமிக்கும், நீக்கும் அதிகாரம் ராணிக்கு உண்டு. ராஜ குடும்பத்துக்குச் சொந்தமான எந்தவொரு சொத்துக்கும் வரி செலுத்த வேண்டிய அவசியமில்லை. உலகில் பிரிட்டிஷ் ராஜ வம்சத்துக்குச் சொந்தமான சொத்துகளைக் கணக்கிட்டு முடிப்பதற்கே ஓர் ஆண்டுக்கு மேல் ஆகும்.

பிரிட்டிஷார் தாங்கள் ஆட்சிசெய்த சில காலனி நாடுகளுக்குச் சுதந்திரம் கொடுக்கும்பொழுது ஒரு நிபந்தனை போட்டனர். அது, எந்த நிமிடமும், பிரிட்டிஷ் ராஜ வம்சத்தால் அந்நாட்டு அரசாங்கத்தை எந்தக் காரணத்தையும் சொல்லாமல் கலைக்க முடியும். இந்த அதிகாரம் முழுக்க இங்கிலாந்து ராணியிடம் இருக்கும். வேடிக்கை என்னவென்றால், இதில் ஆஸ்திரேலியா போன்ற ஒருசில மிகப்பெரிய, வளர்ந்த நாடுகளும் அடக்கம்.

பிரிட்டிஷ் பாராளுமன்றத்தில் மட்டுமல்ல, 52 காமன்வெல்த் நாடுகள், மாகாணங்களின் எழுத்து பூர்வமான ஏகாதிபத்திய சக்கரவர்த்தினியும் இங்கிலாந்து ராணிதான். (அதில் இந்தியாவும் ஒன்று). இந்த 52 நாடுகளும் சர்வதேச அளவில் எந்த ஒரு முக்கிய முடிவு எடுக்க வேண்டுமானாலும் அதற்கு ராணியின் ஒப்புதல் கையெழுத்து அவசியம்.

காமன்வெல்த் போட்டிகளைத் தொடங்கி வைப்பதற்குக்கூட யாராவது ஒரு பிரிட்டிஷ் அரச குடும்ப உறுப்பினர் வருவார், அது எந்த நாட்டில் நடந்தாலும் சரி.

இன்னும் எண்ணற்ற அதிகாரங்கள் இருக்கின்றன. உச்சகட்டம் என்னவென்றால், அவருக்கு ஓட்டுநர் உரிமம், பாஸ்போர்ட் போன்ற எந்தவொரு விதிமுறையும் கிடையாது. சொல்லப்போனால் உலகின் எந்தவொரு வாகனமும் ராணிக்கே சொந்தம். எந்தவொரு வாகனத்தின் மூலமும் எந்த நாட்டுக்குள்ளும் பாஸ்போர்ட், விசா இல்லாமல் பிரவேசிக்கும் அதிகாரம் படைத்தவர். பிரிட்டிஷ் பாஸ்போர்ட்டே ராணியின் பெயரை அச்சடித்துதான் விநியோகிக்கப்படுகிறது.

இதெல்லாம் வெளிப்படையாக தெரிந்தவை. ஆனால், தெரியாதவை ஆயிரமாயிரம். மொத்த உலகையும் கட்டுப் படுத்தும் 13 குடும்பங்களையும், பல ராஜ வம்சங்களையும், உலகப் பணக்காரர்களையும் கட்டுப்படுத்தும் மையப்புள்ளிதான் பிரிட்டிஷ் ராஜ வம்சத்து மகாராணி. இந்த ராஜ வம்சத்துக்கு இவ்வளவு பெரிய அதிகாரம் வந்தது எப்படி என்பது ஒரு சுவாரஸ்யமான பின்னணி. இதற்கும் ராத்சைல்ட்தான் காரணம்.

➤நைட்ஸ் டெம்ப்ளர்

ராத்சைல்ட் குடும்பமும், பிரிட்டிஷ் ராஜ குடும்பமும் வேறு வேறல்ல. பிரிட்டிஷ் அரசாங்கத்தின் காலனி ஆதிக்கத்தை அப்போதே உணர்ந்த ராத்சைல்ட், திட்டமிட்டு நகர்த்திய காய் கொடுத்த கனி தான் இந்த உலகாளும் அதிகாரம். ஆதம் வேஸ்ஹாப்த்தும், ராத்சைல்ட்டும் தனித்து இயங்கிக் கொண்டிருக்கையில், கிட்டத்தட்ட அதே மாதிரியான எண்ணத்தோடு தனது காலனி ஆதிக்கத்தின் மூலம் முக்கால்வாசி உலகத்தைத் தன்வசம் வைத்து உலாவந்த இன்னொரு கோஷ்டிதான் இந்த பிரிட்டிஷ் ராஜ வம்சம். இவர்களுடைய சக்தி ராத்சைல்டின் சக்தியை விட மிகப்பெரியது.

அதுமட்டுமல்லாமல், யூத ரத்தத்தில் வந்தவர்கள், அளப்பரிய பலம் பொருந்தியவர்கள், ரகசிய அமானுஷ்ய சடங்கு, சம்பிரதாயங்களில் ஆதம் வேஸ்ஹாப்த்துக்கும் , 13 குடும்பங்களுக்கும் சளைத்தவர்கள் அல்ல. இல்லுமினாட்டிகளின் அத்தனை நட்சத்திரங்களும் அச்சு பிறழாமல் ஒத்துப்போகும் ராஜ வம்சத்தின் அதிகாரம், தம்முடைய எண்ணத்தை நிறைவேற்றும் பலம் என்ற இரண்டும்தான் ராத்சைல்ட் பிரிட்டிஷ் ராஜ வம்சத்தை இணைத்த பாலங்கள்.

எல்லாவற்றையும்விட அதிமுக்கியமான காரணம் ஒன்று உண்டு. ஆயிரம் ஆண்டு ரத்த உறவு, துரோகம், பழி, பாவம். அதுதான் 'நைட்ஸ் டெம்ப்ளர்' (Knights Templar) எனப்படும் 'புனித வீரர்கள்'.

பதினோராம் நூற்றாண்டின் ஆரம்பத்தில் யூதர்கள், மற்றும் கிறித்தவர்களின் புனித நகரமான ஜெருசலேம் இஸ்லாமியர்கள் வசம் இருந்தது. ஏனெனில் ஏழாம் நூற்றாண்டிலிருந்து

இஸ்லாமியர்களுக்கும் அதுதான் புண்ணிய பூமி. இதன்மூலம் மூன்று மதங்களுக்கும் எப்பொழுதும் ஏழாம் பொருத்தம்தான். ஆனால், பதினோராம் நூற்றாண்டில் பதவியேற்ற புதிய போப் ஒரு விபரீத முடிவெடுத்தார் 'புனிதப் போர்'

ரோம் நகரத்தில் மட்டுமல்ல, ஐரோப்பாவின் அத்தனை கிறித்தவர்களுக்கும் ஒரு பகிரங்க அழைப்பு விடுத்தார். 'கிறித்தவ மதத்தை மீட்டெடுப்போம், அதன் புனித நகரமான, இயேசு கிறிஸ்துவின் பிறப்பிடமான ஜெருசலேமை மீட்க ஏழை, பணக்காரர், விவசாயி, பொற்கொல்லன் என எந்த பாரபட்சமும் இல்லாமல் மதம் என்ற ஒரே குடையின் கீழ் அத்தனை ஆண்களும் புனிதப்போரில் ஈடுபட வேண்டும். இந்தப் போரும், புனித வீரப்படையும் பல தலைமுறைகள் நீடித்திருக்கும். இதில் மரணிப்பவர்கள் நேராக சொர்க்கத்தைத்தான் அடைவர்'

விளக்கைக் கண்ட விட்டில் பூச்சிகள் போல 'நைட்ஸ் டெம்ப்ளர்' (புனித வீரர்கள்) படையில் சேர சாரை சாரையாக ஆண்கள் வந்து குவிந்தனர். போர்க்கலை தெரியுமோ, தெரியாதோ, மதத்தைக் காக்கும் போர் என்ற வெறி அவர்களை ஒன்றிணைத்தது. அந்த வெறியும் மூர்க்கத்தனமும் அவர்களை ஒரு கொடூர போர்க்குணம் கொண்ட ராட்சஸப் படையாக உருமாற்றியது. போதாக்குறைக்கு, பல மன்னர்களும் புனிதப்போர் என்றவுடன் தங்களது படையில் ஒரு பிரிவை தாரை வார்த்தனர்.

ஒரு நல்ல நாள் பார்த்து ஏசுவுக்கு மெழுகுவர்த்தி ஏற்றி வணங்கிவிட்டு, மூன்று பிரிவாகப் பிரிந்து ரோமில் இருந்து ஜெருசலேம் நோக்கிப் படையெடுத்தனர். போகும் வழியில் கிறித்தவம் தவிர எந்த மதத்தினர் வாழும் ஊராக இருந்தாலும் சரி, எந்த மதத்தைச் சேர்ந்த நபராக இருந்தாலும் சரி, தயவு தாட்சண்யம் பாராமல் பெண்கள், குழந்தைகள் என்ற பேதமின்றிக் கொன்று குவித்தனர். பொருட்கள் சூறையாடப்பட்டன. வயல்வெளிகள் எரிக்கப்பட்டன. அவ்வளவு வெறி ஒவ்வொருவர் மனத்திலும் ஊறியிருந்தது. குறிப்பாக, இஸ்லாமியரோ, யூதரோ கண்ணில் பட்டால் முதல் காரியமாக அவரை உயிருடன் கொளுத்தி விட்டுத்தான் அடுத்த அடியை எடுத்து வைத்தனர். இனிமேல் கொல்வதற்கு யாருமே இல்லை என்ற நிலை வரும்வரை கொன்று குவித்துக்கொண்டே இருந்தனர்.

மொத்தம் அறுபதாயிரம் வீரர்கள் இந்த 'நைட்ஸ் டெம்ப்ளர்' படையில் இருந்தனர். ஆனால், ஜெருசலேமின் மொத்த மக்கள் தொகையே அப்போது முப்பதாயிரத்தைத் தாண்டாது. கண்ணிமைக்கும் நேரத்தில் ஆழிப்பேரலை கரையைத் தழுவியதைப் போல ஜெருசலேமை வெகு சுலபமாகக் கைப்பற்றினர்.

இன்றைய இஸ்ரேலின் பாரம்பரிய புகழ்மிக்க மன்னன் சாலமனின் யூத தேவாலயம்தான் அன்றைய 'நைட்ஸ் டெம்ப்ளர்' களின் தலைமையிடமாக இருந்தது. யூத, இஸ்லாமிய அடையாளங்கள் அனைத்தும் அழிக்கப்பட்டு, நகரையே கிறித்தவ மயமாக்கிப் புதுப்பித்தனர். அடுத்த இருநூறு வருடங்களுக்கு அவர்களை அசைக்க ஆளில்லாமல் போனது. 'நைட்ஸ் டெம்ப்ளர்' எனும் இயக்கம் போப்பின் நேரடி ஆளுகையில் இமாலய வளர்ச்சியடைந்தது. கிறித்தவமும், நைட்ஸ் டெம்ப்ளரும் பிரிக்க முடியாத சக்திகளாகின.

இந்த இணைப்பு வெகுநாளைக்கு நீடிக்கவில்லை. 12ஆம் நூற்றாண்டின் இறுதியில் 'சலாவுதீன்' என்ற மாமன்னன் புயல்போலப் படையெடுத்து வந்தான், ஜெருசலேமை மீட்க. சலாவுதீனின் கெரில்லாத் தாக்குதலுக்கு ஈடு கொடுக்க முடியாமல் பின்வாங்க ஆரம்பித்தனர் நைட்ஸ் டெம்ப்ளர்கள். ஆட்சி கைமாறியது. பல நாள் தொடர்ந்த இந்தப் போரில் முக்கால் வாசி நைட்ஸ் டெம்ப்ளர்கள் அழிக்கப்பட்டனர். மிச்சம் மீதியிருப்பவர்கள் ரோம் நகரை நோக்கி ஓடினர். தப்பிப் பிழைத்தவர்களில் நைட்ஸ் டெம்ப்ளர் இயக்கத் தலைவனான 'ஜாக்கஸ் தி மோலே' (Jacques De Molay) என்பவரும் அடக்கம். பெயர் கொஞ்சம் கஷ்டமாக இருந்தாலும் நன்றாக நினைவில் வைத்துக் கொள்ளுங்கள். இவருக்கும் இல்லுமினாட்டிகளுக்கும் எந்தத் தொடர்பும் இல்லைதான், ஆனால் இவர்தான் இல்லுமினாட்டி உலகின் கதையைத் திருப்பிப் போட்ட நாயகன்.

ஜெருசலேமில் இருந்து தப்பி வந்தவர்களை கத்தோலிக்க ரோம் நகரம் ஆரம்பத்தில் ஆரத்தி எடுத்துதான் வரவேற்றது. தப்பி வந்தாலும் அவர்கள் அகதிகளாக வரவில்லை. இந்த 200 ஆண்டுகளாக 'நைட்ஸ் டெம்ப்ளர்' இயக்கத்தின் சொத்துகள், ஜெருசலேமில் இருந்து அனுப்பி வைத்த செல்வங்கள் என ஒரு வணிக சாம்ராஜ்யமே அவர்கள் பெயரில் இருந்தது. அதுமட்டுமல்லாமல், நைட்ஸ் டெம்ப்ளர் இயக்கம் ரோம் அரசுக்குப் பலவிதங்களில் கடனுதவி அளித்துள்ளது. எனவே, எந்தவிதமான தடையும் இல்லாமல் அவர்களும் நைட்ஸ் டெம்ப்ளர் என்ற பெயரிலேயே தேவாலயப் பணிகள் மற்றும் சமூக சீர்திருத்தப் பணிகளில் ஈடுபட்டு வந்தனர். நாட்கள் மெல்ல நகர்ந்தன.

1307ஆம் ஆண்டு போப் கிளெமென்ட் (Pope Clement) நைட்ஸ் டெம்ப்ளர் தலைவரான 'ஜாக்கஸ் தி மோலே'வை விசாரணைக்கு அழைத்தார். அதாவது, நைட்ஸ் டெம்ப்ளரின் முக்கிய உறுப்பினர் ஒருவர் மீது சுமத்தப்பட்ட ஊழல், ரகசிய நடவடிக்கைகள் மற்றும் கிறித்தவ அவமதிப்பு குற்றத்தின் மீதான விசாரணை.

அது ஒரு போலியான குற்றச்சாட்டு என்ற கருத்து இருந்தாலும், கிளெமென்ட் தட்டிக் கழிக்கவில்லை. தேவாலயம் சார்ந்த குற்றங்கள் அனைத்தும் போப்பினால் மட்டுமே விசாரிக்கப்படும், தண்டனை வழங்கப்படும். ஆனால், வழக்கத்துக்கு மாறாக இந்தமுறை மன்னர் நான்காம் பிலிப் விசாரணையை நடத்த அழைக்கப்பட்டிருந்தார். மோலேவுக்கு லேசாகப் பொறி தட்டினாலும் உடனே சுதாரிக்கவில்லை. பார்த்துவிடலாம் என்ற எண்ணத்தில் தனது குழுவுடன் விசாரணைக்கு உடன்பட்டார்.

ஆனால், போப் மற்றும் மன்னன் பிலிப்பின் சூழ்ச்சி வேறுவிதத்தில் இருந்தது. அவர்களைப் பொறுத்தவரை நைட்ஸ் டெம்ப்ளர் என்ற குழு ஒரு வேண்டாத விருந்தாளியாக இருந்தது. அத்துடன், நைட்ஸ் டெம்ப்ளரிடம் அரசாங்கத்துக்கு இருந்த கடன் மன்னனுக்குப் பெரும் தொல்லையாக இருந்திருக்க வேண்டும். எனவே, கணக்கில்லாத பெரும் தொகையைக் கழிக்க மன்னனும், கத்தோலிக்க தேவாலயத்தையும் விட அதிக செல்வாக்கு கொண்ட நைட்ஸ் டெம்ப்ளர் குழுவை அழிக்க போப்பும் சமயம் பார்த்துக் காத்திருந்தனர். அதற்குக் கிடைத்த இந்த பொன்னான வாய்ப்பை இருவரும் பயன்படுத்திக் கொள்ள நினைத்தனர்.

விசாரணை என்ற பெயரில் அழைக்கப்பட்ட மோலே மீதும், நைட்ஸ் டெம்ப்ளர் குழுவின் மீதும் சரமாரியாகக் குற்றச்சாட்டுகள் சாட்டப்பட்டன. குறிப்பாக, குழு உறுப்பினர்கள் சிலுவை மீது எச்சில் துப்பியது, கிறித்தவ மதத்தை எதிர்த்தது, ஓரினச்சேர்க்கை உறவில் ஈடுபட்டது, ஊழல், அரசுக்கு எதிரான ரகசிய உடன்படிக்கைகள், ஏமாற்று வேலைகள் என குற்றசாட்டுகள் நீண்டன.

நைட்ஸ் டெம்ப்ளர் குழுவின் உண்மை ஊழியனான மோலே மனம் வெறுத்துப்போனார். குழு உறுப்பினர்கள் அனைவரும் கைது செய்யப்பட்டனர். ஒரு சிலர் தப்பியோடி தலைமறைவாக வாழ ஆரம்பித்தனர். கைது செய்யப்பட்டவர்கள் தங்கள் குற்றத்தை ஒப்புக்கொள்ளச் சொல்லி பலவிதமான சித்திரவதைகளுக்கு ஆளாக்கப்பட்டனர். இரண்டு ஆண்டுகள் தொடர்ந்த இந்தச் சிறை வாசமும் சித்திரவதையும் ஒரு முடிவை நெருங்கின. சித்திரவதையை அனுபவிப்பதைவிட குற்றத்தை ஒப்புக்கொண்டு சாவதே மேல் எனும் முடிவுக்கு வந்தார் மோலே. ஒட்டுமொத்த நைட்ஸ் டெம்ப்ளர் குழு உறுப்பினர்களுக்கும் மரண தண்டனை விதிக்கப்பட்டது.

அக்காலத்தில் இந்த மாதிரியான பயங்கர குற்றங்களில் ஈடுபட்டுப் பெறுகின்ற மரண தண்டனை என்பது மிகக் கொடூரமான முறையில் நிறைவேற்றப்படும். அதிலும் இது மதம், நம்பிக்கை சார்ந்த குற்றம். எனவே குழு உறுப்பினர்கள்

➤மோலே – கடைசி தருணங்கள்

அனைவரையும் பொதுமக்கள் முன்னிலையில் சாகும்வரை உயிருடன் தீயிட்டு எரித்துக்கொல்வது என தீர்ப்பு வழங்கப்பட்டது. நைட்ஸ் டெம்ப்ளர் குழுவின் சொத்துகள் அனைத்தும் அரசுக்கும், தேவாலயத்துக்கும் மாற்றப்பட்டது.

1314 ஆம் ஆண்டு ரோம் நகரின் நடுவில், பொதுமக்கள் முன்னிலையில் அதுவரை தீவிர கிறித்தவ ஆதரவாளராக இருந்த ஜாக்கஸ் தி மோலேவும், அவரது நைட்ஸ் டெம்ப்ளர் குழுவும் உடலில் எண்ணெய் ஊற்றி உயிருடன் எரிக்கப்பட்டனர். தனது உடல் எரிய ஆரம்பித்தவுடன், உடல் முழுவதும் பரவிய தீ ஜுவாலைகளுடனே மோலே உரத்த குரலில் ஒரு சபதம் மேற்கொண்டார்.

'கிறித்தவ மதமும், மன்னர் குலமும் மன்னிக்க முடியாத குற்றத்தை இழைத்துவிட்டன. இந்தத் தீயின் கடவுளுக்குத் தெரியும், உண்மை என்னவென்று. இதன் விளைவுகள் படு மோசமாக இருக்கும். நைட்ஸ் டெம்ப்ளர் குழு அழியவில்லை. மாறாக, நீங்கள் நினைத்துப் பார்க்க முடியாத அளவுக்கு விஸ்வரூபமெடுக்கும். இந்த நெருப்புதான் இனி எங்கள் கடவுள். உலகில் ஒரு புது மதம் உருவாகும். அந்த மதம் வேரூன்றும்பொழுது உலகில் வேறு எந்த மதத்துக்கும் இடமிருக்காது. ஒட்டுமொத்த உலகமும் துரோகத்தைத் தழுவும். செல்வத்துக்காகவும் மதத்துக்காகவும் அழிக்கப்பட்ட நைட்ஸ் டெம்ப்ளர்கள் அதே செல்வத்தையும், புதிய மதத்தையும் நிலைநாட்டுவர். இந்த உலகத்தையே கைப்பற்றுவர்'

மோலேவின் சபதம் எட்டு நூற்றாண்டுகளுக்கு பிறகு நிறைவேற ஆரம்பித்துள்ளது. பதினெட்டாம் நூற்றாண்டின் ஆரம்பத்தில்

இருந்து சிதறியிருந்த நைட்ஸ் டெம்ப்ளர் குழு உறுப்பினர்கள் ஒவ்வொருவராக வெளியில் வர ஆரம்பித்தனர். அவர்களின் வம்சாவளியினர் தங்களுக்கு இழைக்கப்பட்ட துரோகத்தை மறக்கவில்லை. மாறாக பலமடங்கு சக்தியுடன் புதுப்பெயரில் உலா வர ஆரம்பித்தனர். அதுதான் ஃபிரீமேசன் (Freemasons உலகைச் சீர்திருத்த வந்த கொற்றன், சிற்பி என்பது பொருள்)

இந்த நைட்ஸ் டெம்ப்ளர் தலைமுறையைச் சேர்ந்தவர்கள்தான் ஆதம் வேஸ்ஹாப்த்தும், ராத்சைல்ட்டும். கொழுந்து விட்டு எரியும் நெருப்பு ஜுவாலையைத் தங்களது ஆஸ்தான சின்னமாக இல்லுமினாட்டிகள் கொண்டிருப்பதற்கு இது ஒரு முக்கியக் காரணம். 'புனித வீரர்கள்' (Knights Templar) குழுவின் சாஸ்திர சம்பிரதாயங்கள் அனைத்தும் பென்டாக்ராம் வடிவத்தைக் கொண்டு 'பிளாக் மேஜிக்' முறையில் நடத்தப்பட்டதால்தான் இன்றும் இல்லுமினாட்டிகளின் முக்கியச்சின்னமாக பென்டாக்ராம் (ஐந்து முனைகள் கொண்ட விண்மீன் போன்ற வடிவம்) இருக்கிறது.

17ஆம் நூற்றாண்டின் மத்தியில் ஏற்பட்ட ஒரு திருமண உறவால் ராத்சைல்ட்டும், பிரிட்டிஷ் ராஜ குடும்பங்களும் இரண்டறக் கலந்தன. பின்னர் பல திருமண பந்தங்கள் மூலம் இரு வம்சங்களும் ஒன்றுதான், வெவ்வேறல்ல என்று சொல்லுமளவுக்குப் பின்னிப் பிணைந்து, கிளைபரப்பி ஆட்சி புரிய ஆரம்பித்தனர். இங்கிலாந்து அரச குடும்பம் என்பது ராத்சைல்ட்டின் அரசாளும் பிரிவு. ராத்சைல்ட்டின் வங்கி, பணப் புழக்கம் என்பது அரச குடும்பத்தின் அறிவிக்கப்படாத பொருளாதாரப் பிரிவு.

நன்றாக கவனித்தால், ஒன்று புரியும், பிரிட்டிஷ் காலனி ஆதிக்கத்தின் அத்தனை நாடுகளிலும் வைஸ்ராய், கவர்னர் ஜெனரல், படைத் தளபதிகள் என ராணிக்கு அடுத்தபடி அதிகாரமிக்க பதவியில் இருந்தவர்கள், இருப்பவர்கள் அனைவரும் ராத்சைல்ட் வம்சத்தைச் சேர்ந்தவர்களாகவோ, திருமண வழி உறவினர்களாகவோதான் இருப்பர். ஆட்சியும் அதிகாரமும் எப்பொழுதும் அவர்கள் கையில்தான் இருக்கும்.

நாம் நன்கு அறிந்த உதாரணம், லார்ட் மௌண்ட்பாட்டன் பிரபு (Lord Mountbatten). ராத்சைல்ட்டின் நேரடி வம்சாவளித் தோன்றல். 1950களில் உலகின் சக்தி வாய்ந்த மனிதர்களில் ஒருவர். தற்போதைய இங்கிலாந்து மகாராணி இரண்டாம் எலிசபெத்தின் மாமனார். (ஆம், லார்ட் மௌண்ட்பாட்டனின் மகன் பிலிப்பைத்தான் எலிசபெத் மணந்துள்ளார்).

ராஜ குடும்பத்தின் ஆஸ்தான பக்கிங்ஹாம் மாளிகை பற்றிக் கேள்விப்பட்டிருப்பீர்கள். பரபரப்பான லண்டன் மாநகரின் மத்தியில் இருபது ஏக்கர் நிலப்பரப்பில் அமைந்துள்ள இந்த

மாளிகையின் பின்பக்க புல்வெளித் தோட்டம் மட்டுமே ஏழு ஏக்கர். (லண்டனின் மத்தியில் ஓர் ஏக்கர் வைத்திருந்தாலே அவர் உலக மகா கோடீஸ்வரர்). ஒருவேளை, வார நாட்களின் நள்ளிரவில் பக்கிங்ஹாம் மாளிகையின் பின்புறம் வாக்கிங் செல்லும் வாய்ப்பு கிடைத்தால், அங்கே ஓர் அரிய காட்சியைக் காண்பீர்கள்.

நள்ளிரவில் நூற்றுக்கணக்கான கருப்பு நிற டாக்ஸிகள் மாளிகையின் பின்புற பிரதான சாலையில் இருந்து மாளிகைக்குள்ளே வரிசையாக நுழைந்து, அந்த பிரம்மாண்ட புல்வெளியில் பவனி வரும். எந்த ஒரு காருக்குள்ளும் யாரும் இருக்க மாட்டார்கள். காலியாகத்தான் போகும், வரும். ஆனால், உற்றுப் பார்த்தால், பின் சீட்டின் மேல் ஒரு சிகப்பு நிற தோல் பை, அல்லது சூட் கேஸ் போன்ற ஒரு பெட்டி இருக்கும். மாளிகையின் ஓர் இடத்தில் நின்று, ஒவ்வொரு காரிலிருந்தும் அந்தத் தோல் பையை ஒருவர் பெற்றுக்கொள்வார். பதிலாக, வேறு சில பெட்டிகள் காருக்குள் வைக்கப்படும். பின், திரும்பிப் பார்க்காமல் அந்த கருநிற டாக்ஸிகள் சென்றுவிடும். அவற்றை ஓட்டி வருபவருக்கு அது என்ன பெட்டி என்பது பற்றி ஏதும் விவரம் தெரிந்திருக்காது. இதைப்பற்றி வெளியில் கசியவிடும் துணிவோ அணுவளவும் இருக்காது. இது ஒரு அன்றாட, ரகசிய நடவடிக்கை.

அந்தப் பெட்டிக்குள் முழுக்க முழுக்க அரசாங்கத்தின் அதி முக்கியக் கோப்புகள், பத்திரங்கள்தான் இருக்கும். வெறும் பிரிட்டிஷ் அரசாங்கப் பாத்திரங்கள் என்றால் பரவாயில்லை. ஆனால், ராணி மற்றும் இல்லுமினாட்டிகளின் ஆட்சி அதிகாரத்துக்கு உட்பட்ட, அவர்களது அரசுத் தலைமையை ஏற்ற அத்தனை நாடுகளின் முக்கியமான கோப்புகளும் ராணியின் மேற்பார்வைக்கு வரும். ஒரு சில பத்திரங்கள் ராணியின் அனுமதிக்காகவும்,

➤மகாத்மா காந்தி – லார்ட் மௌண்ட்பாட்டன்

கையெழுத்துக்காகவும் காத்திருக்கும். எந்தவொரு நாட்டின் முக்கியச் சட்டத்தையும் திருத்தும் வல்லமை கொண்டவர் இங்கிலாந்து மகாராணி. இதன் மூலம் நாம் நினைத்துப் பார்க்கவே முடியாத மாற்றங்கள் தினம் தினம் உலகில் நிகழ்ந்துகொண்டே இருக்கின்றன.

ஒரு நாடு தனது பாதுகாப்புக்கு ஆயுதம் வாங்க வேண்டுமென்றாலும் சரி, ஏற்றுமதி இறக்குமதியில் மாற்றம் செய்ய வேண்டுமானாலும் சரி, அல்லது பொருளாதாரக் கொள்கைகளைத் தளர்த்த வேண்டுமானாலும் சரி, ராணியின் கடைக்கண் பார்வை அவசியம். தான் நினைத்தால் நாளைய பங்குச் சந்தையில் எந்தவொரு நிறுவனத்தின் பங்குகளையும் தலைகீழாக மாற்ற முடியும், ஒரே நாளில் பிச்சைக்காரனைக் கோடீஸ்வரனாகவும், கோடீஸ்வரனைப் பிச்சைக்காரனாகவும் மாற்ற முடியும்.

மொத்தம் 30 நாடுகளில் ராணியின் படைப்பிரிவு, அந்தரங்க ஆலோசகர்கள் என 455 பேர் இருக்கின்றனர். இவர்களின் கீழ் உளவாளிகள் உலகமெங்கும் பரவியிருக்கின்றனர். இவர்களது பிரதான வேலையே அந்த நாட்டின் அரசையும், ராணுவத்தையும் கண்காணிப்பதுதான். ரகசிய உளவாளிகள் மூலம் ஒவ்வொரு நாட்டின் அசைவையும் அவர்கள் அசைவதற்கு முன்பே கண்டுபிடித்து தடுத்து நிறுத்தும் சர்வ வல்லமை படைத்தவர்தான் ராணி.

வெளியுலகுக்குக் கிறித்தவ மதத்தைச் சேர்ந்தவரைப்போலத் தோற்றமளித்தாலும், யூத மதத்தின் கொள்கைகளையும், இல்லுமினாட்டியின் ரகசிய மதத்தையும் மிகத்தீவிரமாக, ரகசியமாக தழுவியவர்கள் இங்கிலாந்து அரச வம்சத்தினர். ராணி எலிசபெத் தனது பேரன் இளவரசன் வில்லியம் காதலித்துவிட்டார் என்ற ஒரே காரணத்துக்காக சாமானியப் பெண்ணான, இங்கிலாந்து மக்களால் செல்லமாக 'கேட்' என்று அழைக்கப்படும் 'கேத்தரின் மிடில்டன்'ஐ உடனே திருமணம் செய்து வைத்ததற்கு முக்கியக்காரணம், தற்போதைய இளவரசி கேட் மிடில்டனின் தாயார் ஒரு யூதப்பெண்மணி. யூத மதத்தில் தந்தையின் ரத்த வழி உறவுக்கு எல்லாம் இடமில்லை, தாய்வழிதான் முக்கியம்.

தாயுள்ளம் கொண்டு காதல் திருமணம் செய்யச் சம்மதித்த அதே ராணி எலிசபெத் தான் ஒருவிதத்தில் தனது மருமகளின் அகால மரணத்துக்கும் காரணமானவர் என்பது கசப்பான உண்மை. இந்த உலகமே வியந்து பார்த்த, பூமியில் இருக்கும் அத்தனை ஜீவராசிகள் மீதும் துளியும் கலப்படமில்லாத அன்பு செலுத்திய நிஜ தேவதை, சென்ற நூற்றாண்டின் மிகச்சிறந்த பெண்ணான இளவரசி டயானாவின் உலகையே உலுக்கிய திடீர் மரணம் ஒரு திட்டமிட்ட படுகொலை என்பதுதான் நிதர்சனம்.

டயானாவின் கண்களில் எப்பொழுதுமே ஒரு சோகம் இழையோடும். பொய்யும், புரட்டும், வஞ்சகமும் கொண்ட ராஜ குடும்பத்தில் வார்க்கப்பட்டிருந்தாலும், அவர்களது தீய நிழல் கொஞ்சம்கூட அண்டாமல், இந்த உலகையே அன்பு நிறைந்த அழகிய பூங்காவாக மாற்றும் எண்ணம் கொண்டிருந்தார் டயானா. அவரது இந்த நல்லெண்ணம்தான் அவருக்கு எமனாக அமைந்தது.

இல்லுமினாட்டிகள் சொந்த பந்தம் என்றெல்லாம் பார்க்க மாட்டார்கள். தமது லட்சியத்துக்கு ஒரு தடை வருகிறது என்றால், அதை இந்த உலகத்தை விட்டே நீக்கிவிட்டுத்தான் மறுவேலை பார்ப்பார்கள். இளவரசி டயானாவின் வாழ்விலும் அதுதான் நடந்தது. அடுத்த ராஜமாதா பட்டத்துக்கு உரியவர், உலகத்தின் ராணியாக அந்த சிம்மாசனத்தை அலங்கரிக்கப் போகிறவர், ஒட்டுமொத்த உலகத்துக்கும் பெருமைமிக்க அரசி, அத்தனை இல்லுமினாட்டிகளுக்கும் ஒரே தலைவி ஓர் அன்புக்கடலாக இருக்கப் போவதை 'அவர்கள்' விரும்பவில்லை.

இளவரசி டயானா இல்லுமினாட்டிகளின் அத்தனைத் தத்துவங்களையும் எதிர்த்தவர். அவர்களின் எந்தவொரு கோட்பாட்டுக்கும் இசைய மறுத்தார். ராஜ குடும்பத்தின் அத்தனை அதிகாரங்களையும், ஆளுமையையும், சமரசங்களையும், சடங்கு, சம்பிரதாயங்களையும், வெறுத்தவர். இதனாலேயே

ராஜ குடும்பத்தைச் சேர்ந்த அனைவராலும் இளவரசி டயானா வெறுக்கப்பட்டார். அதே சமயம், அவர்களது பணபலமும், சக்தியும், ரகசியங்களும் தெரியவந்த பின்னர்தான், தனது உயிருக்கே அவர்களால் ஆபத்து இருப்பதை உணர ஆரம்பித்தார்.

இதை ஒரு பேட்டியில் டயானாவே கூறியுள்ளார். 1985 இல், திருமணம் முடிந்த நான்கு ஆண்டுகளில் பிபிசி தொலைகாட்சிக்கு ஒரு சர்ச்சைக்குரிய பிரத்யேக பேட்டி அளித்தார் டயானா.

பேட்டி கண்ட நிருபர், 'நீங்கள்தான் அடுத்த ராணி, இதை நீங்கள் எப்படிப் பார்க்கிறீர்கள்?' என்று கேட்டதற்கு, அவர் அளித்த பதில்,

'நான் ராணியாவேன் என்ற நம்பிக்கை எனக்கு இல்லை. மக்கள் மனங்களில் ராணியாக வாழவே விரும்புகிறேன், ராஜ வம்சத்தில் அல்ல. அவர்களும் நான் ராணியாக பட்டமேற்பதை விரும்பவில்லை. அவர்கள் என்றால், ராஜ குடும்பமும் அவர்கள் சார்ந்தவர்களும். நான் அதற்குப் பொருத்தமற்றவள் என்று அவர்கள் முடிவு செய்துவிட்டனர்'.

'அவர்கள் ஏன் அப்படி முடிவு செய்தனர்?'

'ஏன் என்றால், நான் மனசாட்சிப்படி நடக்கிறேன், அவர்களின் விதிமுறைகளைப் பின்பற்றுவதில்லை. பலவிதங்களில் இது என்னுடைய வாழ்க்கையைப் பாதித்தாலும், யாரேனும் ஒருவர், அவர்களைப் பற்றி அறிந்த ஒருவர் இதைத் தடுத்தே ஆகவேண்டும். மக்களின் மீது அன்பு செலுத்த வேண்டும்.'

'இதனால்தான் அவர்கள் உங்களை விலக்கி வைக்கிறார்கள் என்று எண்ணுகிறீர்களா?'

'விலக்கி வைக்கிறார்கள் என்று மட்டுமில்லை. இன்றைய ராஜ குடும்பம் இயங்கும் உலகம் மிகவும் புதிரானது, அபாயமானது. எனக்காகப் பரிந்து பேச ஒருவர்கூட கிடையாது. என்னை ஓர் அச்சுறுத்தலாகத்தான் அவர்கள் பார்க்கிறார்கள். ஏனெனில் நான் நன்மையை விரும்புகிறேன். எதையும், யாரையும் அழிக்க நினைக்கவில்லை'

'புரியவில்லை?'

'மனித வரலாறு முழுக்க சக்தி வாய்ந்த பெண்கள் அனைவரும் இந்த மாதிரி சோதனைகளை எதிர்கொண்டுதான் எழுந்து நின்றிருக்கின்றனர். மக்கள் மீது நான் அன்பு செலுத்துகிறேன், மக்கள் என் பின்னால் நிற்கிறார்கள். என்னுடைய இந்த தைரியமும், சக்தியும்தான் ஒரு சிலருக்குக் குழப்பத்தையும் பயத்தையும் உண்டாக்குகின்றன. 'இந்தப் பெண் ஏன் இவ்வளவு மனோ தைரியம் கொண்டிருக்கிறாள்?', 'இந்தத் துணிவு எப்படி வந்தது?',

➤ இளவரசி டயானா நினைவுச்சின்னம்

'இது எங்கே போய் முடியும்?', 'வருங்காலத்தில் என்ன செய்ய உத்தேசம்?', 'இந்த சக்தியை எங்கு, எப்படி பயன்படுத்தப் போகிறாள், என்ன செய்யப் போகிறாள்?', 'மக்கள் ஏன் இவளுக்கு இவ்வளவு ஆதரவு தருகிறார்கள்?' இந்தக் கேள்விகள் எல்லாம் அவர்களைத் துளைக்கின்றன. என்னைத் தடுத்து நிறுத்த நினைக்கிறார்கள்'

இந்த வரிகள் அனைத்தும் பிபிசியில் டயானாவே உதிர்த்த வார்த்தைகள். அந்தப் பேட்டி முழுக்க அவரது குரலில் ஒருவித அழுத்தமும், பயமும், அதேசமயம் தெளிவான சிந்தனையும், தீர்க்கமும் தெரியும். ஒருவேளை டயானா மகாராணியாக முடிசூடினால், ஒட்டுமொத்த இல்லுமினாட்டிகளும் தடுத்து நிறுத்தப்படுவர், முழுவதுமாக நசுக்கப்படுவர். அவர்களின் எண்ணங்கள், செயல்கள் தவிடு பொடியாகக் கூடும். ஒரே இரவில் அவர்களது லட்சியம் காற்றில் கரைந்து போகும். அதனால் டயானாவைத் தடுத்து நிறுத்த நினைத்தனர். இல்லுமினாட்டிகளின் முதல் இலக்காக மாறினார் டயானா.

1997 இல் டயானா இறந்த பின் இந்தப் பேட்டியை ஒளிபரப்பு செய்யத் தடை விதித்தது பிரிட்டிஷ் ராஜ குடும்பம். டயானா இறப்பதற்குச் சில மாதங்களுக்கு முன்பு அவரே ஒரு வார இதழில் இப்படி கூறியுள்ளார், 'அவர்கள்' ஒரு திட்டமிட்ட விபத்தின் மூலம் என்னைக் கொல்ல நினைக்கிறார்கள்.'

இல்லுமினாட்டிகளின் செயல்களில் அவர்களது சின்னங்களைத் தவறாமல் பதிய வைப்பது அவர்கள் குல வழக்கம். டயானாவின்

விநோத மரணத்திலும் பதிய வைத்தனர். டயானா கார் விபத்தில் இறந்த அன்றைய இரவில், அவர் பயணித்த சுரங்க வழிப்பாதையின் பெயர் 'Pont D'Alma'. அதாவது, 'நிலவுக்குச் செல்லும் பாதை' என்று பொருள். எனவே இந்த சுரங்க வழியில்தான் டயானா மரணிக்க வேண்டும் என அவர்கள் முடிவெடுத்ததில் ஆச்சரியமில்லை.

டயானாவின் கார் அந்தச் சுரங்கப்பாதையில் உள்ள தூண்களில் சரியாக 13வது தூணில் இடித்து, நிலைகுலைந்து விபத்துக்குள்ளானது. டயானாவின் காரை துரத்தி வந்து விபத்து ஏற்படுத்திய புகைப்படக்காரர்கள் பற்றிய எந்தத் தெளிவான குறிப்பும் கிடைக்கப் பெறவில்லை. சுரங்கப்பாதை மற்றும் நள்ளிரவு என்பதால் சிசிடிவி வசதிகளும் இல்லை, விபத்துதான் என்பதற்கு ஆதாரங்களும் இல்லை.

எல்லாவற்றையும் விட முக்கியம், டயானா இறந்தபின், அவர் (பலியின்) நினைவாக அந்தச் சுரங்கப்பாதை தொடங்கும் இடத்தில் ஒரு நினைவுச்சின்னம் எழுப்பினர். அது என்ன தெரியுமா?

ஒரு பென்டாகிராமும், அதில் கொழுந்து விட்டு எரியும் அணையா ஜோதிப்பிழம்பும்.

15

முடிவல்ல, ஆரம்பம்!

இறுதிப்பந்தை தன் மனைவி வீச, காதலுடன் அந்தப் பந்தை எதிர்கொண்டு தனது சாதனையை பூர்த்தி செய்து ருவாண்டாவுக்குப் புதிய ரத்தத்தைப் பாய்ச்சினார் அந்த இளைஞன்

பிரிட்டிஷாரின் நேரடி காலனி ஆதிக்கத்திலிருந்து ஒவ்வொரு நாடாக விடுதலை அடைந்த சமயம், குறிப்பாக, இரண்டாம் உலகப் போர் முடிந்து அதிகாரபூர்வ உலக நாட்டாமையாக ஐக்கிய நாடுகல் சபையும், அறிவிக்கப்படாத உலகப் போலீசாக அமெரிக்காவும் மார்தட்டிய சமயம், இல்லுமினாட்டிகளின் ஒரு முக்கிய சந்திப்பு நடைபெற்றது. ஃபிரீமேசன், பில்டர்பெர்க், ஸ்கல் போன்ஸ் போன்ற அதிமுக்கிய ரகசியக் குழுக்களின் உறுப்பினர்களும் பங்கேற்ற கூட்டம் அது.

உலகப் பொருளாதாரம் தன்னுடைய பாதையை மாற்றி அமைக்க ஆரம்பித்த காலகட்டம். *1950 60*களின் மத்தியில் நடந்த அந்தக் கூட்டத்தில் ஒரு முக்கிய முடிவு எடுக்கப்பட்டது.

'உலகின் பெரும்பாலான நாடுகளில் பிரிட்டிஷாரின் நேரடி ஆதிக்கம் குறைந்து விட்டது, பல புதிய தொழில்கள், கொள்கைகள் உருவாகி வருகின்றன. இதை வளரவிடக் கூடாது. அதேசமயம், வெளிப்படையாகத் தடுத்து நிறுத்தவும் கூடாது. தான் ஓர் அடிமை என்பதை மறந்து, உளவியல் பூர்வமாக தான் ஒரு சுதந்திரமானவன் என்பதை உலகின் ஒவ்வொரு பிரஜையும் உணர வேண்டும். தன்னால் நினைத்ததை எந்த நொடியிலும் செய்வதற்குத் தனக்குத் தடையேதுமில்லை என்ற உணர்வை உருவாக்க வேண்டும். இது நடக்க வேண்டும் என்றால் மக்கள் நிறைய சம்பாதிக்க வேண்டும். கைகளில் பணப்புழக்கம் அதிகம் இருக்க வேண்டும். ஆனால் சேமிப்பு என்ற ஒன்று இருக்கக்கூடாது. அப்படியே இருந்தாலும், அது வங்கியின் மூலமாக மட்டுமே இருக்கவேண்டும். அந்தப் பணத்தை வைத்து எதையும் உருப்படியாகச் சாதித்துவிடக் கூடாது, தொடர்ந்து செலவழித்துக் கொண்டே இருக்க வேண்டும். எல்லோரும் பணக்காரனாகவும் செலவாளியாகவும் இருக்க வேண்டும். அடிப்படைத் தேவைகளை பூர்த்தி செய்து கொள்ளவே தன் வாழ்நாள் முழுக்க அவன் போராட வேண்டும். கடனில் மூழ்க வேண்டும். மூளையைப் பயன்படுத்தவே அவன் யோசிக்க வேண்டும். யோசனை என்ற ஒன்றே அவனுக்கு இருக்கக்கூடாது. புதிய

முயற்சிகள் என்ற சிந்தனையே வளரக் கூடாது. வெறும் ஆசைகளும், ஊதாரித்தனமும், பொம்மலாட்ட பொம்மைகளும்தான் எங்கும் நீக்கமற நிறைந்திருக்க வேண்டும்.'

மேலே நீங்கள் படித்த இந்த வரிகளை மீண்டும் வேண்டுமானாலும் ஒருமுறை படித்துப்பாருங்கள். இது முடிவு செய்யப்பட்டு 50, 60 ஆண்டுகள் ஆகின்றன. அப்பொழுது இது வெறும் திட்டமாக இருந்தது. இப்பொழுது?

நம் மனசாட்சி சொல்லும், இல்லுமினாட்டிகள் இப்போது முக்கால் தூரத்தைத் தாண்டிவிட்டார்கள் என்று. ஆம், நம் அப்பா, தாத்தா காலத்தில் குறைவான செல்வத்தில் கிடைத்த நிறைவான வாழ்க்கை இப்பொழுது இல்லை. ஒவ்வொரு இளைஞனுக்கும், இளைஞிக்கும் லட்சங்களில்தான் சம்பளம். ஒரு சிலருக்கு மட்டும் இன்று ஆரம்ப சம்பளம் வெறும் பத்தாயிரம் ரூபாய் வீதம் என்றால் ஏற, இறங்கப் பார்த்தபடியே அடுத்த கேள்வி கேட்பார்கள், 'சாப்பாட்டுக்கு என்ன பண்றீங்க?' என்று.

லட்சங்களில் சம்பளம் வாங்கும் யாருக்கும் தனக்கு அந்தப் பணம் போதும் என்று சொல்லும் மனப்பான்மை இல்லை. ஏனெனில், அவ்வளவும் செலவு செய்யப்படுகின்றன. அல்லது முதல் தேதியே கடன்கள் அடைக்கப்படுகின்றன. இது ஏதோ சாதாரணமாக நடக்கின்ற ஒரு விஷயம் என ஒவ்வொருவரும் கண்டுகொள்ளாமல் தவிர்ப்பதுதான் 'அவர்களுக்கு' சாதகமான சூழ்நிலையை மீண்டும் மீண்டும் உருவாக்கிக் கொண்டே செல்கிறது.

அவர்களின் நீண்ட கால லட்சியமான 'புதிய உலக சகாப்தம்', உலகம் முழுக்க ஒரே நாடு, ஒரே மன்னர், ஒரே ஆட்சி என்ற பேராசையை நிறைவேற விட்டால் மனித இனத்தின் இயற்கைத் தன்மையே அழிந்துபோகும் அபாயம் உள்ளது.

2000ஆம் ஆண்டு ஆரம்பத்தில் நடந்த தகவல் தொழில் நுட்ப கோளாறாகட்டும் (Y2K), 9/11 இரட்டைக் கோபுரத் தாக்குதலாகட்டும், அமெரிக்க ஈராக், அமெரிக்க வளைகுடா நாடுகள் இடையிலான போர்களாகட்டும், இஸ்ரேல் பாலஸ்தீன போராகட்டும், அமெரிக்க அதிபர் தேர்தல்கள், பொருளாதார வீழ்ச்சிகள், தண்ணீர், எண்ணெய் புரட்சிகள், உலகம் முழுக்க இருக்கும் பெரும்பாலான ஊடகங்கள், தீவிரவாதச் செயல்கள் என அனைத்தும் ஏதோ சாதாரணமாக நிகழ்ந்த, நிகழும் சம்பவங்கள் அல்ல. அனைத்தும் ஒன்றோடு ஒன்று தொடர்புடையவை. புள்ளிகளை இணைக்க நாம் கற்றுக்கொண்டோம் என்றால், அனைத்து கேள்விகளுக்கும் விடை அருவிபோல் வந்து விழும்.

இதற்கான விடை என்ன? இதைத் தடுப்பது எப்படி? நம் வாழ்க்கையை நாம் வாழ விடாமல் செய்யும் அந்த யாரோ ஒருவரை அனுமதிக்காமல் நமக்கான உரிமையைக் காப்பது எப்படி?

இதிலிருந்து தப்பிக்க, நீங்கள் இப்படித்தான் வாழ வேண்டும், இதெல்லாம் தான் செய்ய வேண்டும் என்ற விதிமுறைகள் கொண்ட புத்தகத்தைத் தேடாதீர்கள், அது உங்கள் வாழ்நாள் முழுக்கக் கிடைக்கவே கிடைக்காது. ஏனெனில் உண்மையில் அப்படி ஒரு புத்தகம் கிடையவே கிடையாது. உங்களைச் சுற்றி, என்னைச் சுற்றி, நம்மைச் சுற்றிப் பின்னப்பட்டிருக்கும் வலைப் பின்னல் என்னவென்பதைத் தெரிந்து கொண்டோம். இனி அதனை விட்டு வெளியே வரும் வழியைத் தேட வேண்டும். நானும் அதைத்தான் தேடிக்கொண்டிருக்கிறேன்.

பாவம் பெருகும்போதெல்லாம் நம்மைக் காக்க ஓர் அவதாரமெடுக்க விஷ்ணு பகவானுக்கும் பொறுமை இல்லை. இது நிஜ வாழ்க்கை. நம்மை நாம்தான் காப்பாற்றிக் கொள்ள வேண்டும்.

இந்தப் புத்தகத்தின் நோக்கம் நிச்சயமாக உங்களைப் பயமுறுத்துவது அல்ல. உங்கள் சிந்தனையைத் தூண்டுவதற்காகவே. சிந்தியுங்கள். நாம் வாழும் வாழ்வின் பொருள் என்னவென்று சிந்தியுங்கள். நமக்கு ஓர் இன்னல் வரும்போது நம்மை எப்படிப் பாதுகாத்துக்கொள்வது என்று சிந்தியுங்கள்.

'ருவாண்டா' (Rwanda) என்ற நாடு பற்றி கேள்விப்பட்டுள்ளீர்களா? மத்தியக் கிழக்கு ஆப்பிரிக்காவில் உள்ள ஒரு மிகச்சிறிய நாடு. வறுமையின் இன்னொரு அடையாளம். உலகின் மிகப்பெரிய இனப்படுகொலையைச் சந்தித்த நாடுகளில் ருவாண்டாவும் ஒன்று. 1994 ஆம் ஆண்டு கிட்டத்தட்ட பத்து லட்சம் பேர் வெறும் மூன்றே மாத இடைவெளியில் கொல்லப்பட்டனர். அதன்பின் அப்படி ஒரு நாடு இருப்பதே பலருக்கும் தெரியாத அளவுக்கு நசுக்கப்பட்டது. அன்றாட வாழ்வே அங்கே கேள்விக்குறிதான்.

ஆனால், 'எரிக்' என்பவர் அங்கு மிகப்பிரபலம். ருவாண்டா கிரிக்கெட் அணியின் கேப்டன். ருவாண்டாவுக்கு உண்மையிலேயே கிரிக்கெட் அணி உண்டு. இனப்படுகொலையின்போது அகதிகளாக அண்டை நாடுகளுக்கு பிழைக்கச் சென்றவர்கள் ஒவ்வொருவராக ஊர் திரும்பத் தொடங்கிய காலகட்டத்தில் அங்கே கிரிக்கெட் எப்படியோ பிரபலமாக ஆரம்பித்தது. ஆனால், தெருவில் கிரிக்கெட் விளையாடக்கூட ஸ்பான்சர்ஷிப் கிடைக்காத அந்த நாட்டில் தனது லட்சியமான கிரிக்கெட்டை அடுத்த கட்டத்துக்கு எடுத்து செல்ல நினைக்கும் 'எரிக்' ஒரு தீவிர லட்சியவாதி.

நிறைய பேருக்கு அங்கே கிரிக்கெட் விளையாடத்தெரியும், ஆனால் விளையாட மைதானமோ, ஸ்டேடியமோ கிடையாது. ருவாண்டாவில் ஒரு ஸ்டேடியம் கட்டுவதுதான் எரிக்கின் லட்சியம். ஸ்டேடியம் கட்டுவதற்குக் கிட்டத்தட்ட எட்டு கோடி ரூபாய் வரை தேவை. ஸ்டேடியத்தின் ஒரு சுவருக்கு செங்கல் வாங்கக்கூட காசு இல்லாதவர் எரிக். அரசாங்கத்தின் நிலையோ இன்னும் மோசம். ஆனால் மனிதர் மனம் தளரவில்லை.

▶பிரிட்டன் முன்னாள் பிரதமர் டோனி பிளேர் பந்து வீசுகையில்

ஏதேனும் ஒரு கின்னஸ் உலக சாதனை படைத்தால்தான் ஸ்டேடியம் கட்டும் அளவுக்குப் பணம் கிடைக்கும். முடிவு செய்தார். தொடர்ந்து 51 மணி நேரம் நெட் ப்ராக்டிஸ் செய்வதன் மூலம் அந்தச் சாதனையை அடைய முடியும்.

நல்ல நாளாகத் தேர்வு செய்து தனது முதல் பந்தை எதிர்கொண்டார். ஒரு மணி நேரத்துக்கு ஒருமுறை ஐந்து நிமிட ஓய்வு. சாப்பிட, இயற்கை உபாதைகள் கழிக்க 10 நிமிடம். ஆரம்பத்தில் யாரும் பெரிதாகக் கண்டுகொள்ளவில்லை. ஆனால், 24 மணிநேரத்தைத் தாண்டி இந்த உலக சாதனை முயற்சி தொடரவும் அனைத்து டிவி, ரேடியோவிலும் எரிக்தான் விஐபி. கிரிக்கெட் உலகின் ஒட்டுமொத்த கவனமும் இவர் பக்கம் திரும்பியது. ஆச்சரியம் என்னவெனில், முன்னாள் பிரிட்டிஷ் பிரதமர் டோனி பிளேர் கூட தனது பங்குக்கு ஆதரவு தெரிவிக்கும் வகையில் எரிக்குக்கு சில பந்துகள் வீசினார்.

40 மணி நேரம் தாண்டியதும் தான் மிகவும் சோர்வடைய ஆரம்பித்ததாக பின்னர் எரிக் தெரிவித்தார். ஆனால், அடுத்த 11 மணிநேரத்தை கடப்பதற்கு உந்துதலாக இருந்தது என்ன தெரியுமா? இது ஒரு தனி மனித சாதனை மட்டும் அல்ல, ஒரு நாட்டின் சாதனை, ஒரு சமூகத்தின் சாதனை, தன் இனம் முன்னேற வேண்டுமென்ற அக்கறை, அதற்கு ஒரு வழி பிறக்கப்போகிறது என்கிற உணர்வு, இந்த ஸ்டேடியம் வெறும் கட்டடம் அல்ல, ருவாண்டாவில் கிரிக்கெட் கனவோடு உலாவரும் இளைஞர்களின் எதிர்காலம். இந்த எண்ணங்கள்தான் அவரது சோர்வைப் போக்கி, மீண்டும் உற்சாகத்துடன் 51 மணி நேரத்தைத் தொடுவதற்கு உந்து சக்தியாக விளங்கியது.

இறுதிப்பந்தை எரிக்கின் மனைவி வீச, காதலுடன் அந்தப் பந்தை எதிர்கொண்டு தனது சாதனையை பூர்த்தி செய்து ருவாண்டாவுக்குப் புதிய ரத்தத்தைப் பாய்ச்சினார் எரிக்.

எரிக்கின் இந்தக் கதை ஒன்றும் அவ்வளவு பெரிய நீதிக்கதை அல்ல. இந்தக் கதைக்கும், இந்தப் புத்தகத்துக்கும்கூட பெரிய தொடர்பு இல்லை. எரிக் ஒரு சாதாரண மனிதன். உங்களைப்போல், என்னைப்போல் ஒரு சாமானியன். ஆனால், இது ஒரு சாமானியனின் வெற்றிக்கதை. எரிக்கைப் போன்ற எளியோரின் சக்தி என்னவென்பதை உரக்கச்சொல்லும் பாடம். தனி ஒரு மனிதனின் நல்லெண்ணமும், செயலும், விடாமுயற்சியும், அந்தச் சமூகத்தையே முன்னேற்றப் பாதையில் இட்டுச்செல்லும் என்பதற்கு மிகச்சிறந்த உதாரணம்தான் எரிக்.

தீய சக்திகளின் பேராசைக்கு நமது அறியாமையால் நாம் பலியாக போகிறோமா, இல்லை நமது எண்ணத்தாலும், செயலாலும் சதிகளை உடைத்தெறிந்து புதிய சகாப்தத்தைப் படைக்கப் போகிறோமா?

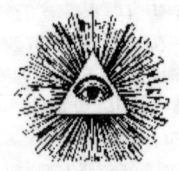